Đỗ Kim Thêm

I0481646

Nhà Nước Pháp Quyền:

Kinh Nghiệm Quốc Tế

về Lý Thuyết và Thực Tế

Kính dâng tác phẩm này cho hương hồn
song thân

Tặng Kim Tính, Tuyết Mai và Xuân Mai
với tất cả thương yêu

Mục lục

Lời nói đầu

Để khởi đầu cho công cuộc đổi mới, Việt Nam đề cao hai khái niệm nhà nước pháp quyền và kinh tế thị trường theo định hướng Xã Hội Chủ Nghĩa (XHCN). Về mặt lý thuyết, nhà nước pháp quyền *(Rechtsstaat)* là một học thuyết thuộc luật Hiến pháp của Đức nhằm cổ vũ tính cách tối thượng của luật pháp để nhà nước và người dân cùng tuân thủ. Liên Xô đã vận dụng khái niệm này và dịch thành *Pravovoe gosudarstvo*, trong khi đó ý niệm *Rule of Law* trong Anh ngữ hoàn toàn có một nội dung khác và *État de droit* không hề có trong Pháp ngữ trước đây. Đây là một khái niệm mới lạ dành cho người Việt, kể cả cho học giới theo truyền thống luật học Mác xít.

Về mặt thực tế, Việt Nam vẫn kiên định tiếp tục theo đuổi con đường XHCN, xây dựng nhà nước do nhân dân làm chủ mà nền tảng của nhân dân là liên minh giai cấp công nhân với nông dân và đội ngũ trí thức do Đảng lãnh đạo. Để đạt mục tiêu này, Việt Nam sẽ phát huy nền dân chủ nhân dân nhằm tổ chức, quản lý và phát triển nền kinh tế thị trường theo định hướng XHCN. Do đó, pháp chế XHCN vẫn còn là một công cụ để Đảng xây dựng nhà nước. Trong chiều hướng vận dụng khái niệm nhà nước pháp quyền, Việt Nam cải biên thành nhà nước pháp quyền XHCN.

Hiện nay, dù khái niệm đã triển khai nhưng vẫn chưa giải đáp thỏa đáng như nhiều người mong đợi. Đây là một chủ đề cần được thảo luận sâu rộng hơn mà tìm hiểu kinh nghiệm quốc tế là một nhu cầu cần được đặt ra. Để góp phần khiêm tốn vào công cuộc thảo luận chung „Nhà Nước Pháp Quyền: Kinh Nghiệm Quốc Tế Về Lý Thuyết và Thực Tế" là một tuyển tập các bài viết của tác giả đã phổ biến trên các báo mạng trước đây nay được biên tập lại theo một thể thống nhất và in thành sách. Do đó, bài viết có sửa đổi và thêm phần thư tịch tham khảo nhằm phục vụ cho độc giả quan tâm nắm bắt vấn đề trong khi chờ đợi những công trình nghiên cứu hoàn chỉnh ra đời.

Sách gồm hai phần lý thuyết và thực tế. Phần lý thuyết được chia thành tám chuyên đề như sau

Chương I tóm lược *Khái niệm về luật pháp của Herbert Lionel Adolphus Hart* qua danh tác *The Concept of Law*. Đây là một giáo trình nhập môn dành cho sinh viên khoa luật và được học giới coi như là tác phẩm kinh điển bậc nhất trong Anh ngữ. Khái niệm của Hart trở thành một chủ đề tranh luận không những tại Anh mà còn cả châu Âu và Bắc Mỹ hơn nửa thế kỷ qua.

Chương II thảo luận về *Khái niệm nhà nước pháp quyền tại Pháp*. Pháp không có thuật ngữ *État de droit* và học thuyết lập hiến nền tảng cho mọi sinh hoạt chính trị. Nếu Cách mạng Pháp chuyển đổi chủ quyền quốc gia từ nhà vua sang nhân dân, thì nền Đệ Ngũ Cộng hoà đem lại sự hình thành Toà Bảo Hiến để làm thước đo cho mọi hoạt động công quyền. Khái niệm nhà nước pháp quyền tăng thêm giá trị tối thượng của Hiến pháp, bảo vệ các quyền căn bản của người dân trước các cơ quan công quyền và sự quân bình quyền lực của các cơ quan hiến định, mà quan trọng nhất là vai trò của Toà Bảo Hiến trong việc ệuy định thẩm quyền cứu xét tính vi hiến các đạo luật và các quyết định chính trị và hành chánh. Thành tựu này đã đem lại ổn định chính trị và niềm tin của dân chúng.

Chương III trình bày về *Khái niệm nhà nước pháp quyền tại Đức*. Khái niệm này bắt nguồn từ chủ thuyết tự do đặt luật pháp của nhà nước trên nền tảng của lý trí và thuộc về luật Hiến Pháp. Ba ý niệm cơ bản trong khái niệm là bình đẳng trước luật pháp, tự do của người dân và bảo đảm quyền tư hữu. Hiện nay học giới tiếp tục đưa ra nhiều chiều hướng mới nhằm định hình cho khái niệm, thiên về xã hội và luật nội dung, đòi hỏi nhà

6

nước phải là một nhà nước can thiệp vào các vấn đề cung ứng, phân phối tài sản và bảo vệ môi sinh. Các vấn đề này gây tranh luận vì vượt ra khỏi khái niệm cổ điển.

Chương IV phân tích *Khái niệm Rule of Law tại Anh*. Luật pháp lấy tinh thần tìm hiểu công lý và yêu chuộng hoà bình làm căn bản, một giá trị có một sức mạnh vô hình, không phải như quân đội, không cần dựa vào huyền thoại tôn giáo và không nhờ sự cưỡng chế kinh tế. Rule of Law là một thành tựu về văn hoá và lịch sử trong cả một quá trình dài, mà kết quả là tất cả mọi tranh chấp quyền lợi của mọi tầng lớp được giải quyết bằng phương tiện luật pháp. Nội dung chủ yếu của khái niệm gồm có quyền tối thượng của quốc hội, quyền tự do của cá nhân, tính cách hợp pháp của mọi hành vi hành chánh, bình đẳng và tự do người dân phải được toà án bảo vệ.

Chương V bàn về *Khái niệm Rule of Law tại Hoa Kỳ*. Khái niệm này gắn liền với chủ thuyết về tự do của chủ nghĩa tư bản và chính trị dân chủ và bao gồm tự do trước pháp luật, tự do cá nhân, tự do được thể chế hóa và xung đột xã hội được giải quyết qua luật pháp. Các điểm chủ yếu của Rule of Law là: Người dân có thẩm quyền tối thượng quyết định vận mệnh của đất nước và thể hiện bản sắc chính trị của dân tộc. Tôn trọng quyền dân tộc tự quyết là chính. Do đó, ý chí của toàn dân, ý chí của nhà nước và quyền tối thượng của quốc hội không đồng nghĩa. Thẩm quyền lập hiến của toàn dân khác với thẩm quyền lập pháp của quốc hội. Nhà nước cũng phải tự đặt mình trong khuôn khổ của luật pháp. Khi ý chí của nhà lập hiến trong quá khứ không còn phù hợp với nguyện vọng của thế hệ hiện tại thì hiến pháp phải được tu chỉnh.

Chương VI lý giải *Khái niệm Hiến Pháp Cộng Hoà của Immanuel Kant*. Theo Kant có ba nguyên tắc cho Hiến pháp. Một là tự do cho mọi người dân, hai là tất cả đều bị ràng buộc trong một hệ thống pháp luật và ba là tất cả được bình đẳng trước pháp luật. Hiến pháp dựa trên một kết ước nguyên thủy, một sự đồng thuận giữa người dân và nhà nước để quy định sự chung sống. Hiến pháp Cộng hoà thể hiện quyền dân tộc tự quyết khi người dân không còn là người thuần phục kẻ bề trên mà quyết định tối hậu các vấn đề sinh mệnh của đất nước và chiến tranh và hoà bình là hai thí dụ điển hình.

Chương VII đặt vấn đề *Khái niệm về thẩm quyền lập hiến của Emmanuel Joseph Sieyès.* Luận thuyết này ra đời vào năm 1789 tại Pháp trong bối cảnh Cách Mạng, mang lại kết quả là chế độ quân chủ sụp đổ và nhiều Hiến pháp mới thành hình. Qua thời gian các nước phương Tây đều lần lượt đưa khái niệm vào áp dụng. Chương này giới thiệu thành tựu của khái niệm này trong hai khía cạnh lý thuyết và thực tế qua truyền thống Cách mạng Pháp, lịch sử Anh, Hoa Kỳ và Đức.

Chương VIII phân biệt các mối quan hệ giữa các *Khái niệm dân chủ, pháp quyền, cộng hoà và xã hội.* Chế độ dân chủ là một khái niệm luật Hiến pháp nhằm quy định hình thức cai trị cho các nhà nước phương Tây. Đây là một nguyên tắc chính nhưng lại gắn liền với các khái niệm nhà nước pháp quyền, cộng hoà và xã hội. Dù có liên hệ nhau nhưng các khái niệm này có nhiều giá trị tương đồng và dị biệt mà chương này giới thiệu những nét khái quát các vấn đề lý thuyết.

Phần thực tế trình bày bốn chuyên đề liên hệ đến việc áp dụng các khái niệm. Chương IX đặt vấn đề *Tại sao các nước đang phát triển tỏ ra đề kháng trước uy luật pháp quyền.* Lập luận của chương này là phần lớn các cải cách luật lệ theo mô hình của các nước phương Tây đều thất bại, vì không thể thay đổi những cấu trúc cơ bản và gia tăng những khích lệ tác động. Để đạt được uy lực pháp quyền, các quốc gia này phải chuyển tiếp từ hệ thống tiếp cận giới hạn sang mở rộng, phải đạt được tình trạng cơ bản để trưởng thành, rồi bắt đầu đi vào các bước chuẩn bị. Chỉ có các giai đoạn phát triển này làm quốc gia có khả năng tạo ra cơ sở tổ chức và thể chế cho nhà nước pháp quyền. Tạo nhà nước pháp quyền đòi hỏi hai thay đổi: thể chế cung cấp luật lệ và kết ước khả tín nhằm bảo đảm cho thể chế này sống còn.

Chương X đặt vấn đề là *Các nước đang phát triển có nên du nhập thể chế pháp quyền của phương Tây không.* Đây là bản dịch từ The Landscape of Law, Chương III trong tác phẩm The Great Degeneration - How Institutions Decay and Economies Die, Allen Lane, 2012 của Niall Ferguson. Tác giả đặt vấn đề là Trung Quốc và các nước chậm tiến dù có đủ loại luật lệ nhưng thể không áp dụng nghiêm minh vì thiếu một bối cảnh luật pháp thích hợp và để cải cách luật pháp cần học ở phương Tây. So sánh hai truyền thống luật La Mã và Anh ngữ, tác giả chứng minh hệ thống luật Anh ngữ là mô hình về thể chế pháp quyền thích hợp hơn, nhưng mọi sự cóp nhặt thiếu chọn lọc khôn ngoan sẽ phản tác dụng trong tiến trình du nhập.

Chương XI lý giải về *Tinh thần thượng tôn luật pháp* tại Việt Nam với mức độ vi phạm luật pháp của cá nhân qua khảo hướng xã hội học luật pháp. Tinh thần thượng tôn luật pháp đến từ cá nhân hay xã hội, và ai có thể tác động làm phát triển và trong những điều kiện nào? Nếu cá nhân ý thức giá trị của luật pháp và phát triển thành một loại văn hoá để tuân thủ, thì hiệu ứng lan toả có tạo thành tinh thần thượng tôn luật pháp cho xã hội không? Các vấn đề tâm lý và trí thức được thể đặt ra để thảo luận.

Chương XII trình bày *Kinh nghiệm xây dựng Toà Bảo Hiến tại các nước Đông Âu.* Đây là một trong những cải cách đặc biệt nhất mà người Việt ít quan tâm. Nhưng thể chế xa lạ này được hình thành và tổ chức ra sao, có chức năng gì và đóng góp nào trong việc xây dựng nhà

9

nước pháp quyền tại các nước Đông Âu, kinh nghiệm quốc tế này sẽ được bàn đến.

Để kết luận tác giả đề xuất một biện pháp cụ thể cho *Việc tu chỉnh Hiến Pháp* hiện nay mà trưng cầu dân ý là giải pháp mong đợi và khả thi. Do sự chuyển biến tình hình của đất nước, tác giả có bổ sung hai bài viết mới về Tỉnh *Thức Về Dân Quyền Để Tránh Hoạ Diệt Vong* và *Tỉnh thức để Dân chủ hoá* trong phần này.

Tác giả thú nhận là tuyển tập này còn thiếu sót. Một là vì bài viết không đi sâu vào các khái niệm chuyên môn và không trích dẫn hết các nguồn tư liệu học thuật. Hai là bài viết không phân tích được các lập luận từ các án lệ quan trọng. Khái niệm không hình thành chỉ do trình độ lập luận của học giới mà là một công trình do các án lệ. Tranh luận trong thực tế đưa tới những phán quyết với lập luận thuyết phục làm sáng tỏ học thuyết. Giá trị của khái niệm cũng là kết quả của những tu chính án quan trọng, nhưng trình bày các luận thuyết xuất sắc này vượt ra khỏi khuôn khổ của một bài viết ngắn dành cho các độc giả không chuyên môn. Ngoài ra, tuyển tập này nhất định còn nhiều khuyết điểm khác, kính mong độc giả góp ý để cho lần tái bản được hoàn chỉnh hơn.

Lời tri ân

Tuyển tập này con xin kính dâng lên hương hồn của song thân là Đỗ Kim Chung và Nguyễn Thị Ảnh để cảm tạ công đức sinh dưỡng. Con cũng xin kính dâng hương hồn Nhạc phụ là Nguyễn Ngọc Diệp, Tổng Thư Ký Viện Đại Học Hòa Hảo An Giang để cảm tạ và dâng tặng Nhạc mẫu là Nguyễn thị Khảm về tình yêu thương cho gia đình con. Em cũng xin tặng tuyển tập này cho anh Đỗ Kim Tính, người đã yêu thương và hy sinh cho em từ tuổi ấu thơ cho đến lúc trưởng thành. Tuyển tập này có sự hợp tác của Tuyết Mai, người bạn đời luôn hỗ trợ tinh thần để tác giả có nghị lực vượt qua mọi khó khăn. Xuân Mai, con gái thương yêu, đem đến hạnh phúc gia đình. Đây là một công trình chung của gia đình. Tác giả cám ơn các ân nhân khác đã hỗ trợ tinh thần tác giả, vì không thể nêu hết phương danh, xin tất cả nhận nơi đây lòng biết ơn chân thành.

Dr. Đỗ Kim Thêm, L.L.M, M.A.
Tháng 1 năm 2018

I

Lý thuyết

1

Khái niệm về Luật pháp
theo quan điểm của
Herbert Lionel Adolphus Hart

Vấn đề

Công dụng thực tiễn của luật pháp là trừng phạt các vi phạm của người dân và chính quyền, nhưng giá trị cao cả nhất là đem lại công bình, đạo đức và trật tự cho xã hội. Do đó, mức độ cưỡng chế phạm nhân và nội dung đạo đức xã hội là một khái niệm chuẩn mực cho luật pháp cần được đặt ra.

Nội dung của luật pháp là những quy định nhằm giải quyết các tranh chấp, đề ra các hoạt động hợp pháp, hợp pháp hoá về hình thức và nội dung các quyết định của nhà nước, tạo những kế hoạch và quan trọng nhất là trừng phạt những vi phạm. Đó là một khái niệm chung và cũng là một lý tưởng mà mọi người mơ ước.

Nhưng mối quan hệ giữa luật pháp và đạo đức từ lâu đã là một đề tài tranh luận sôi nổi của học giới tại các nước phương Tây, đặc biệt xoay quanh tác phẩm The Concept of Law của Herbert Lionel Aldolphus Hart mà tiểu luận sau đây sẽ giới thiệu.

Tác giả

Herbert Lionel Adolphus Hart (1907-1992) học Luật tại trường New College Oxford (Anh) và hành nghề luật sư cho đến năm 1940. Trong thế chiến thứ hai, ông làm việc cho cơ quan tình báo Anh. Khi hoà bình trở lại ông tiếp tục làm luật sư cho đến 1952. Ông dạy môn Triết học luật pháp tại Đại học Oxford từ năm 1952-1968. Với nhiều tác phẩm quan trọng ông trở thành một trong những nhà lý luận luật pháp nổi danh nhất của thế kỷ XX, mà được nhắc tới nhiều nhất là The Concept of Law.

Tác phẩm

The Concept of Law là một giáo trình nhập môn dành cho sinh viên khoa Luật, xuất bản lần đầu tiên vào năm

14

1961, nhưng đã trở thành một chủ đề tranh luận trong nhiều giới đạo đức, chính trị và xã hội học không những tại Anh mà còn cả châu Âu và Bắc Mỹ hơn nửa thế kỷ qua. Hiện nay sách này là một tác phẩm kinh điển bậc nhất của khoa Luật Anh ngữ. Sách gồm có phần dẫn nhập và 10 chương, mà các đề tài chủ yếu là mối quan hệ giữa luật pháp và đạo đức, phương pháp triết lý về luật pháp, lý thuyết tổng quát về hình luật và chính sách hình sự. Trước những phản biện của học giới, ông đã soạn một chương riêng biệt làm hậu từ (Postscript) để trả lời và được in ra sau ngày ông từ trần.

Nội dung

Để lý giải luật pháp và phân biệt với đạo đức ông so chiếu ba khía cạnh quyền lực, đạo đức và luật pháp và từ đó đề xuất một giá trị tự tại của luật pháp trong lý thuyết mà không nhất thiết phải có hiệu lực cưỡng chế về mặt thực tế.

Dù với các đề tài khác nhau trong suốt 10 chương sách ông tập trung giới thiệu hai luận đề chính là: Hệ thống luật pháp khác với chế độ bạo lực và cưỡng chế như thế nào? Trong chừng mực nào thì khái niệm luật pháp ảnh hưởng đến hệ thống luật pháp?

Để trả lời vấn đề này ông phê bình các luận thuyết cổ điển về truyền thống luật pháp thực dụng của Anh, Hoa Kỳ và Bắc Âu từ chương II đến IV. Từ chương V đến X ông khởi thảo một khái niệm mới về luật pháp để thảo luận.

Luật pháp không phải chỉ có giá trị cưỡng chế

Luật pháp quy định các mối quan hệ của con người và nhà nước và giải quyết các tranh chấp để đem lại trật tự xã hội. Dù là một hiện tượng đa dạng trong xã hội, nhưng luật pháp có giá trị chung như là một loại vũ khí để cưỡng chế, nếu không, thì sẽ không có giá trị, điển hình là các quy định về mẫu mực các phương cách ứng xử trong hình luật mà nhà nước áp dụng khi có vi phạm luật pháp. Đó là đặc điểm nổi bật của luật pháp mà mọi người đều chấp nhận.

Hart phản biện rằng tính cưỡng chế chưa đủ để tạo thành giá trị luật pháp và đưa ra ba thí dụ như sau. *Một* là khía cạnh nội dung. Có nhiều điều khoản luật pháp, dù không có tính cưỡng chế nhưng vẫn có giá trị, thí dụ các quy định về thẩm quyền xét xử của toá án trong luật tố tụng dân sự hay hợp đồng. Khi thỉnh cầu xét xử nơi một toà án không đúng thẩm quyền, hậu quả là vấn đề không được giải quyết. Ký kết một hợp đồng không theo hình thức luật định, thì sẽ không hiệu lực. Thiệt hại này không mang tính cưỡng chế nào phía toà án hay chính quyền.

Hai là có nhiều phạm vi áp dụng không có tính trừng phạt. Cưỡng chế chỉ nhắm trừng phạt cá nhân khi vi phạm, trong khi hệ thống pháp luật chỉ đề ra những nguyên tắc chung có tính cẩm nang, mà luật Hiến pháp là một thí dụ. Hiến pháp quy định những nền tảng cho sinh hoạt nhà nước và xã hội như là những lời hứa hẹn chung, thí dụ như tôn trọng dân chủ, bảo vệ dân quyền và nhân quyền, thực hiện phát triển kinh tế và công bằng xã hội. Nhà lập pháp coi ý chí của nhà lập hiến như là mục tiêu cao cả cần theo đuổi và tùy theo tình hình thực tế sẽ có những chính sách lập pháp khác nhau. Nhà lập hiến không đề ra những biện pháp cưỡng hành để ràng buộc nhà lập pháp phải tuân theo.

Ba là nguồn gốc của nghiã vụ pháp luật. Lấy truyền thống của Anh làm bối cảnh thí dụ, ông cho rằng sự thành hình luật pháp do văn hoá phong tục tạo ra, không nhất thiết đến từ ý chí cưỡng hành của nhà lập pháp. Nghĩa vụ pháp lý đòi hỏi cả một quá trình lâu dài mà công nhận và áp dụng liên tục là chính. Ông đem quyền tối thượng trong chương IV làm thí dụ. Vai trò tối thượng của nhà lập pháp không còn quan trọng khi chế độ chính trị hay Hiến pháp thay đổi, nhưng giá trị tự tại của hệ thống pháp luật làm cho toà án vẫn tiếp tục áp dụng các luật lệ, vấn đề giá trị không lệ thuộc vào quyền tối thượng hay tính cưỡng chế.

Khái niệm luật pháp

Theo Hart, luật pháp quy định mối quan hệ thực tế trong xã hội để giải quyết các loại tranh chấp và không dựa vào quy luật tự nhiên để lý giải. Ảnh hưởng của luật pháp chỉ có khi hệ luỵ xãy ra trong thực tế mà người ta bị ràng buộc. Nhưng lý thuyết cho rằng luật pháp là một vấn đề chuyên môn nhằm tiên đoán thái độ con người trong xã hội mà toà án có thể rà soát được để xem là hành vi có hợp pháp hay không. Nếu chỉ giới hạn hiệu lực tính cưỡng chế của pháp luật về những vi phạm trong quá khứ có nghĩa là không đặt giá trị để ràng buộc con người trong tương lai. Theo ông, thực ra, giá trị cao cả pháp luật là hướng về tương lai sống chung trong một xã hội hài hoà.

Trước khi bàn về quy phạm luật pháp ông phân biệt quy luật xã hội với phong tục tập quán. Nếu mọi người đều đồng thuận theo quy luật chung của xã hội thì sẽ không có vấn đề gì xãy ra. Nhưng thực tế cho thấy trong bất cứ xã hội nào cũng có thái độ xé rào hoặc là chống đối hoặc phê phán. Khi đó sẽ có thái độ đi ngược lại với quy luật xã hội.

Ông nêu lên khía cạnh nội tại trong mối quan hệ với luật pháp. Dân chúng bị ràng buộc bởi luật pháp là chuyện đương nhiên. Thông thường thì không ai cần xác định mình phải tuân thủ pháp luật như thế nào, khi có vấn đề thì họ có thể lập luận là luật pháp không giá trị để chống chế. Trong bất cứ hệ thống pháp luật nào, kể cả thiểu số chống đối cũng công nhận tinh thần thượng tôn luật pháp là nghĩa vụ pháp lý. Luật pháp không chỉ mô tả hành vi phạm pháp trong xã hội như là tình trạng thông thường mà chính là những hệ luỵ do nghiã vụ pháp lý mang lại. Mô tả quy phạm luật pháp là đặc điểm phổ biến trong hệ thống luật của Hoa Kỳ và Bắc Âu.

Cụ thể hơn, ông thí dụ khiá cạnh nội tại nơi các viên chức chấp pháp và chánh án, vì họ là những người áp dụng luật pháp và phải công nhận tinh thần thượng tôn luật pháp là nghiã vụ pháp lý. Chánh án không chỉ có hiểu luật mà phải dùng kiến thức để biện luận khi xét xử; đó là nghiã vụ ràng buộc và đây là vấn đề nội tại chủ yếu.

Từ quy luật xã hội ông luận giải về khái niệm luật pháp trong chương V. Ông phân biệt xã hội và luật pháp là hai phạm vi khác nhau và xã hội là hình thức tiên khởi để tạo nên pháp luật. Xã hội quy định các phạm vi hành động cho mọi người mà Hart gọi là quy luật nguyên thủy (*primary rule*). Nhưng quy luật nguyên thủy không thể xác định được nội dung của vấn đề xã hội đang càng ngày bị chuyên môn hoá cao độ và biến đổi qua thời gian và nhất là áp lực của xã hội lại mơ hồ và không cưỡng chế trong thực tế. Để giải quyết vấn đề, luật pháp là phương tiện tạo nên giá trị áp dụng. Luật pháp là quy luật thứ yếu (secondary rule) để thực hiện bằng cách công nhận, thay đổi và thực hành quy luật nguyên thủy. Khái niệm luật pháp là kết quả tổng hợp hai quy luật nguyên thuỷ và thứ yếu, từ đó hệ thống luật pháp thành hình.

Quy luật thứ yếu này bao gồm luật công nhận (*rule of recognition)*, một phạm vi thuộc kiến thức và ý thức về giá trị luật pháp và không nhất thiết phải là luật thành văn, nhưng được thể hiện trong thực tế. Hart không cho thí dụ để lý giải sự tự thể hiện này làm sáng tỏ hơn vấn đề.

Hart nêu ra hai điều kiện để hệ thống luật pháp được thành hình. *Một* là quy luật nguyên thủy sau khi được công nhận sẽ được mọi người tuân thủ. *Hai* là các viên chức chấp pháp và các chánh án có nghĩa vụ pháp lý thi hành luật. Nghĩa vụ này bắt nguồn từ khía cạnh nội tại khi mọi người nhận chân ra nhu cầu chấp pháp. Luật pháp không chỉ do ý chí của nhà lập pháp hay đồng thuận của dân chúng, mà là sự kết hợp cả hai. Quy luật công nhận là một phương tiện áp dụng cho quy luật xã hội thành quy phạm luật pháp tuỳ theo từng điều kiện cụ thể. Chính vì thế mà nó được xem là một thành tố trong hệ thống luật pháp.

Phương pháp luận

Hart phê bình các lý thuyết pháp luật của Hoa Kỳ vào cuối thế kỷ XIX mà đặc điểm chính là không dựa trên thuần lý, do kinh nghiệm chi phối và bị lệ thuộc vào các án lệ, mà ý kiến của Oliver Holmes là thí dụ: „*The life of law has not been logic but experience*" (sinh hoạt luật pháp không thuần lý mà dựa vào kinh nghiệm). Quen thuộc nhất là ý kiến cuả Hughes, Thẩm phán Tối cao Pháp viện: „*We are under a constitution, but the constitution is what the Supreme Court says it is*", (Chúng ta đặt mình trong khuôn khổ của Hiến pháp, nhưng Hiến pháp là những gì mà Tối cao Pháp viện ban phát). Theo lập luận này luật pháp không có tính quy phạm tự tại, luật thành văn không thể gây ảnh hưởng đến thái độ của chánh án, các viên chức chấp pháp và cá nhân. Tình trạng này gây bi quan cho các nhà lý luận.

Hart đồng ý là vì luật pháp quy định không rỏ ràng nên lỏng lẻo khi áp dụng, không giúp cho toà án có một cơ sở phù hợp để xét xử. Do đó, toà án phải chủ động tìm ra các lý giải và suy đoán liên quan để quyết định. Nếu không có quy luật công nhận thì toà án sẽ không có thể đãm nhận được nghĩa vụ này. Không phải quyền lực của chánh án là chính, mà là giá trị nội tại của luật pháp đến từ quy luật công nhận, nó sẽ giúp chánh án tìm ra các cơ sở lý luận liên quan để quyết định. Theo ông, luật giới bi quan về luật pháp là vì tự họ đặt hy

19

vọng quá nhiều về hiệu năng luật pháp và ai cũng tìm mọi cách biện luận về hành vi của mình là hợp pháp, nhưng không quan tâm đến giá trị của quy luật công nhận.

Luật pháp và đạo đức

Luật pháp có mang nội dung đạo đức không? Hart thảo luận mối quan hệ này trong chương VIII- IX. Ông đưa ra chuẩn mực đạo đức để so sánh với những đặc điểm của hệ thống luật pháp và kết luận rằng không có một quan hệ này. Luật pháp không nhất thiết bắt buộc phải có nội dung đạo đức, dù rằng điều này có thể xảy ra trong thực tế. Bản thân Hart là một mẫu người quan tâm đến chính trị và đạo đức và không ngờ vực về giá trị đạo đức, nhưng ông cho là không hề có sự thật tuyệt đối giữa mối quan hệ giữa đạo đức và luật pháp.

Ông đề ra hai lý giải cho mối quan hệ này. *Một* là về nhận thức, mô tả không chính xác hai phạm vi đạo đức và luật pháp nên tạo ra hậu quả là không thể nhận chân đầy đủ để phân biệt. Nhận thức thiếu xót này gây ảnh hưởng không những trong lối sinh hoạt hàng ngày mà còn liên quan đến các yêu sách thuộc luật pháp. *Hai* là về mặt nhận thức, mối quan hệ này vẫn còn tranh luận, nhưng phải hiểu luật pháp như thế nào khi tìm mối quan hệ chung để lý giải. Nhưng dùng lập luận đạo đức để phê bình luật pháp sẽ dễ tạo thành một khuôn mẫu ý thức hệ, đây là một lối suy luận nguy hiểm và không thuyết phục.

Luật quốc tế

Trong chương X Hart đưa lý thuyết của ông để áp dụng trong lĩnh vực luật quốc tế. So sánh chức năng và nội dung thì luật quốc gia và luật quốc tế không khác nhau, nhưng có sự khác biệt là khi so với những nguyên tắc tổng quát về đạo đức. Hart không xem các đặc điểm về luật quốc tế là phù hợp theo lý giải của ông. Ông dẫn chứng đề phản biện các học thuyết về nguồn gốc của luật quốc tế trong chương IV. Nghĩa vụ theo luật quốc tế chỉ có thể thành hình khi các quốc gia kết ước đồng chuẩn nhận cam kết. Sự chuẩn nhận này cần một loại luật độc lập, vì mỗi quốc gia có hình thức phê chuẩn các hiệp ước theo loại luật quốc nội khác nhau, chính vì sự không đồng nhất này làm cho quy luật công nhận Hart đề ra không thể là một chuẩn mực chung chấp nhận được.

Các phản biện chủ yếu

Dù chỉ là một giáo trình soạn riêng cho sinh viên, nhưng gây ảnh hưởng sâu rộng trong học giới, đem lại bao tranh luận trong nửa thế kỷ qua mà các phản biện quan trọng nhất được tóm lược sau đây:

Phương cách lý giải

Scott Shapiro trong tác phẩm „Legality" và Gerald Postema trong tiểu luận „Coordination and Convention at the Foundation of Law" phê bình là Hart không giải thích đầy đủ về sự thành hình và đề ra nội dung chính xác của luật pháp. Hart cho là quy luật xã hội chuyển biến thành quy luật luật pháp và với sự công nhận sẽ đạt được tính quy phạm. Thực ra, luật pháp được thành hình không do sự chuyển tiếp từ phạm vi xã hội sang luật pháp, mà là một phản ứng của xã hội trước một số vấn đề cần phải phối hợp, hay đúng hơn là một hình thái về một kế hoạch chung trong một xã hội đa dạng. Tính chuyển tiếp không diễn đạt trọn vẹn ý nghĩa của khái niệm luật pháp. Luật pháp đảm nhận nhiều chức năng khác nhau, khái niệm theo Hart lại quá hạn hẹp nên không thể thuyết phục. Theo đa số hiện nay luật pháp chỉ là vấn đề thể chế trong hệ thống, sự thu hẹp này cũng là một sai lầm.

Khi Hart đề xuất khái niệm luật pháp thì ý định chủ yếu của ông là gì và ai có thể đồng ý với ông và sử dụng nó

21

trong lĩnh vực nào? Nhà nghiên cứu chấp pháp, nhà xã hội học luật pháp hay các nhà sử học về luật? Một câu hỏi không thể trả lời. Nếu không căn cứ vào tính cưỡng chế làm cơ sở nghiên cứu thì đâu là phương cách tiếp cận vấn đề, dù phải đồng ý với Hart là trong thực tế có nhiều điều luật không đề ra tính cưỡng chế. Trong khi giải thích về quy luật xã hội ông đề cao tính cưỡng chế để giải quyết tranh chấp, nhưng khi bàn đến tính quy phạm pháp luật, ông lại phản bác tính cưỡng chế, rõ ràng là ông có mâu thuẫn trong cách đặt tầm quan trọng của vấn đề.

Khiá cạnh nội tại

Joseph Raz trong tác phẩm „Practical Reason and Norm" cho là khía cạnh nội tại trong luận điểm của Hart không thuyết phục. Khi kết hợp quy luật xã hội và quy luật công nhận để làm thành khái niệm pháp luật Raz không cho rằng nhờ thế mà tính mô tả sẽ trở thành tính quy phạm và hệ thống luật pháp sẽ có giá trị hơn.

Raz lập luận là có sự dị biệt giữa quy luật được áp dụng và được công nhận; một quy luật không nhất thiết phải được áp dụng mới trở thành quy luật. Một quy luật đạo đức xã hội, dù không ai tuân thủ, nhưng không vì thế mà kết luận là quy luật này không giá trị, trong hệ thống luật pháp cũng tương tự như vậy. Khi đề ra một khái niệm luật pháp, không nhất thiết phải tìm phương cách thực thi cho hoàn toàn phù hợp. Sinh hoạt trong thực tế xã hội cũng có thể bắt nguồn từ một quy luật tự nhiên thí dụ như một trẻ sơ sinh cần phải được bú sữa. Do quy luật tự nhiên này Hart không cần phải đặt vấn đề là có quy luật này trong xã hội hay do pháp luật. Qua thí dụ này thì Raz kết luận là mọi sự kết hợp hai lĩnh vực xã hội và pháp luật không luôn luôn là cần thiết.

Raz giải thích tính quy phạm luật pháp khác với Hart. Trong chừng mực nào thì khiá cạnh nội tại trở thành tính quy phạm luật pháp và tạo nên giá trị, phải chăng đây là một sự đồng thuận về mặt đạo đức? Đề xuất của Hart mơ hồ và Hart cũng không thể làm sáng tỏ hơn. Theo Raz, những biện luận cho hành vi vi phạm luật pháp là chính, thay vì đề cao khiá cạnh nội tại như Hart suy luận. Khiá cạnh này không đo lường được để kiểm chứng, nên không thể áp dụng trong luật pháp. Hart không phân biệt tinh thần thượng tôn luật pháp của người dân, viên chức chấp pháp và chánh án, mà trong thực tế đều có các mức độ khác nhau nhất định. Do đó, chuẩn mực cần thiết cho khiá cạnh nội tại này là vấn đề. Raz cho là khái niệm của Hart chỉ là một sự quan sát và mô tả tổng quát.

Raz thí dụ là có một luật sư tài danh nhận biện hộ cho Mafia, dùng tài năng hiểu luật để bảo vệ một băng đảng là một phạm vi không đạo đức, thì Hart không thể đem khiá cạnh nội tại để lập luận là luật sư này đã hoàn thành nghĩã vụ pháp lý, vì trách nhiệm và đạo đức nghề nghiệp không thể chỉ nằm trong phạm vi mô tả hay ý thức nội tại. Ngược lại, lương tâm trách nhiệm và đạo đức nghề nghiệp đem lại nội dung mang tính quy phạm luật pháp. Đây chính là điều mà Hart không giải thích được.

Khi giải thích hành vi xã hội trở thành ràng buộc về mặt luật pháp là một khái niệm mang tính chuyển tiếp, Hart thành công khi phân biệt tính mô tả và tính quy phạm luật pháp. Khi hệ lụy của hành vi này là nghĩã vụ, đó chính là quy phạm pháp luật. Hart đào sâu về mô tả luật pháp như một hiện tượng xã hội hơn là lý giải về khiá cạnh hiệu năng của luật pháp. Dù phải đồng ý với Hart là luật pháp có giá trị chung sống trong một xã hội hài hoà nhưng luật pháp sẽ giá trị hơn khi có hiệu lực cưỡng chế. Quan trọng nhất là ông không đề xuất một lý thuyết để giải thích tính quy phạm pháp luật.

Luật pháp và đạo đức

Đây là một đề tài tranh luận hào hứng nhất được nhiều nhà đạo đức học cùng tham gia để phê phán về suy luận của Hart, nổi bật nhất là sự đóng góp của hai triết gia nổi danh là Lon L. Fuller và Ronald Dworkin.

Lon L. Fuller trong tác phẩm "The Morality of Law" cho là luật pháp phải mang nội dung đạo đức. Để phê bình Hart ông đề ra hai lập luận chủ yếu. *Một* là về mặt hình thức của nhà nước pháp quyền, các luật lệ phải được công bố để áp dụng, không tạo mâu thuẫn, có tính quy phạm và được áp dụng tổng quát. Khi những điều này đạt được, dù là hình thức và không trực tiếp quy định về nội dung đạo đức, nhưng đã hàm chứa được tính quy phạm đạo đức của nhà nước. Hình thức đạo đức này Hart lại không nhận ra trong suy luận. Fuller xem hình thức đạo đức này là điểm mà nhà nước phải thực hiện. Dù là đạo đức hình thức nhưng khi áp dụng đúng đắn sẽ nâng cao hiệu năng về tính quy phạm pháp luật.

Hai là phương pháp luận trong luật học. Tất cả mọi loại luật pháp đều theo đuổi một mục tiêu nhất định, mà không thể tách rời mục tiêu này ra khỏi nội dung đạo đức. Chính Hart cũng thấy được điều này nhưng lập luận ngược lại là tại sao luật pháp lại phải chứa đựng nội dung đạo đức. Luật pháp có mục tiêu luật định, có thể có nhưng không nhất thiết phải có nội dung đạo đức, vì Hart phủ nhận mối quan hệ này. Khuynh hướng này thể hiện rỏ trong hệ thống luật pháp Hoa kỳ. Hart cho là không nên phủ nhận luật pháp Hoa kỳ như một ác mộng hay đề cao như một lý tưởng tuyệt vời. Luận điểm của Hart nêu lên tính thực tiễn của luật pháp nên thuyết phục được học giới nhiều hơn.

Vang động nhất và phức tạp nhất là tranh luận của Ronald Dworkin trong tác phẩm "Justice for Hedgehogs" với Hart. Lập luận chủ yếu của Dworkin xoay quanh các quyết định của toà án, đây là yếu điểm của Hart. Dworkin cho là án lệ toà án thường không áp dụng những điều luật cụ thể mà phần lớn dựa vào những nguyên tắc chung trong hệ thống luật pháp để xét xử. Nguyên tắc này không phải là những quy luật xã hội được công nhận như Hart mô tả, mà chính là những sự kiện đạo đức xã hội. Nhờ vào các sự kiện khách quan này mà toà án tìm giải pháp cho vấn đề. Không thể giải thích là luật pháp bắt nguồn từ sự kiện xã hội khi được công nhận mà sẽ thành luật. Dworkin đề cao đạo đức thực tiễn trong xã hội, đặc biệt là hệ lụy đạo đức trong mọi hành vi mà người ta phải chấp nhận và nó trở thành một giải pháp đúng đắn về mặt luật pháp. Theo Dworkin, trong bản chất vấn đề tranh tụng luật pháp người ta luôn cố tìm ra nguyên tắc đạo đức của luật pháp nhiều hơn, trong khi Hart lại nhìn vấn đề này trong phạm vi quy luật công nhận mà không là phạm vi đạo đức. Lập luận của Dworkin có tính thuyết phục cao nên tranh luận này được học giới bình luận và tán đồng Dworkin nhiều nhất.

Hậu từ của Hart

Trước những phản biện khác nhau của nhiều giới Hart đã phản ứng lại bằng một hậu từ. Ông không phản biện từng học giả với tất cả chi tiết mà chỉ tập trung vào lập luận của Dworkin và trình bày lại khái niệm của ông trong chừng mục tương đối hơn trước, một hình thức để phản luận chung. Hậu từ này lại trở thành một đề tài khác được tiếp tục tranh luận dù ông đã qua đời.

Trước hết Hart thú nhận nhiều điểm không trung thực đúng như Dworkin đề cập. Ông đính chính những sai lầm này bằng cách đề xuất một loại lý thuyết mềm dẻo hơn: Trong quy luật công nhận người ta cũng có thể đề ra một tiêu chuẩn đạo đức để chấp nhận và tiêu chuẩn này phải phù hợp và có thể được áp dụng trong thực tế. Nhưng trong chừng mực nào người ta có thể chấp nhận nội dung đạo đức trong luật công nhận lại là vấn đề khác và đang được tiếp tục tranh luận. Theo ông, chủ yếu là luật pháp phải có một nguồn gốc và mục tiêu nhất định, từ đó người ta mới hiểu được luật pháp là gì. Luật pháp có thể mang một nội dung đạo đức nào đó trong chừng mực nhất định, nhưng không thể là một nền tảng chung cho một hệ thống pháp luật. Để phản biện Dworkin, Hart đề ra vấn đề tương phản trong tính mô tả và tinh quy phạm trong luật pháp để thảo luận và kết luận rằng hiện tượng xã hội phải được mô tả trước sau đó sẽ đem lại tính quy phạm, trình tự chuyển tiếp này không thể thay đổi.

Kết luận

Các tranh luận xoay quanh tác phẩm The Concept of Law của Hart không mang đến kết luận được thắng bại, nhưng đã soi sáng nhiều vấn đề. Luận điểm của Hart thuyết phục được khi tách biệt hai phạm vi luật pháp và đạo đức. Luận điểm hình thức đạo đức của Dworkin lại tạo được ủng hộ tại các nước dân chủ phương Tây, nơi mà thể chế luật pháp thành hình và nguyên tắc nhà nước pháp quyền được tôn trọng, nên vấn đề đạo đức có điều kiện áp dụng. Khuynh hướng chung của các Toà Bảo Hiến hiện nay bắt đầu chú trọng về khía cạnh đạo đức trong việc xét xử nhiều hơn so với trước đây.

Trào lưu toàn cầu hoá làm cho luật pháp được thành hình từ nhiều nguồn gốc khác nhau, từ quốc nội lẫn quốc tế, đa dạng và phức tạp hơn, vì do nhiều tác nhân mang lại. Lập luận của Hart không còn thuyết phục, vì Hart chỉ đặt vấn đề trong bối cảnh luật quốc gia để lý giải trong khi trào lưu đương đại lại vượt khỏi tầm quan sát của Hart. Thí dụ điển hình là luật châu Âu đang thắng thế tại các nước thành viên, luật châu Âu thành hình do Liên Âu gây áp lực và không đến từ nhu cầu của từng nước thành viên, trên 30 % luật của các nước thành viên là do Liên Âu đề xuất. Luật về nhân quyền, bảo vệ môi sinh hay luật kinh tế quốc tế đến từ áp lực của các tổ chức, các mạng lưới quốc tế hay các hoạt động của các xã hội dân sự, nên khía cạnh chuyển tiếp như Hart mô tả không còn thích hợp.

Hart phản bác tính cưỡng chế và đề cao giá trị tự tại của luật quốc gia, nhưng trong lĩnh vực luật quốc tế thì thoả hiệp của các tổ chức quốc tế và các quốc gia thành viên để tìm ta một giải pháp chính trị cho các tranh chấp thông qua thương thuyết và hoà giải ngày càng được phổ biến nhiều hơn. Trong chiều hướng này luận điểm của Hart cần được thảo luận trong một khuôn khổ quy mô để có thể trở thành một khái niệm thích hợp hơn, thí dụ như công nhận và tôn trọng nhân quyền và nhân quyền vì vừa có tính đạo đức phổ quát vừa có giá trị cưỡng chế.

Ngược lại, mối quan hệ đạo đức và luật pháp tại Việt Nam không thể đặt trong cơ sở thuần lý như tại phương Tây vì văn hoá, tôn giáo, truyền thống phương Đông và luân thường Khổng Mạnh là một loại đạo lý ở đời và văn hoá bổn phận tổng hợp. Trong việc phát triển nghĩa vụ đối với pháp luật thì người Việt coi trách nhiệm và hy sinh của cá nhân trước gia đình và lợi ích tập thể trở thành truyền thống. Khi đặt vấn đề tinh thần thượng tôn luật pháp trong phạm vi đạo đức cá nhân và lương tâm xã hội thì được người Việt dễ dàng chấp nhận hơn người phương Tây cho dù hiện nay đạo đức suy đồi, luật pháp vô hiệu và vô cảm lan rộng. Do đó, tác phẩm The Concept of Law của Hart chỉ có giá trị tham khảo học thuật và để theo dõi trào lưu hơn là đem lại một giá trị áp dụng cho Việt Nam.

2

Khái niệm nhà nước pháp quyền của Pháp

Nước Pháp là một quốc gia dân chủ, văn minh, tiến bộ, tôn trọng nhân quyền và có tinh thần thượng tôn luật pháp. Từ nhận định này chúng ta dễ suy đoán rằng khái niệm về nhà nước pháp quyền chắc hẳn đã có một truyền thống trong văn hoá cũng như dân trí của nước Pháp. Đây là một cảm nhận sai lầm. Thực tế cho thấy là nước Pháp không hề có thuật ngữ *État de droit* trong học giới mà chỉ là một sự phiên dịch từ *Rechtsstaat* của Đức. Ngoài ra, khác với các quốc gia dân chủ phương Tây, chính thể lập hiến (*constitutionalism*) không làm nền tảng cho mọi sinh hoạt chính trị tại Pháp trong cả một thời gian dài.

Vấn đề đặt ra là người Pháp hiểu gì, nghĩ gì và làm gì trong việc định hình cho khái niệm này đó là chủ đề thảo luận của bài viết này.

Những đặc điểm chính

Có nhiều cách giải thích khác nhau về trường hợp của Pháp, một số học giả chỉ nêu lên những đặc điểm chính mà không đi sâu vào các học thuyết. Họ cho rằng vấn đề thuật ngữ không quan trọng mà chính ưu thế của quốc hội và sự bất ổn chính trị đã dần dần đưa tới việc lập Toà Bảo Hiến để nâng cao tầm quan trọng của việc áp dụng những nguyên tắc hiến định. Từ đó mà khái niệm nhà nước pháp quyền mới thành hình.

Thuật ngữ

Lịch sử triết học pháp quyền của Pháp cho thấy Pháp không hề có khái niệm về *État de droit*. Giáo sư *Léon Dugit* là người đầu tiên đã du nhập ý niệm *Rechtsstaat* vào Pháp năm 1907. Sau đó giáo sư *Raymond Carré de Malberg* đã triển khai nội dung này trong tác phẩm *Contribution à la théorie générale de l' État* năm 1922. Ông đề xuất nhiều ý kiến để áp dụng, nhưng không gây được tiếng vang nào trong học giới hay công luận.

Dù thuật ngữ này không có trong văn kiện chính thức, tuyên ngôn, sách giáo khoa hay được thảo luận, nhưng chúng ta không kết luận rằng Pháp không quan tâm đến vấn đề pháp quyền. Pháp đã đặt trọng tâm vào hai khái niệm khác, đó là Nhà nước (*État*) và Cộng hoà (*République*), thay thế cho nhà nước pháp quyền. Ngay trong thuật ngữ Nhà nước, người Pháp đã hàm ý rằng nhà nước phải tuân theo luật pháp, mà không minh thị, vì đó là điều không cần thiết. Thuật ngữ Cộng hoà có lịch sử lâu đời và phức tạp hơn, nhưng đến khi *Jean Jacques Rousseau* đưa ra thảo luận thì thuật ngữ này trở nên chính xác hơn, nhất là khi xác minh rằng nhà nước phải cai trị bằng luật pháp. *Rousseau* cũng đề xuất rằng hai khái niệm Nhà nước và Cộng noà nên hiểu là đồng nghĩa vì mang nhiều sự tương đồng trong lý thuyết. Do đó, học giới cho rằng về cơ bản thì Pháp cũng có khái niệm nhà nước pháp quyền dù không minh danh, mà điều XVI của bản Tuyên ngôn Dân quyền và Nhân quyền là một thí dụ điển hình, khi công nhận rằng nguyên tắc phân quyền và tôn trọng nhân quyền làm cơ sở cho mọi hoạt động của nhà nước.

Chính sự bất ổn liên tục

Một đặc điểm khác của Pháp là hiến pháp không được coi là một văn bản pháp lý quan trọng làm nền tảng cho sinh hoạt chính trị, chính thể lập hiến (*constitutionalism*) không hề được tôn trọng tại Pháp. Một thí dụ điển hình là sau Cách mạng Pháp đã diễn ra năm lần thay đổi Hiến pháp trong vòng 15 năm. Trước và sau Cách mạng, nước Pháp đã trải qua bao loại thể chế khác nhau, từ quân chủ hiến định, cực đoan đến mềm dẻo, quân chủ đến cộng hoà. Từ năm 1814 đế 1875 cứ mỗi lần thay đổi chế độ là mỗi lần thay đổi Hiến pháp. Mỗi Hiến pháp lập ra đều do nhu cầu cuả tình thế chính trị của nhà cầm quyền. Do đó, mọi sinh hoạt chính trị đều không ổn định. Đến 1875 thời kỳ Đệ Tam Cộng Hoà được thành lập, thì tất cả bắt đầu đi vào nề nếp. Chế độ này kéo được 65 năm và cho đến 1946 thì chấm dứt. Chế độ Đệ Tứ Cộng hoà sống khá ngắn ngủi (1946-58) để nhường bước cho chế độ Đệ Ngũ Cộng hoà ra đời. Từ đó đến nay thì Hiến pháp đã trở nên một nền tảng cho mọi sinh hoạt chính trị và luật pháp của Pháp.

Truyền thống ưu quyền của lập pháp

Học giới giải thích hiện tượng bất ổn liên tục này khi so cách mạng ở Hoa Kỳ với Cách mạng Pháp. Trong khi cách mạng ở Hoa Kỳ tìm cách ngăn chặn sự lạm quyền trong chính giới bằng cách gia tăng các biện pháp kiểm soát, thì ngược lại Cách mạng Pháp chỉ nhắm vào đấu tranh chống lại những áp bức từ các tàn dư thời phong kiến, đặc quyền của nhà thờ, giới tu sĩ và giới quý tộc, trong khi cơ quan tư pháp lại ra sức bảo vệ cho giới này. Hiến pháp Hoa Kỳ nhấn mạnh đến sự phân quyền, thì Pháp lại đề cao quyền lập pháp tối thượng, bình đẳng, tự do cá nhân, tự do hoạt động kinh doanh của cá nhân và công ty, bảo vệ quyền tư hữu. Dù tôn trọng nhân quyền, Pháp xem quyền lực của cơ quan tư pháp là thứ yếu. Trong công luận cũng không ai tin là nền tư pháp có tác dụng tốt trong việc kiểm soát việc thi hành pháp luật.

Vai trò của Toà Bảo hiến

Khái niệm về quyền lập pháp tối thượng của quốc hội luôn chiếm ưu thế trong chính giới. Mãi đến thập niên 1970 thì khái niệm ưu quyền của lập pháp của quốc hội thực sự bị đánh bại và vai trò cuả Tòa Bảo hiến (*Conseil constitutionel*) được đề cao trong việc kiểm soát mọi hoạt động công quyền. Trong một diễn văn ngày 8.1.1977, Tổng thống *Valéry Giscard d´Éstaing* mới thực sự minh danh khái niệm nhà nước pháp quyền và đề cao vai trò của Toà Bảo Hiến. Ông cho là đây là một nỗ lực canh tân quan trọng nhất trong chế độ Đệ Ngũ Cộng hoà Pháp.

31

Từ đó, khái niệm nhà nước pháp quyền đã ra đời với hai trọng điểm: Hành pháp phải tuân thủ những nguyên tắc do Hiến pháp quy định và phải được toà án kiểm soát, đặc biệt là Toà Bảo Hiến. Do đó, quyền lực của tư pháp được nâng cao nhằm bảo vệ việc thi hành luật lệ hữu hiệu hơn. Hiện nay khái niệm về nhà nước pháp quyền của Pháp được học giới và công luận công nhận.

Từ nhà nước pháp định (*État legal*) đến nhà nước pháp quyền

Đi tìm những nguyên nhân sâu xa hơn là nêu ra những đặc điểm để lý giải sự hình thành của nhà nước pháp quyền, nhiều học giả đã căn cứ vào khái niệm nhà nước pháp định (*Ètat légal*) và coi đây là khởi điểm cho khái niệm nhà nước pháp quyền. Thật ra, đây là một cái nhìn đào sâu qua các học thuyết và phân tích dựa theo sự thay đổi của lịch sử.

Chủ quyền thuộc về toàn dân và nguyên tắc tam quyền phân lập

Trước khi cách mạng ra đời thì quyền lực đất nước thuộc về nhà vua, khái niệm chủ quyền quốc gia hay quyền tối thượng đều được giải thích là tùng phục tuyệt đối nhà vua. Vì theo chế độ quân chủ chuyên chế cha truyền con nối nên trong suốt một thời kỳ dài qua các triều đại, vấn đề bảo vệ hoàng gia được mọi người đồng tình xem như là bảo vệ chế độ. Đây là chuyện đương nhiên được chấp nhận. Ngay cả *Jean Bodin*, người đã triển khai ý niệm quyền tối thượng, cũng chấp nhận chủ quyền tuyệt đối của hoàng gia trong việc áp đặt mọi luật lệ để thi hành trong mọi sinh hoạt nhà nước và hoàng gia chỉ chịu trách nhiệm trước thượng đế mà thôi.

Vấn đề giới hạn quyền lực của hoàng gia hầu như không ai đặt ra cho mãi đến khi tác phẩm *De l´Ésprit des Lois* của *Montesquieu* ra đời vào năm 1748.

Montesquieu đã triển khai hai khái niệm chủ yếu: Hiến pháp là nền tảng cho việc điều hành nhà nước và nguyên tắc tam quyền phân lập là nguyên tắc chung mọi cho sinh hoạt chính trị. Cho dù hành pháp, lập pháp và tư pháp được phân công rõ rệt, nhưng trong thực tế, theo quan điểm của *Montesquieu*, thì quyền tư pháp thứ yếu hơn và lệ thuộc vào hành pháp. Khái niệm nhằm nâng cao vai trò của Hiến pháp này đã bị chống đối mãnh liệt.

Cách mạng Pháp đã đem đến sự thay đổi tận cội rễ khái niệm chủ quyền và bản Tuyên ngôn Nhân quyền và Dân quyền là một thí dụ. Điều III của bản Tuyên ngôn đã minh thị: "Nguyên tắc chủ quyền thuộc về nhà nước, không một cơ quan hay một cá nhân nào có thể hành sử chủ quyền này mà không được minh thị uỷ quyền". Nhiều học giả giải thích rằng từ nhà nước trước kia được hiểu là đồng nghĩa với nhà vua, thì nay phải được hiểu là thuộc về toàn dân. Nhà nước thông qua các đại diện do dân bầu sẽ trực tiếp đảm đương công việc của nhà nước, nhà nước chỉ là một guồng máy được tạo ra để vận hành cơ chế của luật pháp, mà luật pháp chỉ là một biểu hiện ý chí chung của người dân.

Rousseau cũng đã có một lối giải thích khác khi đề cập đến sự chuyển quyền tối thượng từ nhà vua sang dân chúng trong tác phẩm *Du Contrat social* vào năm 1762. Tinh thần thượng tôn luật pháp được đề ra, nhưng luật pháp không do dân trực tiếp làm ra mà thông qua những người đại diện. Nguyên tắc thượng tôn luật pháp phải được hiểu là quyền tối thượng của quốc hội, là cơ quan lập ra luật pháp. Chính điều VI của bản Tuyên ngôn cũng lặp lại ý niệm của *Rousseau*: luật pháp là một sự diễn tả ý chí chung. Theo *Rousseau* thì quyền lực của nhân dân là bất khả phân.

Kinh nghiệm cho thấy trong khi khái niệm chủ quyền nhân dân dễ thuyết phục hơn thì việc đề cao vai trò của Hiến pháp không được hoan nghênh. Dưới thời

Napoléon thì Hiến pháp đề cao vai trò Thượng Viện trong việc kiểm soát các hành vi phạm pháp nhưng thật ra không hữu hiệu, vì trong thực tế mọi quyền kiểm soát là do nhà vua định đoạt. Hiến pháp 1852 của thời Đệ Nhị Cộng hoà, dù có nâng cao vai trò của Thượng viện, nhưng cũng không hữu hiệu hơn trước. Mãi đến Hiến pháp 1946 thì vai trò tư pháp trong kiểm soát tính vi hiến mới rõ nét hơn và đến năm 1958 thì một chế độ hiến định mới thật sự hình thành. Tóm lại, trong suốt hơn hai thế kỷ, Pháp đã trải qua biết bao biến cố chính trị và thay đổi tất cả mười lăm lần Hiến pháp để có được một sinh hoạt chính trị ổn định như ngày nay.

Ưu quyền của quốc hội

Sinh hoạt chính trị của Đệ Tam Cộng hoà (1870-1946 biểu hiện rõ sự thắng thế của quốc hội trong mọi sinh hoạt của Pháp, một đặc điểm trong khái niệm về nhà nước pháp định. Dù minh xác tiếp nối truyền thống Cách mạng 1789, khái niệm này chỉ được hiểu đồng nghĩa với ưu quyền của quốc hội trong vai trò lập pháp và nguyên tắc hợp pháp. Nguyên tắc hợp pháp của các cơ quan hành chánh dựa trên cơ sở là cơ quan hành chánh phải tuân thủ luật pháp và chịu sự kiểm soát của tòa án.

Nguyên tắc ưu quyền của quốc hội trong tinh thần thượng tôn pháp luật hầu như được mặc thị chấp nhận trong cả một thời gian dài vì không ai đặt ra vấn đề cho đến khi tác phẩm của *Raymond Carré de Malberg* ra đời. Ông đề cao vai trò quan trọng của Hiến pháp và nghi ngờ ưu quyền tối thượng của quốc hội. Ông cho rằng Quốc hội biểu hiện ý chí để làm ra luật pháp, nhưng thực tế cho thấy ý chí này chỉ là phản ảnh ý kiến của một đa số mà thôi. Trong khi Hiến pháp được hình thành là do toàn dân biểu quyết, cho nên giá trị của Hiến pháp bắt buộc phải cao hơn là ưu quyền lập pháp của Quốc hội. Theo ông, quan trọng nhất là Quốc hội cũng phải tôn trọng những qui định của Hiến pháp. Napoleon đã lập ra Thượng Hội đồng Quốc gia (*Conseil de l´État*) vào năm 1799 là một cơ quan nhằm kiểm soát hoạt động của các cơ quan hành chánh khi vi phạm nhân quyền, nhưng việc kiểm soát những hoạt động của hành pháp không hề được đặt ra. Trong khi đó, thì cơ quan tư pháp vì còn mang thành kiến từ thời tiền cách mạng, vẫn chưa đáp ứng tình thế mới, nhất là có thể kiểm soát được mọi hoạt động của Quốc hội như luật định.

Tình trạng này tiếp diễn trong suốt thế kỷ XIX. Mãi đến cuối thế kỷ XX thì những luật thủ tục kiểm soát các cơ quan hành chánh chặt chẽ hơn. Dựa trên những nguyên tắc tài phán mới, Thượng Hội đồng Quốc gia đã triển khai những nguyên tắc phù hợp với tình hình để việc kiểm soát được tốt hơn so với trước đây. Từ đó, thành kiến về tư pháp hành chánh bất lực trước hành pháp đã giảm đi nhiều. Sự thành công này bắt nguồn từ việc công nhận những nguyên tắc tổng quát luật pháp (*principles généraux du droit*). Đây là một nguyên tắc không được minh thị trong luật pháp nhưng được học giới quan tâm, xem là một khía cạnh thuộc về nguyên tắc hợp pháp. Dù nguyên tắc này không có hiệu lực ràng buộc về mặt pháp lý, nhưng có tác dụng cao, nên nội dung cũng được xem như tương đương với khái niệm nhà nước pháp quyền. Trong thực tế, những nguyên tắc tổng quát của luật pháp đã ăn sâu vào truyền thống dân chủ của Pháp và được áp dụng không giới hạn trong nguyên tắc về luật thủ tục, luật nội dung cũng như các nguyên tắc khác (bình đẳng trước pháp luật, tự do ngôn luận, nguyên tắc bất hồi tố của luật hành chánh). Nhưng điều đáng chú ý là những nguyên tắc này không ràng buộc cho Quốc hội. Đến nay thì vai trò của Thượng Hội đồng Quốc gia được xác nhận là hữu hiệu trong việc kiểm soát các cơ quan hành chánh.

Nhưng làm sao kiểm soát tính cách hợp hiến của các đạo luật do Quốc hội phê chuẩn, đó chính là chủ đề mà

Carré de Malberg đưa ra. Ông cho rằng nhà nước pháp định là một đặc điểm của Pháp, nhưng vẫn không đủ để diễn tả khái niệm nhà nước pháp quyền như của Đức. Theo ông, nhà nước pháp định có chức năng trong việc duy trì ưu quyền của Quốc hội trong khi nhà nước pháp quyền đề cao vai trò cuả luật pháp trong việc bảo vệ quyền tự do cuả cá nhân trước sự lạm quyền. Có hai khái niệm quan trọng: tư tưởng dân chủ của luật pháp và lý thuyết về quyền căn bản, cả hai phải được coi như là một giới hạn cho việc sử dụng quyền hành pháp. Do đó, khái niệm nhà nước pháp định không đủ để thoả mãn nội dung này và cũng sẽ không đủ điều kiện khi mà quyền kiểm soát vi hiến không được bảo đảm. Kiểm soát tính cách hợp hiến của luật pháp là một thành quả quan trọng trong nền Đệ Ngũ Cộng hoà. Cuối cùng, sau bao cam go, khái niệm nhà nước pháp quyền đã thắng thế trước nhà nước pháp định.

Sự hình thành nhà nước pháp quyền qua Toà Bảo hiến

Từ giữa thập niên 1950 Pháp trải qua nhiều khủng hoảng chính trị liên tục. Hiến pháp năm 1946 tạo cho Quốc hội qúa nhiều ưu quyền, trong khi chính quyền chỉ sống được trong ngắn hạn bằng thoả hiệp, và dĩ nhiên các chính quyền này không thể giải quyết các vấn đề lâu dài, đặc biệt là các khó khăn do phong trào giải thực dân mang lại. Sau nhiều sóng gió, cuối cùng Tổng thống René Coty đã mời đại tướng de Gaulle thành lập chính phủ để giải quyết tình thế. Ngày 1. 6.1958 quốc hội đồng thanh ủy nhiệm cho de Gaulle lập chính phủ, và ngày 3 tháng 7 Quốc hội đồng ý tu chỉnh Hiến pháp. Hiến pháp mới được nhân dân đồng thuận qua cuộc trưng cầu dân ý ngày 28 tháng 9. Hiến pháp của nền Đệ Ngũ Cộng hoà ra đời vào ngày 4 tháng 10 năn 1958 mà hai khiá cạnh nổi bật nhất trong hiến pháp này là:

Thứ nhất, Tổng Thống có quyền trọng tài tối thượng. Thoạt đầu, Tổng Thống được bầu gián tiếp, nhưng do tu chính 1962 thì Tổng Thống được bầu trực tiếp với nhiệm kỳ bảy năm qua cuộc phổ thông đầu phiếu. Thực ra, Hiến pháp mới tốt hơn cho sinh hoạt chính trị vì vừa hợp lý hoá vai trò Quốc hội vừa nâng cao vai trò Hành pháp. Quyền lực của Tổng Thống mạnh hơn so với trước đây, nhưng Thủ Tướng thì lại yếu hơn. Tổng Thống và Thủ Tướng thường là người cùng một đảng, chỉ có ba thời kỳ ngắn (1986-1988; 1993-1995 và 1997-2002), Thủ Tướng và Tổng Thống là hai người thuộc hai đảng khác nhau, đây là một sự sống chung trong chính trị để cầm quyền mà người Pháp có thói quen gọi là *cohabitation*. Mối quan hệ giữa Hành pháp và Lập pháp được coi như là ổn định vì lý do phe đa số nắm quyền ở quốc hội có quyền lập chính phủ. Do đó, việc tập trung quyền hành trong một cơ quan Hành pháp mạnh do Quốc hội hỗ trợ là chuyện dễ hiểu vì cả hai cũng theo đuổi một mục tiêu chung.

Thứ hai, quyền làm luật và ký kết hiệp ước của Hành pháp bị giới hạn. Điều 37 của Hiến pháp minh thị thẩm quyền làm luật của Quốc hội phải được liệt kê rõ và trong giới hạn mà Hiến pháp cho phép. Những vấn đề luật pháp mà Hiến pháp không qui định dành cho Quốc hội, thì Hành pháp có thể được uỷ nhiệm. Kinh nghiệm của thời Đệ Tứ Cộng hoà đã đưa đến sự hình thành giải pháp này, vì trước đó cứ sáu tháng lại phải thay một chính phủ quá yếu trong khi Quốc hội lại quá mạnh. Một lý do khác là công việc lập pháp càng ngày càng đòi hỏi chuyên môn cao độ, nặng về kỹ thuật, ý tưởng luật pháp là sự diễn tả ý chí chung của tòa dân theo tư tưởng của *Rousseau* không còn hợp thời. Thêm vào đó, bất mãn của dân chúng về ưu quyền của Quốc hội trong sinh hoạt lập pháp ngày càng cao. Sư hình thành Toà Bảo Hiến theo Hiến pháp 1958 là để đáp ứng nhu cầu này mà mục đích là kiểm soát các hoạt động lập pháp, nhất là về sự phân quyền giữa hành pháp và lập pháp. Chỉ sau một thời gian Toà Bảo Hiến đã trở thành một thể chế kiểm soát hữu hiệu.

Kiểm soát hợp hiến: chuyển biến để thành lập nhà nước pháp quyền

Xét tính vi hiến của một đạo luật vì lý do vi phạm quyền công dân được quy định bởi Hiến pháp là một điều xa lạ trong truyền thống của Pháp. Nguyên tắc phân quyền, quyền lực tối thượng của Quốc hội là diễn tả ý chí chung khi ban hành luật pháp và sự suy yếu của ngành tư pháp là những trở lực chính cho việc đề cao nguyên tắc Hiến định. Năm 1979 việc thông qua án lệ *Liberté d´Association* đã là một bước ngoặt trong luật Hiến pháp khi Toà Bảo Hiến tuyên án rằng đạo luật do Quốc hội ban hành là vi hiến. Mặc dù đạo luật nằm trong phạm vi thẩm quyền của Quốc hội, nhưng quan điểm của Toà là Quốc hội vi phạm những cấm đoán thuộc về nội dung của luật Hiến pháp. Cụ thể hơn, Toà cho rằng đạo luật này đã vi phạm bản Tuyên ngôn về Nhân quyền 1789 và lời mở đầu cuả Hiến pháp 1946, mà hai văn kiện này có hiệu lực ràng buộc về pháp lý. Đây là hai văn kiện làm cơ sở quyết định tính vi hiến.

Trước khi quyết định này ra đời không ai tại Pháp có thể nghĩ rằng hai văn kiện trên là quan trọng và có hiệu lực pháp lý, đặc biệt là lời mở đầu của Hiến pháp 1946. Lời mở đầu này chỉ là lời tuyên bố long trọng làm nền tảng cho nguyên tắc được công nhận bởi luật Hiến pháp. Toà cho rằng bản Tuyên ngôn 1789, lời mở đầu của Hiến pháp 1946 và Hiến pháp 1858, cả ba văn bản này tổng hợp là một toàn khối quy định tính hiến định cho mọi luật lệ của nước Pháp. Do đó, tất cả sự vi phạm những giá trị cơ bản này bị xem là vi hiến. Như vậy, thẩm quyền của Toà Bảo Hiến xét tính cách vi hiến của một đạo luật được coi là khá rộng. Đến năm 1974 thì vấn đề ai có quyền thỉnh cầu cứu xét tính cách vi hiến của một đạo luật được đem ra bàn cãi. Cuối cùng đi đến kết luận là chỉ có Tổng thống, Thủ tướng, Chủ tịch Quốc hội, (Thượng viện và Hạ viện), hoặc một nhóm Dân biểu hay Nghị sĩ mà số tối thiểu phải là 60 người mới có quyền thỉnh cầu này. Trên thực tế, các lực lượng đối lập khó có thể kết hợp được 60 người đồng thuận để sử dụng tố quyền này.

Từ sau cải cách 1974 thì Toà Bảo Hiến đã tập trung nỗ lực và nhiệm vụ bảo vệ những quyền tự do căn bản mà kết quả là hàng loạt các luật lệ đã bị xem là vi hiến, vì lý do vi phạm nhân quyền và tự do. Toà Bảo Hiến tập trung vào một số các quyền căn bản như: nguyên tắc bình đẳng trước pháp luật, nguyên tắc hợp pháp của hình phạt, nguyên tắc bất hồi tố trong hình luật, tự do ngôn luận, tự do tư tưởng, tự do báo chí, tôn trọng nhân phẩm v.v… Một trong những thành tựu quan trọng nhất của Toà Bảo Hiến là đã đề ra nguyên tắc chung là mọi luật lệ đều phải mang giá trị hiến định. Giá trị này phải có hiệu lực pháp lý cho tất cả các cơ quan công quyền, kể cả lập pháp. Trong một quyết định năm 1985 Toà Bảo Hiến minh thị một nguyên tắc chung cho mọi sinh hoạt pháp lý: **"Luật pháp chỉ diễn tả một ý chí chung khi tôn trọng hiến pháp"**.

Cuối cùng, Toà Bảo Hiến đã thắng ưu quyền lập pháp của Quốc hội. Hiến pháp của nền Đệ Ngũ Cộng hòa Pháp đã đem lại một cơ chế kiểm soát Quốc hội và Hành pháp, nhằm đảm bảo ổn định trong sinh hoạt chính trị và luật pháp. Từ nay, không một đạo luật nào của Quốc hội được thông qua hay một quyết định nào của chính phủ có thể được thi hành khi bị xem là vi hiến.

Giới hạn phạm vi cứu xét tính vi hiến

Toà Bảo Hiến là cơ quan tối cao duy nhất có thẩm quyền cứu xét tính cách vi hiến của một đạo luật. Nhưng thực tế, phạm vi và thủ tục cứu xét có bị hạn chế khi so với Hiến pháp Đức, Ý hay Tây Ban Nha.

Cứu xét tính vi hiến là một quyền tiên kiểm (a priori). Đây là một nguyên tắc chung tại các quốc gia châu Âu, có nghĩa là sự cứu xét này chỉ xảy ra khi luật chưa đưa vào áp dụng. Đây cũng là một vấn đề tranh luận trong học giới. Vì chỉ đặt vấn đề tính vi hiến trước khi áp dụng, nên sự nghiên cứu về vi hiến quá trừu tượng, không dựa vào một trường hợp cụ thể nào đã xảy ra trong thực tế. Vấn đề là khi luật ban hành rồi thì tính cách vi hiến không còn có thể đặt ra để cứu xét được nữa. Nhưng thực tế cho thấy là có những vấn đề phát sinh ngay sau khi luật được áp dụng. Vấn đề các hiệp ước cũng tương tự như vậy, có thể có vấn đề nảy sinh sau khi ký kết hiệp ước mà tính cách vi hiến không thể đặt ra được nữa.

Dĩ nhiên quyền tiên kiểm tính vi hiến cũng có lợi điểm. Một thí dụ là về hiệu lực pháp lý của một đạo luật. Khi một đạo luật bị thỉnh cầu cứu xét tính vi hiến tại Toà Bảo Hiến, thì một tháng sau dân chúng có thể biết được luật này có giá trị hay không. Với truyền thống tôn trọng ý chí lập pháp của Quốc hội khá mạnh, chính nguyên tắc tiền kiểm này giúp cho các nhà lập pháp có cơ hội duyệt xét tính hợp hiến của đạo luật, có thể tu điều chỉnh những khiếm khuyết về nội dung.

Một bất lợi khác trong quyền tiên kiểm là luật có thể không được thỉnh cầu cứu xét tính vi hiến và được ban hành mặc dù có nhiều điều khoản có thể bị nghi ngờ là vi hiến. Điều 61 quy định rõ là chỉ có Tổng thống, Thủ tướng, Chủ tịch Thượng viện hoặc Hạ viện, hoặc ít nhất có 60 Dân biểu hoặc Nghị sĩ có quyền thỉnh cầu cứu xét. Vấn đề có thể xảy ra là khi các cơ quan này, vì lý do nào đó, áp lực chính trị chẳng hạn, lại không muốn sử dụng quyền thỉnh cầu, thì vấn đề tính vi hiến của đạo luật không còn có cơ hội nào đặt ra nữa. Một thí dụ là sau khủng bố 9 tháng 11 tại New York, Quốc hội đã thông qua một đạo luật về bảo vệ an ninh mà không tham khảo với Toà Bảo Hiến. Theo nhận xét chung của học giới thì ít nhất là có một điều khoản của luật này có thể bị coi là vi hiến.

Hậu quả bất lợi này có thể tránh được nếu quyền thỉnh cầu cứu xét được mở rộng cho từng cá nhân hay các toà án. Đây là trường hợp mà Toà Bảo Hiến Đức áp dụng. Mỗi cá nhân đều có quyền khiếu tố trước Toà Bảo Hiến Liên bang Đức khi việc áp dụng một đạo luật vi phạm vào quyền công dân. Trong khi một toà án địa phương đang xử một vụ kiện mà toà thấy rằng đạo luật được áp dụng có nhiều điểm nghi ngờ về tính vi hiến, toà có quyền đình chỉ vụ kiện và đề nghị Toà Bảo Hiến Liên bang xét lại tính vi hiến của đạo luật, từ trên cơ sở đó mà toà tiếp tục giải quyết vụ kiện. Việc mở rộng tố quyền cứu xét tính vi hiến này cho công dân và toà địa phương giúp cho việc bảo vệ quyền công dân theo Hiến pháp được hữu hiệu hơn. Do đó, việc xét tính vi hiến của Toà Bảo Hiến Pháp không mở rộng và tốt bằng Toà Bảo Hiến Đức.

Qua thời gian, Toà Bảo Hiến Pháp đề ra những nguyên tắc cơ bản và những án lệ quan trọng nhằm làm tiền lệ trong việc bảo vệ dân quyền. Theo điều 62 của Hiến pháp, mọi quyết định của Toà Bảo Hiến là có hiệu lực ràng buộc về mặt pháp lý cho tất cả các cơ quan công quyền, hành chánh cũng như tư pháp. Thượng Hội đồng Quốc gia và Toà Phá Án minh thị tôn trọng thẩm quyền quyết định và giải thích của Toà Bảo Hiến. Nhưng thực tế, sự áp dụng những nguyên tắc hiến định vẫn còn bị hạn chế chỉ vì lý do duy nhất là dân chúng và các toà án chưa có quyền xin cứu xét tính vi hiến của một đạo luật như tại Đức. Một lối thoát cho vấn đề này là dân chúng có khuynh hướng trưng dẫn luật quốc tế để kiện thay vì trưng dẫn luật của nước Pháp. Đôi khi dân chúng cũng nhờ đến áp lực của các phương tiện truyền thông đại chúng hiện đại để gây ý thức vấn đề trong công luận và tạo áp lực với chính quyền. Điều này làm suy yếu đi phần nào ý nghĩa của việc cứu xét tính vi hiến trong các vụ tranh chấp.

Toà Bảo Hiến quy định rằng các tòa án, tùy theo thẩm quyền quy định, có khả năng giải quyết các tranh chấp bắt nguồn từ luật pháp hay các hiệp ước, trong khi Toà Bảo Hiến, dựa trên quyền tiên kiểm, có thẩm quyền giải quyết tranh chấp giữa các hiệp ước và các đạo luật này với Hiến pháp. Điều này đưa đến nhiều mâu thuẫn. Dựa trên căn bản cấm xét lại tính cách vi hiến của một đạo luật hay một hiệp ước đã ban hành, nên tất cả mọi luật lệ của Pháp không chịu sự tái xét, bất kể là có tính vi hiến hay không. Tuy nhiên, sự cấm đoán này không có ràng buộc về mặt pháp lý cho các toà khi có sự tranh chấp với các điều khoản về luật quốc tế. Điều 55 của Hiến pháp quy định luật quốc tế có quyền ưu tiên hơn luật quốc gia, hậu quả là toà án khi xét xử phải dành ưu quyền cho luật quốc tế trước khi quyết định. Lấy trường hợp luật châu Âu làm thí dụ. Luật châu Âu có ưu quyền trong việc áp dụng tại Pháp cho dù mới thành hình sau này so với luật của Pháp. Pháp là một thành viên trong Liên hiệp châu Âu nên cũng bị ràng buộc bởi những quyết định pháp lý của toà án châu Âu. Do đó, mọi quyết định của Toà Bảo Hiến cũng phải bị đưa ra trước các Toà Phúc Thẩm này khi có tranh chấp.

Các khuynh hướng này có phần làm suy giảm tầm quan trọng của Toà Bảo Hiến, vì có nhiều người dân thích sử dụng luật quốc tế và luật châu Âu để làm cơ sở cho tranh tụng hơn là dựa vào luật của Pháp, trong khi đó thì toà án lại có khuynh hướng chung là dùng luật Hiến pháp để giải quyết tranh chấp, đặc biệt là khi có nghi ngờ về sự vi phạm nhân quyền và các quyền căn bản khác. Nhưng nói như thế không có nghĩa là phủ nhận hoàn toàn tầm quan trọng của Toà Bảo Hiến tại Pháp. Từ sau năm 1971 vai trò của Toà càng nổi bật hơn và nhiều quyết định của Toà làm thay đổi các định kiến trước đây. Có học giả cho rằng những ràng buộc về tính cách hợp hiến do Toà đề ra để xét xử đã làm hình thành khái niệm về nhà nước pháp quyền mà trước đây Carré de Malberg đề xuất.

Để giải thích cho luận cứ này, nhiều học giả đã dẫn chứng rằng Toà Bảo Hiến đã đóng góp to lớn vào sự ổn

định của mọi sinh hoạt chính trị cho nước Pháp, vì tất
cả mọi cơ quan công quyền đều phải tự xét hành vi của
mình xem có hợp hiến hay không. Những quy định của
Hiến pháp trở thành một giới hạn chung và giá trị của
Hiến pháp có hiệu năng phòng ngừa mọi sự lạm quyền.
Từ năm 1981 trở đi, sự thay đổi chính trị của các cánh
tả và hữu làm cho vai trò cứu xét tinh hợp hiến càng
trở nên quan trọng hơn trong chính trị. Cho dù Toà Bảo
Hiến đã nhiều lần bị phê bình về sự thiên vị theo các
khuynh hướng chính trị đảng phái khi quyết định,
nhưng công luận vẫn tin là Toà Bảo Hiến là một định
chế độc lập, một cơ quan đem lại sự quân bình trong
mọi tranh chấp.

Kết luận

Lịch sử nước Pháp cho thấy đã có hai sự thay đổi cực
kỳ quan trọng: Cách mạng Pháp đã chuyển chủ quyền
quốc gia từ nhà vua sang nhân dân và nền Đệ Ngũ
Cộng hoà đã đem đến sự hình thành Toà Bảo Hiến với
nguyên tắc hiến định là thước đo cho mọi sinh hoạt.
Nhờ đó mà khái niệm về nhà nước pháp quyền đã thực
sự ra đời và được áp dụng thành công.

Khái niệm nhà nước pháp quyền đã đưa ra quan điểm
giá trị tối thượng của Hiến pháp, bảo vệ các quyền căn
bản của người dân trước các cơ quan công quyền và
đem đến sự quân bình quyền lực của các cơ quan hành
pháp, lập pháp và tư pháp. Hành pháp bị lệ thuộc vào
lập pháp bằng cách thẩm quyền quốc hội được mở rộng
trong việc quy định những luật hành chánh có liên hệ
đến quyền công dân, gia tăng vai trò của tư pháp trong
trong việc xét xử các quyết định hành chánh. Mọi hành
vi tư pháp hay hành chánh khi liên quan đến dân quyền
đều có thể được đem ra xét xử trước pháp luật. Quan
trọng nhất là vai trò của Toà Bảo Hiến trong thẩm
quyền cứu xét tính vi hiến các đạo luật và các quyết
định chính trị. Việc này đã đem lại ổn định chính trị và
niềm tin của dân chúng.

3

Khái niệm nhà nước pháp quyền của Đức

Để khởi đầu cho công cuộc đổi mới về kinh tế, Việt Nam đã đề cao hai khái niệm *nhà nước pháp quyền* và *kinh tế thị trường theo định hướng xã hội chủ nghĩa*. Cho đến nay, hai khái niệm này dù đã được triển khai nhưng vẫn chưa giải đáp thỏa đáng như nhiều người mong đợi. Đây là một nan đề cần được thảo luận nghiêm chỉnh hơn. Vấn đề mà giới học thuật luôn quan tâm theo dõi là Việt Nam cần phải hiểu thế nào về hai khái niệm này.Trong khi chờ đợi những công trình nghiên cứu hoàn chỉnh ra đời, bài viết này xin được góp một phần nhỏ vào công việc tìm hiểu chung và chỉ giới hạn trong vấn đề khái niệm *nhà nước pháp quyền* tại Đức.

Định nghĩa nguyên thủy ở thế kỷ XVIII

Nhà nước pháp quyền (*Rechtsstaat*) là một thuật ngữ luật học xuất phát từ học giới của Đức, trong khi đó ý niệm *rule of law* trong Anh ngữ hoàn toàn có một nội dung khác và *État de droit* không hề có trong Pháp ngữ trước đây. Khái niệm nhà nước pháp quyền (*Rechtsstaatsbegriff*) bắt nguồn từ chủ thuyết tự do của Đức trong thời kỳ sơ khai (*Deutsches Frühliberalismus*), đặt luật pháp của nhà nước trên nền tảng của lý trí (*Vernunftsrecht*). Robert von Mohl là học giả đầu tiên đã dùng khái niệm này trong sách luật giáo khoa mang tên *Staatsrecht des Königsreich Württemberg* năm 1829. Thật ra trước đó đã có nhiều học giả khác đề cập đến khái niệm này, nhưng không triển khai sâu rộng bằng von Mohl, đó là Carl Theodor Welcker với tác phẩm *Die letzten Gründe von Recht, Staat und Strafe* năm 1813 và Johann Christoph Freiherr von Aretin với tác phẩm *Staatsrecht der konstitutionellen Monarchie* năm 1824. Ba tác giả này đều đồng ý một điểm chung là nhà nước pháp quyền không phải là một hình thái đặc biệt của nhà nước (*eine besondere Staatsform*) mà là một thể loại nhà nước chuyên biệt (*eine eigene Staatsgattung*). Nhà nước pháp quyền theo von Mohl và Welcker phải được hiểu là nhà nước đặt trên căn bản của lý trí hay lý tính (*Staat der Vernunft, Verstandestaat*). Trong khi đó von Aretin nhấn mạnh đến khía cạnh khác hơn, nhà nước pháp quyền cai trị trên nguyên tắc ý chí chung của lý trí và chỉ nhằm mục tiêu đạt đến những điều tốt đẹp nhất. Cả ba cùng chấp nhận nhà nước pháp quyền là một nhà nước tôn trọng luật thiên về lý tính, dựa theo những nguyên tắc lý tính này nhà nước sẽ thực hiện việc sống chung của con người.

Qua khái niệm cơ bản này, các học giả đề cập đến những đặc điểm quan trọng khác của nhà nước pháp quyền như sau:

1. Nhà nước pháp quyền là một nhà nước thế tục, không thuộc giáo quyền, là một chính thể cộng hoà (*res publica*) nhằm đem đến phúc lợi cho toàn dân, phục vụ cho mỗi cá nhân được tự do, bình đẳng và tự quyết định cho mục tiêu của mình. Chính sự hỗ trợ này làm cho nhà nước đạt được sự chính thống. Do đó, những vấn đề thuộc về khuynh hướng siêu nhiên của con người liên quan tôn giáo và đạo đức phải đặt ra ngoài phạm vi của nhà nước pháp quyền.

2. Nhà nước pháp quyền giới hạn mục tiêu trong trong phạm vi bảo vệ tự do và an toàn cũng như tài sản của người dân, nghĩa là tạo điều kiện cho mỗi cá nhân được đảm bảo tự do để tự phát huy theo phương cách riêng. Vai trò bảo vệ của cảnh sát rất quan trọng trong nhà nước pháp quyền. Cảnh sát phải được hiểu là lực lượng tháo gỡ những chướng ngại, chống đỡ những nguy cơ, đem đến an sinh, đây chính là một hình thức, dù phụ thuộc, nhưng đem đến phúc lợi chung cho toàn thể.

3. Nhà nước pháp quyền phải tôn trọng những quyền cơ bản của người dân: bảo vệ tự do cá nhân, tự do tôn giáo, tự do báo chí, tự do đi lại, tự do kết ước và tự do hoạt động nghề nghiệp; tài sản của người dân phải được tôn trọng, toà án phải được độc lập trong các

46

quyết định và chính quyền phải có trách nhiệm với người dân. Tất cả phải có tinh thần thượng tôn luật pháp, dân chúng phải có cơ quan đại diện và có quyền tham gia vào sinh hoạt lập pháp. Tổ chức nhà nước phải dựa trên nguyên tắc phân quyền rõ rệt và được tất cả chấp nhận. Nguyên tắc tam quyền phân lập của Montesquieu là nền tảng cho sự phân công trong tổ chức của nhà nước, nhưng sự phân chia quyền lực của nhà nước dựa trên những nguyên tắc đấu tranh bình đẳng của các thế lực chính trị và xã hội, chứ không hẳn là sự phân công thuần túy dựa trên chức năng chuyên biệt.

Khái niệm này đã bị ảnh hưởng khá sâu đậm từ nguyên tắc lý tính của Immanuel Kant. Dựa trên tinh thần khai sáng bằng lý trí, Kant đã định nghĩa nhà nước là một kết hợp của con người trong luật pháp. Ông cho rằng luật pháp do nhà nước quy định phải dựa trên nguyên tắc lý tính, những đặc điểm về hình thức của nhà nước pháp quyền cần phải được thể hiện và được cụ thể hoá bằng các học thuyết về nhà nước. Theo Kant, dân quyền dựa trên quan điểm pháp lý cần phải dựa trên những nguyên lý tiên thiên như sau:

- Tự do của mỗi cá nhân trong xã hội;
- Bình đẳng trong mối quan hệ với mọi người khác;
- Độc lập của từng cá nhân trong xã hội.

Những nguyên lý này sở dĩ gọi là *tiên thiên* là vì không thuộc về kinh nghiệm, không phải người dân chỉ có được vì luật pháp của nhà nước quy định, mà có sẵn trước khi nhà nước ra đời. Một trong những hình thức tự do quan trọng nhất của dân quyền mà Kant kể đến là tự do trong luật pháp, nghĩa là người dân không thể tôn trọng một loại luật pháp nào khác hơn là luật pháp mà chính người ấy đã đồng tình. Quyền bình đẳng và sống tự lập không gì khác hơn là có được quyền về tư hữu và tự do hoạt động nghề nghiệp.

47

Khi bàn về những điểm chủ yếu của khái niệm nhà nước pháp quyền, Kant cho rằng nhà nước chỉ nên chuyên tâm vào việc đảm bảo quyền tự do và quyền tư hữu cho người dân, mục tiêu này nhằm đem lại an sinh phúc lợi và chính mục tiêu này tạo nên một chính thể cộng hoà (res publica). Những sinh hoạt chính yếu của con người không nằm trong phạm vi những sinh hoạt công cộng mà là những sinh hoạt cá nhân có liên hệ đến phạm vi công. Thay vì chuyển hướng thiên về ý niệm quyền lợi công cộng, nhà nước nên phát huy quyền cá nhân, điều này sẽ tạo nên ý nghĩa hơn cho duy trì trật tự công cộng. Khi nhà nước tạo được điều kiện cho mỗi cá nhân tự thực hiện được việc đảm bảo tự do và tư hữu, thì nhà nước đã tạo nên những đặc trưng cho một nhà nước pháp quyền.

Theo định nghĩa nguyên thủy này thì luật pháp phải dựa trên một nguyên tắc luật nhà nước thống nhất, cả về thủ tục lẫn nội dung, đặc điểm của nó không thể chỉ giới hạn vào luật thủ tục hay luật nội dung, vì nó biểu hiện đặc trưng cho một nhà nước chuyên biệt, tạo nên một tinh thần mới cho nhà nước, mà sự thực thi luật pháp này làm cho phương thức cai trị khác với những hình thái của nhà nước theo hình thái cổ truyền. Đối nghịch với nhà nước pháp quyền không phải là thể chế quân chủ hay quý tộc mà là thể chế thần quyền và bạo chúa. Hai thể chế thần quyền và bạo chúa không gắn liền với nguyên tắc lý tính vì thể chế thần quyền dựa vào những tín điều tôn giáo, trong khi thể chế bạo chúa dựa trên ý chí độc đoán của người cai trị. Bạo chúa không phải chỉ có thể xảy ra trong một thể chế quân chủ tuyệt đối mà còn có trong thể chế dân chủ. Nhà nước pháp quyền có khuynh hướng tự do nhưng không nhất thiết có thể có khuynh hướng dân chủ. Do đó, tự do chính trị và sự tham gia vào các sinh hoạt nhà nước của người dân phải được bảo đảm. Nhưng tự do này cũng sẽ bị giới hạn khi mà tự do chính trị không còn bảo vệ tự do của người dân, nó còn gây nguy hiểm khi mà nó không còn hỗ trợ cho nguyên tắc lý tính mà nhường chỗ cho những ham mê quyền lực.

Khái niệm về luật pháp (*Gesetzesbegriff*) trở nên vô cùng quan trọng trong việc định hình và cụ thể hoá khái niệm về nhà nước pháp quyền. Luật pháp có nghĩa là những quy định tổng quát được hình thành qua sự đồng thuận của các đại biểu dân chúng thông qua thủ tục thảo luận và biểu quyết công khai. Tất cả những nguyên lý chủ yếu thuộc về một nhà nước pháp quyền đều nằm trong khái niệm về luật pháp này, trong đó có cả hai khía cạnh định chế và thủ tục. Luật pháp không chỉ giới hạn ở thủ tục hay nội dung, mà luật pháp là một thể thống nhất, nó nối kết hai yếu tố này thành một loại hình luật pháp bất khả phân. Sự đồng thuận của các đại biểu dân chúng nhằm đảm bảo nguyên tắc tự do và vai trò người dân như một chủ thể hữu quyền trước pháp luật. Luật pháp phải mang tính tổng quát, vì tính cách này sẽ ngăn chặn mọi vi phạm có chủ đích nhắm vào phạm vi tự do của người dân và xã hội, thông qua những thủ tục thảo luận và biểu quyết công khai thì nội dung của luật pháp sẽ đạt được một mức độ của lý tính. Nguyên tắc hợp pháp của luật hành chánh chỉ rõ điều này. Luật pháp của các cơ quan hành chánh đặt ra chỉ có hiệu lực pháp lý, khi chính cơ quan hành chánh này tự đặt mình dưới luật pháp và bị chi phối bởi luật pháp. Luật pháp của một nhà nước pháp quyền là sự diễn đạt ý muốn của nhà nước, nhưng ý muốn này thể hiện ý muốn chung và quyền của toàn dân. Sự thống trị của luật pháp phải được hiểu là sự cai trị dựa trên những nguyên lý về tự do của người dân.

Định nghĩa bổ sung ở thế kỷ XIX

Tuy đề cao nguyên tắc lý tính và tự do chính trị của người dân và gây ảnh hưởng sâu đậm trong học giới, khái niệm nhà nước pháp quyền đã có nhiều thay đổi ở thế kỷ XIX, đặc biệt là ở việc chú trọng thuần về hình thức của luật pháp, nhất là luật về thủ tục tố tụng.

Thật ra trào lưu này hình thành không đồng bộ, các lập luận không xuyên suốt và thuyết phục. Một trong những học giả thuộc học phái này là Friedrich Julius Stahl. Ông cho rằng nhà nước phải là một nhà nước pháp quyền, đó là một mẫu mực chung mà chúng ta đồng thuận vì nó nằm trong chân lý của động lực phát triển chung trong thời đại mới. Nhưng khái niệm này phải quy định rõ đâu là đường hướng và giới hạn cũng như khả năng bảo đảm phạm vi tự do của công dân trong luật pháp. Vì lý do nhà nước phải tôn trọng đạo đức, khái niệm này phải quy định rõ đâu là ranh giới cần thiết giữa luật pháp và đạo đức. Nhà nước pháp quyền không thuần túy thiên về những quy định theo luật hành chánh hay chỉ lo bảo vệ quyền cá nhân. Khái niệm này không chỉ đề ra mục tiêu cho nhà nước, mà chính nhà nước phải tự thực hiện mục tiêu mình đề ra. Theo Stahl, không nên loại bỏ hẳn vai trò nhà nước đạo đức và chế độ thần quyền trong sinh hoạt chính trị. Nhà nước pháp quyền không còn là một thể loại nhà nước như đã đề ra trước đây, nhằm tạo ra một nguyên lý mới về nhà nước, đó là một quyền lực cai trị, do đó vấn đề cần phân biệt giữa mục tiêu theo đuổi và phương cách thực hiện.

Khi chấp nhận định nghĩa này làm tiêu chí, thì những đòi hỏi bảo đảm quyền tự do cho người dân, bình đẳng trước pháp luật, khái niệm luật pháp trong khuôn khổ của luật nội dung và định chế, sự độc lập của toà án, nguyên tắc pháp định của các thủ tục hình sự như các tác giả của thế kỷ XVIII đặt ra sẽ không còn quan trọng nữa. Khi cho rằng một nhà nước hiến định sẽ tạo nên thể chế cộng hòa (res publica), thì cũng khó chấp nhận rằng nhà nước này sẽ có chiều hướng phát triển dân chủ. Đặc điểm của khái niệm nhà nước pháp quyền này là tìm ra cái gì có thể khả thi và bằng cách nào. Chú trọng vào tính hiện thực, khái niệm này chỉ nhắm áp dụng trong phạm vi luật về thủ tục hình thức tố tụng và về luật hành chánh, thí dụ như nguyên tắc ưu tiên luật pháp trong phạm vi luật hành chánh, tạo ra

50

thể chế bảo vệ hữu hiệu người dân trước các cơ quan hành chánh và tòa án, nhất là tạo ra luật hành chánh nhằm bảo vệ tự do cho người dân. Đó là những điểm chủ yếu của khái niệm nhà nước pháp quyền.

Trong chiều hướng này, Otto Mayer đã định nghĩa nhà nước pháp quyền là một nhà nước có được một hệ thống luật hành chánh được quy định chặt chẽ, dĩ nhiên để đạt được điều này nhà nước pháp quyền phải lấy hiến pháp làm cơ sở. Khi đề cập đến khái niệm nhà nước pháp quyền, von Stein cho rằng những đặc trưng của nó là khi mà người dân có chỗ đứng trong hiến pháp của nhà nước, mỗi quyền mà người dân có được, kể cả việc chống lại bạo lực nhân danh chính quyền, phải thực sự có giá trị. Nhà nước pháp quyền không phải là một thể loại đặc biệt về nhà nước như các học giả đã đề cập trước đây, mà thực ra chỉ là một giai đoạn trong quá trình phát triển về sinh hoạt tự do của nhà nước.

Định nghĩa bổ sung còn đề ra những đặc điểm sau đây:

1. Đối với Stahl, vì dựa vào quan điểm về nhà nước bảo thủ và tôn giáo, nên nhà nước pháp quyền dựa trên nguyên tắc lý tính và quyền cá nhân có phần giảm đi, chủ yếu là chú trọng về nguyên tắc hình thức của nhà nước pháp quyền. Nhà nước không chỉ là một nhà nước pháp quyền mà còn phải đề cao tính cách đạo đức, một định chế được tạo ra một trật tự thế gian theo mẫu mực tôn giáo. Khi so với những quan niệm về nhà nước pháp quyền trước đây thì mục tiêu xây dựng nhà nước như là một cơ quan tối thượng cần xét lại. Khái niệm nhà nước pháp quyền thực ra chỉ đúng với một khía cạnh ngoại tại của nhà nước mà thôi.

2. Rudofl von Gneist dựa vào định nghĩa của Stahl mà khai triển thêm trong khi Freiherr von Stein cho rằng việc hình thành định chế có tầm quan trọng đặc biệt. Một phần dựa vào ý tưởng của von Stein, von Gneist đề ra hai quan điểm đối nghịch, một trật tự nhà nước cho

xã hội (đây là một mô hình theo kiểu cai trị tự quản của Anh) và một trật tự xã hội cho nhà nước (đây là một mô hình nhà nước tự do sau Cách mạng 1789 của Pháp). Do đó, những quy định về mục tiêu của nhà nước nhắm vào quyền tự do của cá nhân cũng bị hạn chế hơn. Trong nhà nước pháp quyền, theo von Gneist, thì luật pháp đặt ra khuôn khổ và giới hạn việc thi hành luật cho nhà cầm quyền. Do đó nguyên tắc hành chánh tự trị không được phép vượt qua khuôn khổ của luật pháp mà chính là giúp cho việc thi hành luật pháp để bảo vệ người dân được hữu hiệu hơn; chính cơ quan tài phán hành chánh sẽ giám sát những thủ tục này để bảo đảm được tốt hơn. Quan điểm của von Gneist là phải chú trọng xây dựng tổ chức quốc hội. Quốc hội chỉ hoạt động hữu hiệu khi mọi tầng lớp địa phương hợp tác tích cực với nhà nước. Sự tham gia của người dân vào việc thi hành nhiệm vụ của nhà nước cần phối hợp giữa nhiệm vụ công và hoạt động nghề nghiệp riêng. Đối với von Gneist, việc thực thi khái niệm nhà nước pháp quyền là một công việc thuộc về luật hành chánh, đặc biệt hướng về cải tổ hành chánh địa phương và toà án hành chánh. Ý niệm của ông ảnh hưởng khá sâu đậm đến chính quyền thời bấy giờ.

3. Hai học giả khác cũng thuộc học phái này là Otto Bähr và Otto von Gierke. Hai ông đã đi vào chi tiết hơn von Gneist khi bàn về nhà nước pháp quyền. Theo hai ông, thật ra đây là một khái niệm khác thuộc phạm vi luật Hiến pháp. Nhà nước cũng là một tổ chức, dù là tối cao, nhưng cũng chỉ là một hình thái nối kết của con người trong xã hội với nhau như các tổ chức khác trong xã hội, nhà nước không chỉ giới hạn trong phạm vi cơ quan hành chánh chuyên lo cai trị dân chúng. Luật hành chánh chỉ là một hình thức luật mà thực chất cần phải phân biệt với các luật khác. Nhà nước trong khái niệm về nhà nước pháp quyền, cũng như các tổ chức xã hội khác, phải tự đặt mình trong luật pháp, không thể đặt trên luật pháp. Nhà nước pháp quyền phải tạo thể thống nhất giữa nhà nước và pháp luật, nghĩa là

tạo mối quan hệ giữa các cơ quan nhà nước với nhau trong tinh thần tôn trọng luật pháp. Cụ thể là thẩm quyền của các cơ quan phải do luật pháp quy định, việc thực thi quyền phải được luật pháp công nhận và bảo vệ. Đặt cơ quan hành chánh dưới sự giám sát của toà án nhằm bảo đảm cho tinh thần thượng tôn luật pháp của nhà nước pháp quyền. Dù không bày tỏ công khai nhưng Bähr và von Gierke cũng ghi nhận vai trò của Toà Bảo Hiến trong khái niệm nhà nước pháp quyền, vì tất cả các cơ quan của nhà nước phải tự đặt mình trong khuôn khổ luật pháp. Do đó, vấn đề quyền tối thượng và quyền của các cơ quan quyền lực quốc gia được đặt trong thể thống nhất của nhà nước và luật pháp, nên những vấn đề khác chỉ là phụ thuộc.

Càng về sau thì những học thuyết tìm cách giảm bớt những tính cách lý thuyết ra khỏi khái niệm nhà nước pháp quyền để nhằm đề cao vai trò của sự áp dụng luật trong chính trị. Do đó, vấn đề mục tiêu nhà nước trong khái niệm nhà nước pháp quyền cũng không được chú trọng. Chính sự thay đổi này làm cho khái niệm nhà nước pháp quyền chính xác hơn trước đây khi thiên về hình thức và giáo điều. Nhà nước pháp quyền phải quy định mối quan hệ giữa luật pháp, chính quyền và cá nhân; và chính quyền cũng như cá nhân không thể vi phạm luật pháp. Quan niệm này đối nghịch với các khái niệm trước đây; vì cho rằng mối quan hệ giữa nhà nước pháp quyền và cá nhân không phải là một loại chế độ thuộc thần quyền hay theo bạo chúa, cũng không hẳn là theo chế độ dựa trên cảnh sát trị. Nhưng quan điểm này vẫn duy trì quan niệm sự thống trị của luật pháp và xem đây là sự đảm bảo cho quyền tự do của người dân. Đặc biệt hơn, các học giả này chỉ nhấn mạnh đến hai nguyên tắc trọng pháp của cơ quan hành chánh cũng như quyền bào đảm trước tòa án.

Cũng trong nỗ lực này các học giả đã giảm bớt hơn nửa về nội dung khái niệm nhà nước pháp quyền. Nhà nước pháp quyền không có nghĩa là nhà lập pháp có quyền tuyệt đối, đây phải là một giới hạn cần được đặt ra. Nếu trước đây nguyên tắc lý tính được coi là nền tảng chính thống cho nhà nước, thì nay chính ý chí của cơ quan lập pháp mới làm cơ sở cho luật pháp. Nguyên tắc tổng quát của luật pháp được coi như là một điều chủ yếu, thì nay bị xem là thông thường trong khái niệm của luật pháp. Ý niệm cơ bản của luật pháp chỉ thuần về hình thức, nghĩa là một đạo luật được coi là hợp pháp khi những nguyên tắc về luật thủ tục được tôn trọng. Điều này cho thấy có sự chuyển biến trong ý thức về khái niệm nhà nước pháp quyền. Richard Thomas, ngược lại, cho rằng quan điểm này đã từ bỏ ý niệm về nhà nước pháp quyền khi đem toàn bộ nhà nước giao cho một cơ quan nào đó có một quyền lực tuyệt đối. Ông cũng chống lại quyền lực tuyệt đối của nhà lập pháp trong việc thay đổi hiến pháp. Thật ra ý kiến của Thomas không phải là phản dân chủ, nhưng cho thấy tinh thần tôn trọng luật pháp theo học thuyết thực tại pháp quyền. Nhiệm vụ của luật pháp và quyết định tối hậu của nhà lập pháp là nhằm mang lại hòa bình trong một xã hội đa dạng. Do đó, không thể cho phép một đặc quyền chính trị cho một nhóm quyền lực nào theo đuổi một muc tiêu riêng khi mà họ nhân danh quyền lực với giá trị tuyệt đối trong các thủ tục lập pháp.

Dù chỉ đảm bảo tự do theo đúng nguyên tắc luật tố tụng, khái niệm nhà nước pháp quyền thiên về hình thức này đã chiếm ưu thế đến cuối thời kỳ Cộng hoà Weimar. Thật ra không thể cho rằng các học giả này chủ trương một hình thức trống rỗng, đây là một sự định hình và khách quan hoá trong ý nghĩa của những nguyên tắc căn bản của sự phát triển nhà nước pháp quyền: an toàn trong tự do và tôn trọng quyền tư hữu. Chính nhà nước pháp quyền thiên về hình thức này mới là nhà nước pháp quyền của dân chúng, nhằm đảm bảo sự phân phối tài sản khi ngăn chặn mọi thủ tục vi phạm quyền tư hữu của cá nhân. Dù là thiên về hình thức nhưng nhà nước pháp quyền lại trung dung về chính trị, nghĩa là tạo sự ổn định trong việc bảo vệ quyền tư hữu đã được định hình.

Định nghĩa hiện nay

Trong thời kỳ Đức Quốc xã khái niệm nhà nước pháp quyền hoàn toàn bị hủy diệt. Với những nỗ lực xây dựng ngành luật học thời hậu chiến, các học giả Đức đã tiếp tục truyền thống trước đây khi đưa ra hai chiều hướng mới nhằm định hình cho khái niệm nhà nước pháp quyền. Chiều hướng thứ nhất thiên về xã hội trong khi chiều hướng thứ hai thiên về luật nội dung.

1. Quan điểm thứ nhất cho rằng khái niệm nhà nước pháp quyền nguyên thuỷ đặt trọng tâm vào quyền tự do của người dân, thực ra chỉ là một mô hình hiến pháp, không thể nào giải quyết được hết các vấn đề xã hội đặt ra. Ba ý niệm cơ bản trong khái niệm nhà nước pháp quyền: bình đẳng trước luật pháp, tự do của người dân và bảo đảm quyền tư hữu không chỉ nhằm giúp con người thoát khỏi những ràng buộc thời phong kiến, mà còn cho con người được tự do hơn trong hoạt động kinh tế và thoát khỏi những bất bình đẳng tự nhiên, điều này chỉ đạt được khi sự bình đẳng trong toàn xã hội cũng được tôn trọng. Do đó, vấn đề phát triển con người trong sự toàn diện cần được đề ra thành nguyên tắc cho tương lai. Chiều hướng cũ đã không những không giải quyết bất công trong xã hội mà còn đem lại sự tương phản giai cấp trầm trọng hơn khi ta chỉ dựa trên nền tảng của một xã hội bình đẳng thuần về luật pháp. Von Stein và Karl Marx đã hiểu rõ tính biện chứng lịch sử của trào lưu này. Mặt khác trào lưu công nghiệp hoá xã hội đã làm mất đi ít nhiều môi trường sống. Cả hai vấn đề này vượt ra khỏi khái niệm nhà nước pháp quyền, do đó đòi hỏi mới cho nhà nước phải là một nhà nước can thiệp vào các vấn đề xã hội, nhà nước có nhiệm vụ cung ứng và phân phối tài sản. Nhà nước phải đối đầu với những vấn đề bất công xã hội mà không thuần túy chỉ nhằm vào việc bảo vệ

quyền tự do cá nhân như trong khái niệm nhà nước pháp quyền trước đây. Nhà nước còn phải giải quyết nhiều vấn đề khác, thí dụ như tình trạng gia tăng dân số, nếu không thì việc bảo đảm luật pháp này trở thành khẩu hiệu trống rỗng.

Nhưng tìm đâu ra một chuẩn mực chính xác để định hướng cho nhà nước xã hội là điều không dễ dàng, trong khi những lời kêu gọi hướng về nhà nước xã hội thì lại quá chung chung. Qua nhiều tranh luận sôi động thì các học giả đều không đồng thuận một khái niệm chung cho nhà nước xã hội lồng trong ý niệm về nhà nước pháp quyền. Nhưng trong mức độ nào đó thì chúng ta có thể chấp nhận khía cạnh nhà nước can thiệp vào các vấn đề xã hội trong mô hình này, đây là những câu hỏi mà không ai tìm được câu trả lời thoả đáng. Có học giả cho rằng không thể có sự hoà hợp giữa hai ý niệm về nhà nước xã hội và nhà nước pháp quyền trên bình diện hiến pháp. Các học giả khác lại cho rằng nhiệm vụ bảo vệ những người thua kém về mặt xã hội phải được minh thị trong hiến pháp và là một ủy nhiệm của hiến pháp cần phải thi hành, vì đây chính là một vai trò quan trọng của hiến pháp trong việc tái phân phối lợi tức xã hội. Nếu luận điểm này được chấp nhận thì bao nhiêu hệ quả sẽ phải đặt ra. Những quyền đòi hỏi, thủ tục và hình thức phân phối theo quan điểm nhà nước xã hội phải được giải quyết. Khi đặt trọng tâm vào việc giải quyết các vấn đề phân phối trong xã hội thì khái niệm nhà nước pháp quyền sẽ mất đi ý nghĩa ban đầu của nó.

Ernst Forsthoff là một trong những học giả đã nhấn mạnh đến tính cách không hòa hợp của hai khái niệm này. Ông cho rằng không thể nào kết hợp hai quan điểm nhà nước xã hội và nhà nước pháp quyền trên bình diện hiến pháp, vì việc thực hiện khái niệm nhà nước xã hội chỉ dựa trên bình diện lập pháp và luật hành chánh là đủ. Theo ông, nhà nước pháp quyền nhắm vào bảo đảm những quyền hiến định đặc biệt và bình đẳng trước luật pháp, tạo lập tài sản và tôn trọng tư hữu. Do đó, khi dựa trên khái niệm nhà nước pháp quyền mà lại đi xa hơn nữa để nhắm vào phân chia tài sản xã hội là một điều không chấp nhận được. Một mặt, khi quy định quyền bảo đảm có công việc cho mọi người dân, nhà nước phải có bổn phận trợ cấp khi người dân bị mất việc, trong khi nhà nước lại không có quyền điều hướng thị trường theo mục tiêu của mình. Đó chính là một giới hạn khi đề cập đến quyền tự do hoạt động và chọn nghề nghiệp. Nhà nước không thể xã hội hoá các phương tiện sản xuất vì không được hiến pháp quy định, trong khi đó thì quyền tự do hoạt động nghề nghiệp và bảo vệ quyền tư hữu dù được tôn trọng vẫn bị ảnh hưởng.

Đâu là lý do nội tại cho vấn đề này? Von Stein giải thích rằng, với hình thức nhà nước pháp quyền chúng ta đã đạt được tự do về mặt cơ bản, không nên đi sâu vào chi tiết của các vấn đề cụ thể của xã hội. Những xung đột do những tương phản của xã hội không thể giải quyết trên bình diện luật hiến pháp. Vấn đề là phải tìm ra sự xung đột xã hội bắt nguồn từ đâu để giải quyết, theo ông, đó chính là mối quan hệ giữa tư bản, lao động, điều kiện làm việc và phương cách thụ đắc quyền tư hữu. Do đó, khi bàn đến nhà nước xã hội là chúng ta phải nghĩ đến những điều kiện xã hội để thực hiện quyền tự do theo luật định, quyền này phải làm sao áp dụng cho tất cả mọi người, có nghĩa là làm cho bất công xã hội giảm đi. Để giải quyết vấn đề này, chúng ta cần tìm cách giải quyết trên bình diện chính quyền và lập pháp hơn là luật hiến pháp. Toà Bảo Hiến Đức cũng đã nhiều lần xác nhận học thuyết này. Qua án lệ, tòa cho rằng cơ quan lập pháp được ủy nhiệm đảm nhận vai trò tổ chức một nhà nước xã hội nhằm đem lại công bình xã hội trong khuôn khổ mà hiến pháp cho phép, mục tiêu xã hội là một phương cách để giải thích, nhưng không thể bắt nguồn từ Hiến pháp hay khái niệm nhà nước pháp quyền để tạo ra một quyền hay một định chế nào đòi hỏi đấu tranh cho các vấn đề xã hội. Do đó, những nguyên tắc nhà nước xã hội cần được xác minh qua hành vi của các nhà lập pháp và cơ quan công quyền, trong đó những quyền bảo đảm từ hiến pháp mang lại phải được tôn trọng.

Nhưng quan điểm này cũng đã bị phê bình vì những quyết định của các nhà lập pháp trong các vấn đề xã hội đã đem đến tác dụng ngược lại. Những đạo luật về trợ cấp xã hội, hưu bổng, cho thấy quyền lợi của dân chúng không còn được tôn trọng thích đáng.

Một khía cạnh khác được tranh cãi là vai trò nhà nước trong việc can thiệp vào các vấn đề xã hội, chẳng hạn các quyết định liên quan đến thuế. Luật pháp không thể trừu tượng mà phải quy định cụ thể trong các quyết định đánh thuế. Nhưng làm thế nào để đạt mục tiêu nhà nước xã hội (bảo vệ quyền tư hữu, tôn trọng di sản) đó chính là vấn đề. Án lệ đã nhiều lần xác nhận đánh thuế là quyền lập pháp nhưng phải tôn trọng quyền tư hữu. Nhà lập pháp một mặt tìm cách đánh thuế để đem lại công bình và an sinh xã hội, mặt khác phải đem đến thăng tiến chung cho xã hội. Quyết định liên quan đến thuế là một điều kiện cần thiết để nhà nước can thiệp vào các vấn đề xã hội, mà thật ra vấn đề mối quan hệ giữa nhà nước xã hội và nhà nước pháp quyền cũng không giải quyết đến tận gốc rễ. Điểm chủ yếu trong hai vấn đề trên đây là làm sao tìm ra một mức độ hợp pháp khả dĩ chấp nhận được để giải quyết hơn là tìm kiếm trong luật Hiến pháp hay khái niệm nhà nước pháp quyền là cơ sở.

2. Một chuyển hướng quan trọng khác trong khái niệm nhà nước pháp quyền trong thời kỳ này là thiên về luật nội dung hơn là hình thức như đã cổ vũ trước đây. Vấn đề này không mới lạ trong học giới nhưng qua kinh nghiệm đau xót của thời kỳ Đức Quốc xã cho thấy tôn trọng luật hình thức sẽ không đem đến hiệu năng nhất định. Quyền lực của cơ quan nhà nước phải được quy định cụ thể hơn trong lãnh vực bảo vệ tự do cho người

dân. Hiến pháp không chỉ nêu lên những giới hạn chung trong việc bảo vệ tự do. Cơ quan nhà nước phải thực hiện những giá trị cơ bản nhằm tránh dẫn đến chế độ độc tài. Đây là những giá trị khách quan trong xã hội mà hiến pháp phải công nhận và được áp dụng chung trong mọi sinh hoạt xã hội. Giá trị cơ bản này không phải chỉ là hình thức mà phải đặt trong khuôn khổ nội dung của luật hiến pháp. Khái niệm này nhằm loại bỏ những hình thức trống rỗng của luật chỉ đề ra khuôn khổ chung. Nhà nước pháp quyền phải chú trọng đến nội dung của pháp quyền, không thể thiên về luật thủ tục hay hình thức như trước đây.

Dĩ nhiên khái niệm này cũng gặp nhiều phản biện của các học giả khác, thí dụ như Adolf Arndt. Ông cho rằng làm sao có thể đồng thuận về một nội dung khi mà chúng ta không thể xác định được nội dung để đồng thuận. Thật ra, sự đồng thuận chỉ là một điều kiện tiên quyết nên đặt ra để thảo luận, nhưng khi thông qua Hiến pháp thì sự đồng thuận có thể đạt được hay duy trì được. Ít nhất, chúng ta phải chấp nhận những giá trị cơ bản đã làm nền tảng cho sự đồng thuận cho sự sống chung. Nhưng ở mức độ nào để chúng ta gọi là trật tự nền tảng cho nhà nước pháp quyền? Có học giả cho rằng nhà nước là một thực thể sinh động, giải quyết vấn đề đòi hỏi phải có thời gian dài, nhà nước sẽ có khả năng tự điều chỉnh trước đòi hỏi của tình thế xã hội. Hai vấn đề liên quan đến khía cạnh này là vai trò của một định chế hữu hiệu và niềm tin của dân chúng trong nỗ lực xây dựng nhà nước pháp quyền theo luật nội dung.

Kết luận

Bài viết này nhằm trình bày thật đơn giản về nội dung khái niệm nhà nước pháp quyền của Đức. Những đặc điểm chủ yếu của khái niệm này là dựa vào lý tính, tôn trọng quyền căn bản của người dân, khi thì thiên về luật thủ tục, thuần về hình thức, nặng về hành chánh hoặc cảnh sát, lúc lại quan tâm đến luật về nội dung hay các vấn đề công bình trong xã hội. Các tranh luận về những luận điểm này trong học giới cũng như trong công luận đã làm phong phú cho nội dung của vấn đề cũng như giúp áp dụng tốt hơn trong thực tế. Ai cũng thấy được dù bối cảnh lịch sử, trình độ phát triển xã hội và dân trí Đức và Việt khác nhau, nhưng kinh nghiệm của Đức trong lãnh vực xây dựng một nhà nước pháp quyền không phải là một mặt hàng xa xỉ mà Việt Nam có thể bỏ qua. Dĩ nhiên, tìm cách áp dụng nó vào hoàn cảnh của Việt Nam hiện nay như thế nào lại là một thách thức khác và không nằm trong chủ đề của bài viết này.

4

Khái niệm Rule of Law của nước Anh

Vấn đề

Do kinh tế suy đồi mà Liên Xô quyết định cải cách. Những thành tựu của Perestroika gây nhiều ấn tượng sâu xa và là mô hình cho Việt Nam tiến hành Đổi Mới. Một trong những thay đổi của *Perestroika* là du nhập khái niệm nhà nước pháp quyền *(Rechtsstaatsbegriff)*, một học thuyết thuộc luật Hiến pháp của Đức nhằm đề cao tính cách tối thượng của luật pháp để nhà nước phải tuân thủ. Liên Xô vận dụng khái niệm này và dịch thành *Pravovoe gosudarstvo* nhưng không cải biên.

Vì nhiều lý do khác nhau Việt Nam không trực tiếp học kinh nghiệm của Đức, mà lại từ Liên Xô. Việt Nam hiện nay vẫn kiên định tiếp tục theo đuổi con đường Xã Hội Chủ Nghĩa (XHCN), mà trên lý thuyết là xây dựng nhà nước chuyên chính vô sản do giai cấp công nhân lãnh đạo. Để đạt mục tiêu này Việt Nam sẽ phát huy nền dân chủ nhân dân nhằm tổ chức, quản lý và phát triển nền kinh tế thị trường theo định hướng XHCN. Do đó, pháp chế XHCN vẫn còn là một công cụ để Đảng xây dựng nhà nước. Trong chiều hướng vận dụng khái niệm nhà nước pháp quyền, Việt Nam lại cải biên thành *nhà nước pháp quyền xã hội chủ nghĩa* (NNPQXHCN) điều mà Đức và Liên xô đều không có trong tư duy của họ. Đáng chú ý hơn, khi giới thiệu khái niệm NNPQXHCN, Việt Nam đã mượn thuật ngữ *Rule of Law* của Anh để diễn đạt, một khái niệm được hình thành trong một bối cảnh văn hoá, lịch sử và truyền thống luật pháp khác hẳn với Việt Nam. Tìm hiểu khái niệm Rule of Law của Anh là chủ đề của bài viết này.

Thuật ngữ

Khó khăn đầu tiên là việc dịch Rule of Law trong tiếng Việt. Thật ra, các học giả ngoại quốc đều không chú trọng vấn đề dịch thuật ngữ. Bằng chứng là các sách giáo khoa Anh và Pháp ngữ đều giữ khái niệm Rechtsstaat của Đức mà không dịch, cũng như sách của

Đức không tìm khái niệm tương đương cho Rule of Law của Anh hay État legal của Pháp mà chỉ diễn giải để giúp người đọc nắm bắt vấn đề. Vì thấm nhuần văn hoá Á Đông, người Việt rất quen với khái niệm nhân trị, pháp trị và đức trị trong xã hội quân chủ, mà lối diễn đạt này lại còn không thích hợp trong một xã hội dân chủ, vì chữ 'trị' phải được hiểu hoàn toàn khác biệt trong hoàn cảnh hiện nay. Về nguồn gốc thì Rule of Law là một học thuyết trong luật học *(legal doctrine)* không phải là một quy định pháp luật *(legal rule)*. Do đó, chúng ta có thể tạm dịch Rule of Law là *tinh thần thượng tôn pháp luật* hay *uy lực pháp quyền* vì luật pháp phải được tất cả tôn trọng, dù là Đảng, nhà nước hay dân chúng. Bài viết này, theo kinh nghiệm học giới phương Tây, đề nghị giữ nguyên k

Truyền thống tôn trọng luật pháp

Albert Venn Dicey, nhà luật học Anh là người đầu tiên giới thiệu và triển khai khái niệm Rule of Law trong tác phẩm *Introduction to the Study of the Law of Constitution of 1885*. Trong tác phẩm này ông đã mô tả hệ thống Hiến pháp nước Anh và đề ra những nguyên tắc chung của luật Hiến pháp. Đến nay, học giới xem đây là tác phẩm kinh điển cho việc nghiên cứu luật Hiến pháp nói chung và học thuyết Rule of Law nói riêng. Nói như thế không có nghĩa là Rule of Law được hình thành vào thế kỷ XIX mà thật ra đã có một lịch sử lâu đời. Do đó cần phải tìm xem khái niệm này hình thành từ lúc nào.

Ý kiến thứ nhất của nhiều học giả đều đồng ý rằng lịch sử về học thuyết hiến định tại Anh *(English constitutionalism)* là khởi điểm cho khái niệm Rule of Law. Dù là một khái niệm bất thành văn nhưng đã thể hiện qua các văn kiện luật pháp làm nền tảng cho luật Hiến pháp tại Anh. Các văn kiện này là *Magna Charta, Petition of Rights, Bill of Rights và Habeas Corpus* mà ở đây không thể đi vào chi tiết.

Nhìn lại lịch sử Anh ai cũng công nhận Anh một xã hội phân chia và xung đột giai cấp là chuyện hiển nhiên mà hoàng gia, quý tộc, tu sĩ và địa chủ là những tầng lớp có nhiều ưu quyền. Đặc điểm chính này đã có ngay từ thế kỷ XIII. Dù sống trong thể chế quân chủ, các học giả nhận ra được vai trò của pháp luật làm nền tảng: tự do và bình đẳng của người dân trước pháp luật và toà án, tất cả đều bị ràng buộc bởi luật pháp, kể cả nhà vua. Câu nói của *Henry de Bracton* là một bằng chứng luôn được trưng dẫn: 'Nhà vua không bị ràng buộc bởi dân chúng nhưng bởi thượng đế và luật pháp, chính vì luật pháp tạo ra nhà vua'. Một ý tưởng khác của *William Edward Hearn* cũng có nội dung tương tự. Ông nói 'Gió mưa có thể vào được mái tranh của người dân nghèo, nhưng không hề vào được thâm cung của hoàng gia, nhưng bất kỳ người dân Anh nào, dù thường dân hay quý tộc vẫn bị ràng buộc bởi pháp luật và bình đẳng trước toà án'. Niềm tin vào luật pháp cũng được *Sir Edward Coke* minh chứng. Ông nói 'Luật pháp là một thâm cung kín đáo nhất và cũng là một phong thủ mạnh nhất để bảo vệ người cô thế'. Đây là những ý niệm chính mà sau này Ducey triển khai.

Nhưng sự biến đổi xã hội từ thế kỷ XVII đã làm thay đổi nhiều mối quan hệ trước đây, đặc biệt khi giai cấp thương nhân ra đời, họ trở nên giàu có và bắt đầu muốn có thế lực. Những cải cách pháp lý đã giúp cho giới này có tiếng nói mạnh hơn chống lại địa chủ và các gia cấp khác, mà quyền tư hữu, quyền chuyển nhượng tài sản, quyền thừa kế và tự do kết ước là những thành tựu nhất trong thời kỳ này. Nhưng pháp luật bảo vệ người dân trước tòa án được hình thành rỏ rệt. Người dân Anh dù bất kỳ thành phần giai cấp nào cũng được luật pháp bảo vệ. Các sử gia hảnh diện cho rằng nước Anh là một vương quốc về luật pháp và công bình. Từ đó khái niệm Rule of Law ra đời trong khuôn khổ của một nền tự do kiểu nước Anh *(the liberty of the English)*. Sự hảnh diện này có lý do. Các học giả đã chứng minh rằng từ thế kỷ XVII nước Anh hầu như không còn có vấn đề tra tấn trong các cuộc điều tra hình sự và hệ thống tòa án hoàn toàn độc lập với cơ quan hành pháp. Nguyên tắc phân quyền giới hạn sự chuyên quyền của cơ quan hành pháp. Đáng kể nhất là niềm tin của dân chúng vào các hoạt động của tòa án, người dân Anh tự hào được sinh ra trong môi trường tự do, mà hai quyền cơ bản lúc bấy giờ là tự do lập hội và tự do báo chí. Còn tự do tôn giáo thực ra chỉ có mức độ giới hạn.

Đến thế kỷ XVIII khái niệm Rule of Law phổ biến khi hệ thống luật pháp của Anh đi vào nề nếp, nhất là khi hệ thống chính quyền dựa vào chủ thuyết hiến định làm cơ sở bảo vệ quyền lợi người dân, một khởi điểm cho sự phát triển dân chủ theo mô hình của phương Tây. Những người tranh đấu cho bất công giai cấp trong xã hội, những người bất đồng quan điểm về tôn giáo hay chính trị đều có quyền sử dụng những quyền tranh đấu của mình, quyền này được bảo đảm trong khuôn khổ luật pháp.

Ý kiến thứ hai của các nhiều học giả cho rằng chính yếu tố văn hoá vào thế kỷ XVIII là thành tố quan trọng giúp cho khái niệm Rule of Law được phát triển và ý thức về vai trò luật pháp làm nền tảng tổ chức xã hội. Từ đó, luật pháp trở thành một giá trị có một sức mạnh vô hình đặc biệt, dĩ nhiên nó không phải là sức mạnh quân đội, không cần dựa vào huyền thoại của tôn giáo, không nhờ sự cưỡng chế kinh tế, mà chính tinh thần tìm hiểu về công lý và yêu chuộng hoà bình làm căn bản cho tinh thần thượng tôn pháp luật. Một hành diện khác mà luật giới Anh luôn đề cập khi bàn về Rule of Law là vai trò của bộ hình luật. Hình luật Anh rất hữu hiệu nên giúp cho xã hội Anh ổn định mà không cần đến cảnh sát hay quân đội để lo trị an. So với các quốc gia khác tại châu Âu trong cùng thời kỳ, thì bộ Hình luật của Anh là một mẫu mực, đặc biệt là về phần luật thủ thục tố tụng. Thí dụ như nước Pháp lúc bấy giờ vẫn có chế độ mật chỉ (lettre de cachet), có nghĩa là bắt người không theo thủ tục và giam người vô thời hạn mà không cần quy kết một tội danh nào. Nói như thế không có nghĩa là hình luật tại Anh rất khoan dung, mà phải hiểu là những tiêu chuẩn quy định về thủ tục cũng như kết án khá rõ rệt, ngăn ngừa được mọi sự chuyên đoán của cơ quan hành pháp hay những quyết định quá nghiêm khắc của tòa án. Do đó, nó đem đến một niềm tin cho người dân về một cảm tưởng an toàn pháp lý.

Lịch sử cho thấy nước Anh không phải là đất nước luôn có sự đồng thuận đầy lý tưởng mà tranh chấp quyền lợi theo giai cấp gây ra bao xung đột thường xuyên trong xã hội. Hoàng gia, quốc hội hay địa chủ luôn tìm cách bảo vệ quyền lợi của giai cấp mình thông qua việc áp dụng luật pháp. Trong khi nghiên cứu cách giải quyết tranh chấp trong xã hội các học giả đều cho rằng luật pháp chưa hề bị bẻ gấy để phục vụ cho bất kỳ một giai cấp nào trong suốt thời kỳ từ thế kỷ XVI đến XVIII. Chính luật pháp đã bảo vệ tài sản của người dân tránh được sự lạm quyền của hoàng gia và kiêu căng của giới quý tộc.

Dĩ nhiên, không phải bất cứ lúc nào luật pháp cũng đem lại công bình tuyệt đối, nhưng ít nhất công bình trong thủ tục pháp lý đem đến cảm tưởng là người dân không bị coi là nạn nhân của bạo quyền. Giai cấp thống trị và đặc quyền đặc lợi trong xã hội thường tìm cách hợp pháp hoá các quyền lợi của mình và tìm cách ngăn ngừa những thế lực khác phân chia việc sử dụng những ưu quyền này. Nhưng luật pháp đem lại một giá trị mới cho mọi người dân Anh là họ hảnh diện nói là có quyền hưởng tự do từ thuở lọt lòng (right of free borm Englishman). *Edward P.Thompson* đã nhắc lại ý niệm này khi cho rằng nhà cầm quyền, dù muốn hay không, khi tham gia vào trò chơi quyền lực, cho dù họ cố giữ sao cho luật pháp phù hợp với quyền lợi của giai cấp của họ, nhưng điều quan trọng là họ không thể bẻ gấy luật pháp hay hủy bỏ luật chơi. *Sir Edward Coke* cũng diễn đạt tương tự khi ông nói rằng không phải chỉ có gia cấp thống trị sử dụng luật pháp nhằm ngăn chống mọi thứ hành sử bạo lực, (thí dụ như giam người vô cớ, sử dụng quân đội để trấn áp đám đông, tra tấn và các phương tiện bất công khác), mà chính luật pháp, tự nó, trong chừng mực nào đó, là phương cách để giải quyết các vấn đề xung đột giai cấp.

Thực tế cho thấy luật pháp của Anh qua hệ thống common law được hình thành là do cã một quá trình dài của lịch sử. Với hệ thống án lệ chặt chẽ và những luận giải phân minh nên khó có thể mà bất cứ ai, nhân danh bất kỳ lý do gì, để phá huỷ luật pháp một cách dễ dàng. Tranh chấp về luật đất đai hay luật bảo vệ tài sản là một thí dụ. Trước đây luật bảo vệ tài sản không quy định chặt chẽ, định nghĩa không rõ ràng, sau này đã được sửa đổi phù hợp và đưa vào áp dụng. Các tranh chấp luật pháp đều dựa trên những luật pháp thành văn do quốc hội thông qua và luật phong tục được chuẩn nhận. Do đó, mọi tranh chấp luật pháp trước tòa án đều được thủ tục hoá rất cao độ, dĩ nhiên phí tổn cho thủ tục toà án trở nên quá đắt và vấn đề thủ tục hợp pháp trước toà án chính là điều khó khăn chủ yếu. Tranh tụng về quyền sở hữu đất đai đôi khi lại trở thành là vấn đề tranh chấp thuần về luật thủ tục trước tòa án.

Ý kiến thứ ba giải thích rằng chính Rule of Law đã đóng một vai trò quan trọng trong việc hoà nhập các giai cấp trong xã hội Anh và giúp dân Anh thoát ra các cuộc khủng hoảng sau khi Cách Mạng Pháp thành công. Điển hình là sư xung đột xã hội vào đầu thế kỷ XIX. Bất công xã hội lan rộng, giai cấp thống trị đã có ý định hủy bỏ khái niệm Rule of Law và thay đổi luật pháp nhằm áp đặt một cơ chế cai trị chuyên quyền bằng bạo lực. Họ đã bắt đầu đi theo chiều hướng này. Nhưng cuối cùng họ đành phải từ bỏ ý định mà trở về con đường hợp pháp vì thấy rằng không thể làm tiêu tan uy tín của chính quyền và làm lu mờ hình ảnh chính danh của luật pháp đã hình thành trong quá khứ. Cải cách bầu cử và mở rộng việc thăm dò dư luận vào năm 1832 đã làm cho thanh danh của pháp luật và uy tín của nhà nước được hồi sinh. Chính luật cải cách năm 1832 đã đem lại giá trị cho luật pháp vì đó là một phương tiện nhằm giới hạn mọi xung đột chính trị và xã hội, và đặc biệt hệ thống tư pháp được cũng cố.

Tóm lại, Rule of Law la một thành tựu về văn hoá và lich sử trong cã một quá trinh dài trên 300 năm mà kết qủa là tất cả mọi tranh chấp quyền lợi của mọi tầng lớp hoàng gia, quý tộc, địa chủ, tá điền, công đoàn và thương giới đều được giải quyết bằng phương tiện luật pháp. Luật pháp là một sân chơi bình đẳng mà chính ngùời cô thế trong xã hội cũng chấp nhận *(fair play in the rule of law)*.

Nội dung học thuyết Rule of Law của Dicey

Dù Rule of Law là một khái niệm được hình thành và chấp nhận trong xã hội Anh qua chiều dài của lịch sử nhưng mãi đến cuối thế kỷ XIX vẫn chưa có một học giả nào đưa ra một ý nghĩa chính xác về Rule of Law. Thực tế thì cũng chưa có ai xác định tầm quan trọng của chủ thuyết hiến định tại Anh và đặt vấn đề tìm hiểu tại sao hệ thống luật tại Anh có khà năng duy trì được trật tự công cộng và quyền tự do cá nhân trong xã hội. Dicey chính là người đầu tiên làm công việc này trong tác phẩm *Introduction to the Study of the Law of the Constitution of 1885*. Đây là một công trình mà giá trị của nó cho mãi đến nay không nhà nghiên cứu nào có thể vượt qua và vẫn luôn là một đề tài được học giới thảo luận.

Những luận điểm của Dicey đề ra đã chịu nhiều ảnh hưởng tư tưởng của John Austin. John Austin cho rằng để tiếp tục duy trì, nhà nước cần có một cơ quan tối thượng mà quyền lực khó có thể định nghĩa trước một cách chính xác và không thể giới hạn. Khái niệm này được chấp nhận dễ dàng trong công luận, vì nội dung khái niệm quyền tối thượng này chỉ lập lại những nguyên tắc hợp hiến đã có trước đây. Một trong những thành tựu xuất sắc của Dicey là tổng hợp và diễn đạt lại những ý tưởng của John Austin và luận cương chính trị của đảng Tự Do (Whig). Dicey cho rằng chính Rule of Law và quyền tối thượng của quốc hội làm nguyên tắc nền tảng của Hiến pháp Anh. Tổng hợp hai luận điểm này, Dicey cho là khái niệm Rule of Law không có khả năng giới hạn quyền lực của toàn bộ guồng máy nhà nước mà chỉ giới hạn quyền lực của chính phủ. Lập luận này cho thấy khái niệm Rule of Law của Dicey rất gần với khái niệm Rechtsstaat của Đức, cũng được hình thành trong cùng thời kỳ. Rule of Law được coi như là một mô hình tốt đẹp nhất nhằm bảo vệ người dân chống lại những hành vi chuyên đoán của nhà nước. Nội dung của Rule of Law mà Dicey đề ra có thể được tóm lược qua những nguyên tắc cơ bản như sau

Nguyên tắc thứ nhất là quyền tối thượng của Quốc hội được ông trình bày trong phần đầu trong tác phẩm. Quốc hội có thể làm luật hay hủy bỏ luật, không một cơ quan hay một cá nhân nào có quyền bỏ thẩm quyền này của Quốc hội. Thẩm quyền Quốc hội là tuyệt đối, vì mọi thay đổi thì chỉ gây hậu quả là làm cho quyền này trở nên tương đối mà thôi. Chính tòa án cũng phải tôn trọng nguyên tắc này. Ý tưởng này rất gần gui với luận thuyết của John Austin. Trong khi đó, tại các quốc gia khác ở châu Âu lại có khuynh hướng chia luật ra làm hai loại: luật Hiến pháp làm nền tảng và các loại luật khác. Ông cho rằng sự phân biệt này chỉ dựa trên tiêu chuẩn hình thức hoặc thủ tục lập pháp. Luật Hiến pháp tại Anh không hề đi sâu vào việc phân biệt quyền này. Nhưng ông lại phân biệt quyền tối thượng của quốc hội là thuộc về luật pháp chứ không liên hệ quyền tối thượng về chính trị, vì quyền chính trị thuộc về lãnh vực bầu cử mà nhà lập pháp hoàn toàn lệ thuộc vào việc kiểm soát chính trị qua các cuộc bầu cử.

Nguyên tắc thứ hai là quyền tự do của cá nhân phải là một quyền hiến định, một quyền mà nội dung chính là khái niệm Rule of Law. Thực ra, trước đây tự do cá nhân cũng đã được quy định trong các văn bản khác thí dụ như *Habeas Corpus Writs*. Nhưng trong tác phẩm này, ông thảo luận khá chi tiết trong phần tự do hội họp, tư do ngôn luận và xác nhận tính cách tối thượng của Rule of Law làm nền tảng cho trật tự hiến định của Anh. Theo ông, quyền tự do cá nhân có ba khía cạnh chủ yếu:

Khía cạnh thứ nhất là tinh cách hợp pháp của mọi hành vi, nghĩa là không ai có thể bị trừng phạt nếu không phạm pháp. Việc phạm pháp phải được tòa án điều tra và kết án theo đúng thủ tục. Nguyên tắc này nhằm tránh mọi sự lạm quyền và chuyên đoán không dựa trên cơ sở pháp luật của cơ quan chấp pháp. Chính sự công nhận chủ thuyết tự do và đưa chủ thuyết này vào làm nội dung của Hiến pháp là một đóng góp quan trọng của ông. Rule of Law trở thành một nguyên tắc lập pháp, mà ý chính là mọi hành vi của chính phủ nhằm giới hạn vào quyền tự do cá nhân và tài sản đều phải dựa trên luật Hiến pháp.

Khía cạnh thứ hai đề cao nguyên tắc bình đẳng trước tòa án. Luật pháp được áp dụng cho tất cả mọi người không phân biệt thành phần, giai cấp hay trình độ. Đây là nguyên tắc đồng nhất dành cho mọi chủ thể pháp luật. Ông chú ý đến vai trò của tòa án trong xét xử. Khi đề cao Rule of Law như là một đặc điểm của Anh, thì không phải chỉ có ý là không một ai có quyền đứng trên luật pháp mà phải hiểu rằng bất kỳ người dân nào, bất kể là thành phần nào trong xã hội, đều bị ràng buộc bởi pháp luật và chịu sự xét xử cuả tòa án trong thẩm quyền luật định. Qua đề xuất này ông gián tiếp chỉ trích sự lạm quyền của công chức trong việc áp dụng luật Hành chánh. Nguyên tắc bình đẳng trước pháp luật tạo khả năng loại trừ mọi tham quyền cố vị, không tôn trọng luật pháp, đặc biệt là những ngoại lệ trong luật

Hành chánh. Ông lấy luật Hành chánh của Pháp làm thí dụ. Luật này tạo quá nhiều ngoại lệ khiến cho các công chức dễ lạm quyền, khi có vấn đề thì họ chỉ chịu trách nhiệm trước toà án Hành chánh và thoát ra khỏi được sự kiểm soát của hệ thống pháp luật chung. Ông cho rằng không nên cho các công chức quá nhiều ưu quyền được miễn truy cứu trách nhiệm khi so với người dân khác. Dĩ nhiên, đây là một đề tài tranh luận về sự khác biệt nội dung luật Hành chánh tại Pháp và Anh. Nhưng nguyên tắc bình đẳng trước pháp luật theo khái niệm Rule of Law của Anh thì người dân Anh sẽ được hưởng nhiều an toàn về mặt pháp lý hơn người dân Pháp. Ông cho rằng câu nói toà án là cơ quan tối thượng cho cả nước, điều này không đúng tại Pháp.

Khía cạnh thứ ba là nguyên tắc quyền tự do người dân phải được toà an bảo vệ. Sự bảo vệ này không phải bắt nguồn từ Hiến pháp mà còn qua các án lệ. Đây là một sự kiện lịch sử, nó biểu hiện một truyền thống đặc thù về commom law và Hiến pháp Anh. Một câu nói khá quen thuộc và luôn luôn được lập lại để mô tả đặc tính Hiến pháp của Anh: 'Hiến pháp không được làm sẵn mà hình thành do sự phát triển'. Ông đả phá quan điểm cho rằng chính phủ Anh là một sự phát sinh đột biến trong xã hội đầy xung đột mà thật ra là sự phát triển tiệm tiến qua ý chí và năng lực của con người. Pháp luật là một sản phẩm về ý chí của con người, không giống như cây cỏ chỉ vun trồng và tự nó lớn lên. Ý ông muốn nói giá trị của luật Hiến pháp không thể phát triển tự nhiên, mơ hồ và không định hướng mà chính vai trò án lệ giúp cho tự do của người dân Anh được bảo vệ. Thành quả này phải kể đến sự góp sức của tòa án. Nếu quan điểm bảo vệ tự do này được hiến pháp các quốc gia châu Âu đề ra như một nguyên tắc, thì tại Anh, theo ông, ngược lại, chính là một phương thức thực hành, một hệ quả của quyền tự do cá nhân được tòa án minh thị và áp dụng. Phương cách áp dụng này cho thấy rằng không nên xem Hiến pháp Anh là một sự đột biến đầy sáng tạo mà là kết quả của một hoạt động bình thường trong toà án thông qua án lệ.

Dicey lạc quan cho rằng các án lệ đều hoàn hảo và Hiến pháp Anh sẽ diễn biến tốt đẹp trong chiều hướng này. Để minh chứng, ông nêu lên sự khác biệt về nguồn gốc của Hiến pháp Anh và các quốc gia châu Âu. Khác hẳn với châu Âu, toà án tại Anh đã một thành tố quan trọng trong tiến trình lập pháp, chính toà án là nơi chuẩn nhận những quyền căn bản của người dân trong trong hệ thống common law. Dĩ nhiên, Quốc hội và tòa án, với chức năng khác nhau, đều có đóng góp riêng trong sự phát triển này. Học giới châu Âu thường chỉ trích điểm yếu của Hiến pháp Anh là không thành văn bản, nên về mặt hình thức thì những quyền tự do cá nhân không được coi là do Hiến pháp quy định. Dicey lập luận rằng sự chỉ trích này thiếu cơ sở. Thật ra, sự bảo vệ quyền căn bản của người dân, dù không minh thị qua một văn kiện cao nhất là Hiến pháp, mà thực tế các quyền này đã được tổng quát hoá qua những quyết định của toà án. Sự khác biệt này là về mặt nguồn gốc lập pháp và hình thức, nhưng thực tế cho thấyl sự hữu hiệu về bảo vệ quyền của người dân, dù ở Anh hay ở các nước khác tại châu Âu, đều giống nhau. Giá trị của những nguyên tắc hiến định không phải là những tuyên bố long trọng, mà là kết quả từ sự thực hành trong toà án. Không có hiến pháp thành văn không có nghĩa là người dân Anh gặp khó khăn hơn trong việc bảo vệ dân quyền.

Mối quan hệ giữa việc bảo vệ quyền cá nhân và Hiến pháp tại Anh hoàn toàn khác biệt với các quốc gia châu Âu, vì tại Anh, quy định quyền tự do bởi nhiều văn kiện khác nhau, thí dụ như Habeas Corpus và hệ thống án lệ. Hầu hết Hiến pháp các quốc gia châu Âu chú trọng việc định nghĩa quyền cá nhân và quan tâm nhu cầu bảo vệ quyền này, trong khi toà án Anh đề ra một khuôn khổ để áp dụng các quyền này theo hệ thống hiến định. Hiến pháp các nước trong châu Âu quy định quyền cá nhân trong Hiến pháp, nhưng sự thực ra chỉ là một sự diễn dịch từ nguyên tắc chung trong Hiến pháp, mà khi cần thiết phải thay đổi Hiến pháp rất khó khăn, vì còn có vai trò của Quốc hội trong việc tu chỉnh. Lịch sử chứng minh rằng tại Anh quyền tự do cá nhân được đảm bảo tốt hơn các quốc gia châu Âu vì lẽ toà án Anh với hệ thống án lệ nghiêm minh đã bảo vệ chặt chẽ các quyền này. Do đó, tất cả vấn đề bảo vệ quyền căn bản Hiến định đều giống nhau. Ở Anh quyền tự do cá nhân được công luận và học giới cảm nhận là một phần trong luật thông thường hơn là luật Hiến pháp. Dicey xác nhận Hiến pháp được quy định trên nền tảng của Rule of Law và quyền tối thượng của Quốc hội. Việc tạo thành hay hủy bỏ luật Hiến pháp không phải là kết quả của một thành quả cách mạng.

Những phản biện đối với học thuyết của Dicey

Học thuyết của Dicey gây tiếng vang trong học giới, nhưng không có nghĩa là được sự đồng thuận, mà ngược lại, gây ra nhiều tranh luận.

Một trong những phản bác đầu tiên phải kể đến là *August Friedrick von Hyek*. Ông cho rằng không hề có sự phù hợp giữa hai khái niệm Rule of Law và quyền tối thượng của Quốc hội như Dicey giải thích vì lịch sử của học thuyết hiến định cũng như lịch sử về chủ thuyết tự do là một cuộc đấu tranh chống quyền tối thượng và nhà nước toàn năng. Do đó, nên đặt ra một giới hạn thẩm quyền của Quốc hội, nếu không, thì quyền hạn và tự do của người dân dù thông qua hệ thống common law cũng có thể bị Quốc hội hủy diệt trong một sớm một chiều.

Georffrey De Q. Walker cho rằng quyền tối thượng của Quốc hội cũng không phải là một trong những nguyên tắc chính của Hiến pháp Anh. Dicey đem lại nhiều mơ hồ trong học thuyết hơn là khai sáng vấn đề vì không thể giảm bớt nội dung của Rule of Law vào việc luật pháp chỉ là chuyện chấp nhận luật (rule of recognition). Khi giải thích Rule of Law, Dicey đề cao vai trò của Quốc hội và coi Quốc hội như là nguồn gốc tối hậu của mọi quyền hành và thoát khỏi những cưỡng chế về mặt luật pháp. Nếu theo chiều hướng giải thích này, mọi luật lệ khác đều mất đi ít nhiều giá trị. Khi cho rằng mọi hành vi của Quốc hội hầu như luôn luôn được tòa án chuẩn nhận là đúng, điều này nên nghi ngờ. Dicey không hề cứu xét đến những hậu quả pháp lý hay những ước vọng chính đáng của cá nhân. Theo luận điểm này, Dicey đã đề cao quá mức quyền tối thượng của Quốc hội, đồng thời làm suy yếu việc bảo vệ quyền cá nhân.

Có học giả khác lại phê bình việc kết hợp hai nguyên tắc Rule of Law và quyền tối thượng của Quốc hội là một sai lầm, vì lẽ không những gây tương phản trong áp dụng và tác hại cho toàn bộ mô hình Hiến pháp, mà còn làm cho luật Hiến pháp Anh không là nền tảng chắc chắn. Ý kiến phản biện quy vào điểm chủ yếu là việc Dicey chỉ dựa vào luận thuyết của Austin để triển khai. Một mặt, Dicey cổ vũ cho Quốc hội được quyền tối thượng trong sinh hoạt lập pháp, mặt khác, Dicey lại muốn đấu tranh cho tự do cá nhân thoát bỏ mọi chuyên chế theo mô hình của Hobbes. Tác phẩm của Dicey nên được coi như là một khởi thảo cho một mô hình của luật Hiến pháp và Rule of Law chỉ là một khuôn mẫu chỉ có giá trị nội tại giá trị được định hình và phát triển trong hệ thống của common law. Do đó, Rule of Law, tự nó, chỉ là một khẩu hiệu vô nghĩa, và nội dung của nó chỉ là một trong những đặc điểm của luật Hiến pháp.

Ý kiến khác lại cho rằng luận thuyết của Diecey là một sản phẩm phản ảnh những suy tư trong bối cảnh văn hoá và chính trị lúc bây giờ. Lý do thứ nhất để giải thích là vào cuối thế kỷ XIX những xung đột trong hệ thống common law và luận thuyết Austin đang ở thời kỳ cao điểm, mà Austin chỉ chú trọng vào những hoạt động lập pháp. Lý do thứ hai là một phần thuyết này bắt nguồn từ luận cương của Đảng Whig đang thắng cử từ năm 1866 cho đến 1884, hiển nhiên việc thắng cử làm vai trò của Quốc hội được nâng cao. Tác phẩm của Dicey, xuất phát từ trong bối cảnh đó, đã trở thành một tiêu chuẩn để giải thích cho mô hình Hiến pháp cho mãi đến sau khi đệ nhị thế chiến.

Những luận cứ bảo vệ của Dicey

Hiển nhiên, Dicey rất hãnh diện truyền thống luật pháp Anh trên hai bình diện lý thuyết và lịch sử, điều này có thể hiểu được khi ông đánh giá về sự phát triển luật Hiến pháp Anh. Để trả lời những phản biện, Dicey cho rằng mối quan hệ giữa Rule of Law và quyền tối thượng của Quốc hội không phải là mối quan hệ tự động, nhưng được hình thành và phát triển ở Anh mà thôi. Ông lấy mô hình Hiến pháp của Pháp để so sánh. Quốc hội Pháp và Quốc hội Anh, về cơ bản thì giống nhau về quyền lực, nhưng khi hành sử thì Quốc hội Pháp đã biểu thị một tinh thần hoàn toàn khác biệt. Quốc hội Pháp, nói chung, có khuynh hướng can thiệp quá nhiều vào các vào các hoạt động hành chánh và không tin về sự độc lập của tư pháp. Mặt khác, Quốc hội Pháp cũng nới tay để cho Hành pháp trong việc cai trị. Ngoài ra, còn có sự khác biệt về thái độ của Quốc hội Anh và Pháp trong mối quan hệ với công chức hành chánh. Công chức Anh mang tinh thần phục vụ Hoàng gia nhiều hơn, cho dù quyền lực của Quốc hội có tăng lên trong thực tế. Tinh thần phục vụ Hoàng gia cũng do truyền thống lịch sử và vì giới công chức Anh luôn có nghi ngờ đối với Quốc hội. Dù ở cương vị quyền tối thượng, Quốc hội Anh không can thiệp trực tiếp vào việc áp dụng luật pháp và không chủ trương cho các công chức hành chánh có quá nhiều quyền bải miễn truy cứu khi ra toà án. Điều này thì Anh trái hẳn với Pháp.

Mối quan hệ giữa Hoàng gia, Quốc hội, chính quyền và tư pháp tại Anh không luôn luôn tốt đẹp mà là xung đột và thỏa hiệp, mà việc toà án và Quốc hội liên minh để chống lại Hoàng gia là một chứng minh. Việc này thường xảy ra, mà căng thẳng là vào thế kỷ XVII và cao điểm nhất từ thế kỷ XVIII trở đi, liên hiệp Quốc hội và tòa án đã thắng thế và có nhiều thuận lợi hơn trong việc định hình cho luật pháp. Dicey cho rằng chính những biến cố này cho thấy Quốc hội có khuynh hướng bảo vệ sự độc lập của toà án, trong khi đó Hoàng gia nổ lực bảo đảm phương tiện cho hành pháp thi hành nhiệm vụ. Diễn biến của tình hình này khiến cho Quốc hội, dù có vai trò tối thượng, nhưng chỉ có thể hành sử được quyền này khi liên minh được với tòa án. Mối quan hệ này trở thành lịch sử và định hình cho khái niệm của Rule of Law.

Một điểm khác gây tranh luận là sự so sánh giữa Rule of Law và nguyên tắc hợp pháp. Dicey trả lời rằng Rule of Law không thể bảo đảm tuyệt đối các quyền cơ bản của người dân mà chỉ tìm cách nhằm chống lại sự lạm quyền của chính quyền. Khi so sánh các quốc gia châu Âu trong thế kỷ XVII, Dicey cho rằng nhìn chung các nước không có đàn áp thô bạo, nhưng thực tế cho thấy không có nước nào có thể bảo vệ người dân một cách hoàn hảo trước bạo quyền. Nhưng nước Anh thì việc cai trị không xuất phát từ sự thành tâm cố hữu của chính quyền mà là từ nguyên tắc hợp pháp của luật pháp. Rule of Law không trực tiếp đem lại một định nghĩa chính xác nào cho quyền tự do của người dân mà chỉ nhằm giới hạn vào mục tiêu bảo đảm về những an toàn của luật pháp và những tiên đoán về hành vi của chính quyền. Tự do được bảo đảm trong khuôn khổ của Rule of Law chỉ là một loại tự do còn sót lại trong hệ thống: tự do làm những gì mà luật pháp không cấm. Rule of Law không dựa vào các tuyên bố long trọng nhằm bảo vệ quyền cơ bản cho người dân mà căn cứ vào nguyên tắc hợp pháp. Khi Quốc hội có thể hủy bỏ các quyền cơ bản của người dân được quy định trong Hiến pháp khi cần, thì chính Rule of Law với nguyên tắc hợp pháp sẽ chống lại sự lạm quyền của hành pháp, cho dù Rule of Law không thể bảo đảm tự do tuyệt đối cho người dân trong việc hành sử các tự do của họ. Theo ông, đấy chính là một nguyên tắc mà mọi can thiệp vào đời sống, tự do và tài sản phải được cho phép bởi luật pháp.

Dicey cho rằng Quốc hội làm luật chỉ là việc để đưa ra các ý chí chung của nhà lập pháp, nhưng khi giải quyết tranh chấp thì chủ yếu phải là việc nâng cao vai trò của tư pháp. Việc Hiến pháp có nên giới hạn quyền của Quốc hội hay không, ông không coi đó là điều quan trọng, mà mỗi khi luật được ban hành đều phải được cơ quan hành chánh áp dụng đúng đắn và được cơ quan tư pháp theo dõi. Những nguyên tắc cơ bản của Hiến pháp Anh không chỉ là quyền tối thượng của Quốc hội mà chính là làm sao mà khi luật ban hành được toà án áp dụng theo đúng như quy định. Rule of Law và quyền tối thượng của Quốc hội không có khả năng loại trừ nhau mà có ảnh hưởng cộng sinh. Trong tinh thần này, pháp luật sẽ được duy trì và phát triển.

Dicey đề cao vai trò tòa án trong việc điển chế hoá hệ thống án lệ, chính toà án là một thành lũy bảo vệ tự do cá nhân. Toà án không thể hủy diệt luật của Quốc hội, mà trong thực tế toà sẽ áp dụng luật nghiêm nhặt hay thông thoáng hơn khi cần thiết. Chính tòa án là nơi bảo vệ quyền căn bản của người dân được hữu hiệu nhất. Đó là ý chính của Dicey để minh chứng rằng hai nguyên tắc quyền tối thượng của Quốc hội và vai trò tòa án bổ sung cho nhau trong việc bảo vệ người dân.

Thành công của Dicey trong tác phẩm này là một sự tổng hợp giữa hai khuynh hướng về hệ thống common law và truyền thống của chủ nghĩa tự do, làm hồi sinh lại huyền thoại về common law, những giá trị luật pháp cổ truyền khác và các căn bản giá trị của chủ thuyết tự do. Trong khuôn khổ giải thích này, Dicey khẳng định sự vi phạm những quyền hiến định có thể xảy tại Anh, nhưng không thể xáo trộn đến mức độ đưa tới một cuộc cách mạng triệt để làm thay đổi toàn bộ hệ thống luật pháp.

Dicey áp dụng luật Habeas Corpus để luận giải vấn đề. Luật Habeas Corpus được ban hành lần đầu tiên vào thời của Charles II, nhằm bảo vệ những người bị bắt giam vô cớ. Luật này được tu chỉnh dưới thời George III và nới rộng hơn việc bảo vệ liên quan đến thủ tục tố tụng hình sự. Tòa án có quyền yêu cầu cơ quan chấp pháp làm rõ việc giam người và làm nhanh thủ tục xét xử. Dicey cho rằng việc áp dụng luật Hebeas Corpus của toà án đã tăng giá trị cho luật Hiến pháp hơn là Quốc hội. Thực tế cho thấy đây là điều không dễ dàng. Trong thời kỳ hỗn loạn chánh trị, việc bắt nghi can phạm pháp của cơ quan chấp pháp tăng nhanh. Việc sốt sắng này gây cho toà án nhiều ngờ vực nên đã áp dụng luật chặt chẽ hơn. Tranh chấp đã xảy ra đến mức Quốc hội phải can thiệp bằng cách ra luật đình chỉ việc thi hành luật Habeas Corpus để giúp cho chính quyền làm tốt hơn việc trị an, nhất là liên hệ tới các vụ việc vi phạm an ninh và phản quốc ở mức trầm trọng. Vấn đề là tìm cách giải thích thế nào là tính cách khẩn cấp và gây nguy hại cho an ninh quốc gia, nhưng trong chừng mực nào thì quyền an toàn của người dân phải được bảo vệ. Đây cũng là một đề tài tranh luận quen thuộc trong học giới mà ở bất cứ nước nào cũng có. Việc đình chỉ thi hành luật không được phép hiểu là hợp pháp hoá mọi hành vi bắt người trái phép, nhưng giới hạn việc can thiệp của toà án trong thời kỳ biến động và đem lại niềm tin cho các cơ quan chấp pháp trong khi thi hành công vụ, nhưng lại cho thấy đây chính là sự biểu hiện quyền tối thượng của Quốc hội.

Theo Dicey, Quốc hội có quyền theo dõi các hoạt động của tòa án, nếu không, thì quyền tối thượng của Quốc hội sẽ không còn ý nghĩa. Khi Quốc hội ra các đạo luật đình chỉ thi hành luật Habeas Corp thì cũng phải theo đúng thủ tục pháp định. Việc đình chỉ không phải là những bảo vệ hiến định về quyền công dân trong các thủ tục về tố tụng hình sự hoàn toàn vô giá trị, mà thực tế toà án vẫn tiếp tục bảo vệ an toàn cho người dân trong các thủ tục xét xử và chỉ làm giảm đi những hậu quả về mặt bảo vệ nhất thời trong tình hình an ninh nguy kịch. Dicey cho rằng tòa án không thể áp dụng luật quá cứng ngắt mà không chú trọng đến khí cạnh an nguy của đất nước và xem đây là những ngoại lệ.

Dicey kết luận rằng quyền tối thượng của Quốc hội và khái niệm Rule of Law bổ sung cho nhau. Quyền tối thượng giúp cho Rule of Law định hình và phát triển và ngược lại chính Rule of Law đòi hỏi Quốc hội cũng phải theo đúng nguyên tắc hợp pháp. Điểm chủ yếu mà ông theo đuổi là đã phá vai trò của toà án hành chánh và các quyền bãi miễn truy cứu cho công chức, một một mối nguy cơ trong hệ thống pháp luật, nằm ngoài phạm vi bảo đảm của common law cũng như ý chí của nhà lập pháp.

So sánh giữa hai khaí niệm Rule of Law và Rechtsstaat

Khái niệm Rechtsstaat là một công trình mà các học giả Đức đã tiếp thu từ các học thuyết của *Locke, Rousseau và Montesquieu* rồi vận dụng vào hoàn cảnh của Đức sau thời kỳ khai sáng. Quan tâm chủ yếu của học giới Đức vào cuối thế kỷ XVIII là cho dù ý chí của nhà lập pháp trong việc bảo vệ quyền tự do của người dân có mạnh đến đâu, thì nó cũng không đủ để việc áp dụng được hữu hiệu hơn. Một lý do khác là một trật tự nhằm bảo đảm tự do không thể chỉ dựa trên quyền tối thượng của Quốc hội, vì lẽ Quốc hội có khả năng và ý chí hủy diệt quyền này khi cần. Từ giữa thế kỷ XIX các học giả Đức như *Lorenz von Stein và Otto Bähr* đã tổng hợp khái niệm của Hobbes và Montesquieu để định hình cho vai trò của nhà nước mà quan trọng nhất là họ đã vận dụng thành công nguyên tắc tam quyền phân lập.

Thành quả này làm cho các vai trò bộ máy nhà nước được xác minh.

Từ cuối thế kỷ XIX khái niệm Rechtsstaat thể hiện rỏ hơn trước vì nguyên tắc hợp pháp không những áp dụng cho cơ quan tư pháp trong việc xét xử, mà còn cho các cơ quan hành chánh. Về sau, *Rodolf von Jhreing* với học thuyết nhà nước tự giới hạn và *Georg Jellinik* với học thuyết về tố quyền của người dân như là một chủ thể pháp luật đã bổ sung làm cho giá trị Rechtsstaat được gia tăng. Dĩ nhiên, với ý thức tôn trọng luật pháp của dân chúng và những yếu tố văn hoá và lịch sử đã làm thuyết này được áp dụng thành công.

Về cơ bản, Rule of Law không quá cách biệt với Rechtsstaat trong việc xác định quyền của tự do của người dân là một quyền hiến định. Trong một nhà nước hiện đại, các khái niệm luật pháp đều mang tính phổ quát, hình thức, hợp lý và hợp pháp trong sự kết hợp với chủ thuyết tự do cá nhân được quy định trong Hiến pháp. Nhưng làm sao dung hoà được sự bảo vệ quyền tự do với quyền lực của nhà nước và vai trò Quốc hội, đó là ở điểm khác biệt.

Việc áp dụng Rule of Law có phần khác với Rechtsstaat. Dicey không công nhận luận thuyết của Montesqiueu về tam quyền phân lập và sự tùy thuộc của Quốc hội vào Hiến pháp là phù hợp với Anh, nhưng theo ông, Rule of Law phải dựa vào nguyên tắc hợp pháp và có trách nhiệm theo dõi sự lạm quyền của hành pháp. Đây là điểm tương đồng của cả hai. Nhưng điểm dị biệt là Rule of Law và quyền tối thượng Quốc hội bổ sung cho nhau trong việc bảo vệ tự do và Rule of Law được hữu hiệu hay không nhờ vai trò toà án. Đó là sự khác biệt giữa Dicey, Montesquieu và Rousseau. Theo Dicey, luận thuyết của Montesquieu và Rousseau không thuyết phục vì quan điểm về một nền tư pháp độc lập là một điều trái ngược truyền thống Anh. Ông không tin vào vai trò trung dung của toà án mà toà án chỉ là một phương cách thực hành ý chí của nhà lập pháp.

Kinh nghiệm cho thấy việc áp dụng luật pháp không thể coi là máy móc, nhưng nhờ có một hệ thống án lệ hoàn chỉnh của common law giúp cho việc bảo vệ dân quyền được tốt hơn. Nguyên tắc của Rule of Law chỉ là một khởi đầu trong tiến trình dài để phát huy dân chủ. Nhưng đâu là sự chính thống của luật pháp? Sự chính thống này không phải là hiển nhiên mà có, cũng không phải vì Quốc hội Anh có tính chất dân chủ mà có. Theo Dicey, vấn đề tùy thuộc vào mức độ áp dụng luật pháp tại toà án. Chính tòa án xét nguyên tắc hợp pháp của luật pháp, lúc đó mới xác định được là luật pháp có dân chủ và chính thống hay không. Đặc điểm này chỉ có được trong truyền thống của common law.

Rechtsstaat mang tham vọng sâu xa hơn khi đề cao tố quyền của người dân trong trường hợp chính quyền vi phạm vào các quyền tự do cơ bản và chú trọng về luật nội dung hơn là luật thủ tục. Sau chiến tranh kết thúc, nhiều học giả Đức lại càng lý tưởng hoá vấn đề hơn, khi có ý định mở rộng phạm vi áp dụng tố quyền của người dân trong các vấn đề an sinh xã hội.

Kết luận

Dicey đem lại một nội dung cho Rule of Law, mặc dù công trình không hoàn hảo, vì thiếu luận cứ triết học vững chắc và không phân biệt rõ giữa lý thuyết về luật Hiến pháp và những khía cạnh thuộc về thể chế. Dicey lập luận rằng toà án phải áp dụng nguyên tắc hiến định khi xét xử, nhưng ông không chú tâm đúng mức tới vấn đề giới hạn quyền lực của chính phủ và Quốc hội. Dicey đề cao hệ thống pháp luật của Anh khi so sánh với các quốc gia dân chủ phương Tây khác cùng thời kỳ. Tuy nhiên, để đánh giá sự thành tựu khái niệm Rule of Law đúng đắn hơn, chúng ta cần xét đến vai trò của văn hóa và giáo dục trong việc nâng cao trình độ kiến thức và ý thức của người dân, đó là những đóng góp đang kể làm cho khái niệm Rule of Law có ược như ngày nay.

5

Khái niệm Rule of Law của Hoa Kỳ

Vấn đề

Những thành tựu ngoạn mục về đổi mới kinh tế của Việt Nam tạo được nhiều ấn tượng cho chính quyền và doanh giới Hoa Kỳ. Mối quan hệ giữa Hoa Kỳ và Việt Nam đã phát triển tốt đẹp hơn qua thời gian. Hai nước đã trao đổi nhiều quan tâm chung từ mậu dịch đến văn hoá và an ninh, nhưng cho đến nay Việt Nam đã không có cải tổ luật pháp tương xứng như phía Hoa Kỳ hy vọng dù Việt Nam luôn đề cao vai trò nhà nước pháp quyền. Trong khi Việt Nam đang tiếp tục tìm hiểu về đất nước và con người Hoa Kỳ thì một khía cạnh đặc biệt nhất là hệ thống pháp luật và khái niệm Rule of Law lại ít được công luận quan tâm. Giới thiệu những đặc điểm này để đóng góp vào việc thảo luận chung hiện nay là mục tiêu của bài viết sau đây.

Không giống các nước Anh, Pháp và Đức khái niệm Rule of Law tại Hoa Kỳ gắn liền với chủ thuyết về tự do của chủ nghĩa tư bản và hệ thống chính trị dân chủ. Đây chính là hai tiền đề đặt ra để tìm hiểu.

Khái niệm về tự do

Chủ thuyết về tự do tại Hoa Kỳ đề cao vai trò của cá nhân trong mọi quyết định. Mỗi người trưởng thành đều có quyền theo đuổi lối sống mà chính mình lựa chọn và không làm hại đến người khác. *Hobbes và Locke* đề xuất lý thuyết về khế ước xã hội nhằm giới hạn quyền tự do tuyệt đối cá nhân. Cả hai lập luận là cuộc sống mà không có luật pháp chỉ đem lại sự bất an cho mọi người. Do đó, mỗi cá nhân phải đồng ý từ bỏ một phần tự do tuyệt đối của mình để đánh đổi lấy sự bảo vệ của luật pháp mà xã hội mang lại. Nhưng đồng thuận đến mức độ nào cho sự đánh đổi này là vấn đề. Chính quyền tôn trọng tự do cá nhân nhưng cá nhân cũng phải tuân thủ pháp luật do xã hội đề ra. Ý niệm này đưa đến khái niệm về công bình trước pháp luật. Bất cứ ai cũng phải tuân hành pháp luật như nhau, kể cả chính quyền cũng không thể đưa ra những ưu quyền khi áp dụng luật pháp, mà bốn hình thức về tự do cơ bản sau đây là một đặc điểm trong sinh hoạt dân chủ tại Hoa kỳ.

Tự do chính trị

Từ bỏ tự do cá nhân là điều không ai muốn, nhưng người dân chỉ từ bỏ khi đánh đổi nó để được gì cao quý hơn. Câu trả lời là cá nhân chỉ tuân thủ luật pháp do chính mình làm ra và vì đây chính là quyết định của mình mà không do người khác áp đặt. Vì làm luật để bảo vệ mình chứ không làm luật để chống mình, nên không có người dân nào đồng tình cho việc áp dụng những luật đàn áp. Những quyền tự do cơ bản theo ý nghĩa chính trị là tự do đầu phiếu, ngôn luận, lập hội và đi lại.

Tự do trước pháp luật.

Cá nhân được hưởng tự do đích thực khi chính quyền hành sử đúng luật pháp quy định. Đây là một đòi hỏi chính đáng vì cho dù người dân phải chấp hành luật pháp nhưng cũng cần phải biết trước chính quyền sẽ áp dụng luật lệ nào, hậu quả nào mình sẽ phải nhận lảnh khi vi phạm. Luật pháp, dù mang tính tổng quát, nhưng phải rõ ràng, có thể giải thích được theo tiêu chuẩn quy định. Hình luật là một thí dụ điển hình, không ai có thể bị trừng phạt mà khung hình phạt và tội danh không được quy định trước. Quan trọng nhất là mỗi người được suy đoán là vô tội cho đến khi có bằng chứng ngược lại. Do đó, tự do trước pháp luật phải được hiểu là cá nhân được phép làm những gì mà luật pháp không cấm.

Tự do cá nhân

Tự do của cá nhân chỉ được tôn trọng khi những cấm đoán liên hệ đến tự do phải được quy định. Tại Hoa Kỳ những giới hạn này đã được đề ra trong *Bill of Rights*. Theo đó, tự do cá nhân có thể bị giới hạn về mặt thủ tục hay nội dung và chính quyền khi nào được can thiệp vào tự do cá nhân, trong chừng mực và lĩnh vực nào. Đây là một vấn đề gây nhiều tranh luận trong học giới vì tự do cá nhân có liên hệ đến dân quyền và nhân quyền, mà hai phạm vi quan trọng nhất là tự do tôn giáo và tự do lương tâm. Điểm chủ yếu của hai tự do này là chính quyền không thể ngăn trở hay trừng phạt bất cứ ai vì niềm tin cá nhân của họ.

Tự do được thể chế hóa.

Tự do cá nhân chỉ được bảo đảm khi bộ máy nhà nước tổ chức quy củ, điển hình là phải thể chế hoá để gây niềm tim cho người dân mà hai nguyên tắc tam quyền phân lập và cơ chế phân quyền trung ương địa phương là hai điểm chủ yếu. Sự phân quyền này, nếu hữu hiệu, sẽ tránh được nguy cơ tập trung và lạm quyền mà cuối cùng là người dân chịu thiệt hại. Sự phân biệt thẩm quyền lập pháp và tư pháp là quan trọng nhất là vì luật pháp phải có trước khi được áp dụng. Chính toà án là nơi phán xét cuối cùng mọi hành vi các hoạt động của chính quyền và cá nhân là hợp hiến và hợp pháp hay không. Để đạt được yêu cầu này, mọi người dân phải có tự do khiếu kiện khi quyền tự do của mình bị vi phạm. Một đặc điểm nổi bật của tự do được thể chế hoá là không phải cá nhân tự quyết định vấn đề mà chính hệ thống chính trị và luật pháp khi được thể chế hoá sẽ mang đến một cơ chế bảo vệ hữu hiệu.

Bốn tự do nêu trên nếu được thực hiện đầy đủ thì tự do cá nhân người dân sẽ được bảo vệ tối đa. Điều này chỉ có trong một xã hội mà nền dân chủ đã được định hình mà quyền tự do là giá trị chung cho sinh hoạt xã hội được mọi người cùng tôn trọng và thực thi. Lý tưởng này cũng đã gây nhiều tranh cải tại Hoa Kỳ khi tự do chính trị và quyền cá nhân là những xung đột thường trực.

Xung đột giữa chính quyền và dân quyền

Câu hỏi chủ yếu mà người dân trong một xã hội dân chủ đặt ra là: Ai cai trị tôi đây? Trong chừng mực nào thì họ được phép can thiệp vào đời sống cá nhân của tôi? Giá trị cao cả của chủ thuyết tự do là đề cao tự do cá nhân và hạn chế tối đa quyền can thiệp của chính quyền trong mọi sinh hoạt xã hội. Nói một cách lý tưởng, thì bất cứ sự can thiệp nào cũng là điều bất hạnh cho người dân, dẫn đến sự bất ổn và dễ phát sinh độc tài và mị dân, nhất là dễ mất tài sản. *Kant* cho rằng người dân có quyền tự do không tuân thủ bất cứ loại luật nào mà mình không ủng hộ. Ông đề cao vai trò tích cực của người dân trong các cuộc bầu cử, nhưng chê trách những người còn đang học nghề, phụ nữ, gia nhân và tá điền vì họ không tham gia bầu cử. Quyền lợi của giới này luôn bị lệ thuộc vào người chủ nên họ lơ là việc đầu phiếu, từ đó mà giai cấp hữu sản dễ lạm dụng dân chủ.

James Madison và *Alexander Hamilton* trong *the Federalist Papers* cũng đề cập sự nguy hiểm của chế độ dân chủ. Hai ông cho rằng bảo vệ tự do công cộng, tôn trọng tự do cá nhân, chống lại mọi sự lạm dụng nhân danh dân chủ của đa số và phải duy trì tinh thần và hình thức của một chính quyền của toàn dân, đáp ứng tất cả mọi yêu cầu này cùng một lúc là một thách thức lớn. Dân chủ là hình thức cai trị tốt nhất nhưng lại có quá nhiều đe dọa cho cho quyền tự do kết ước và quyền tôn trọng tư hữu. Hai ông đề ra ba phương cách nhằm giới hạn những nguy hiểm do dân chủ mang lại.

Thứ nhất, nền dân chủ đại nghị được suy đoán là tốt vì luật pháp do tầng lớp trí thức làm ra, giới này có hiểu biết và suy luận nên không dễ bị lung lạc bởi những cảm tính nhất thời của quần chúng. *Thứ hai*, dù tam quyền phân lập và phân quyền theo cơ chế trung ương địa phương hạn chế sự tham gia trực tiếp của quần chúng, nhưng cơ chế này khó làm cho chính quyền biến thành một bộ máy thống trị. Chính vì xã hội bị phân tán quá nhiều qua các nhóm lợi ích và nhiều tầng lớp khác nhau, nên chính quyền không thể nào có khả năng kết hợp mọi quyền lợi dị biệt này để lạm dụng dân chủ dẫn đến độc tài. *Thứ ba* là vai trò kiểm soát của tư pháp. *Hamilton* cho rằng phải hạn chế thẩm quyền lập pháp của Quốc hội và nâng cao vai trò của Toà Bảo Hiến. Nhiệm vụ của toà án là kiểm tra mọi hành vi của chánh quyền và Quốc hội, nếu không, việc bảo vệ quyền lợi người dân ghi trong Hiến pháp và luật pháp trở nên vô nghĩa. Giá trị của Hiến pháp không chỉ đề cao mà phải được thực thi khi bị vi phạm. Cơ quan tư pháp không là một mối đe doạ cho hành pháp và lập pháp. Chế độ tài phán chịu trách nhiệm giải thích luật pháp, tố cáo và trừng phạt mọi hành vi phạm pháp.

John Marshall, thẩm phán Tối Cao Pháp Viện cũng theo quan điểm của *Hamiliton*. Ông cho rằng mọi thủ tục xét xử của tòa án phải theo đúng quy định của Hiến pháp. Hiến pháp nhằm đưa tới sự cai trị bằng luật pháp chứ không phải do sự cai trị của con người. Một Hiến pháp thành văn phải quy định những biện pháp kiểm soát, đặc biệt là những giới hạn về thẩm quyền lập pháp. Nhưng đề cao quá mức vai trò của tư pháp trong việc xét xử sẽ đi đến phản dân chủ vì vấn để bảo vệ quyền lợi của người dân cuối cùng cũng sẽ bị xâm phạm khi nền tư pháp bị lạm dụng. Thực ra, cơ quan tư pháp cũng như lập pháp và hành pháp là một định chế dân chủ, cũng được bầu cử và bổ nhiệm theo đúng quy định dân chủ. Do đó tư pháp cũng bị kiểm soát, nên sự lạm dụng khó có thể xãy ra.

Tự do và đạo đức

Ý nghĩa cao cả của chủ thuyết tự do là tôn trọng tự do cá nhân. Mỗi người có quyền có viễn kiến riêng và tự do theo đuổi và hành động những gì mà mình cho là tốt đẹp nhất cho đời mình. Nhưng tốt hay xấu lại là vấn đề đạo đức cá nhân trong lương tâm xã hội. Định nghĩa tốt xấu hay dở là do trình độ văn hoá và lối sống của từng cá nhân và sự chấp nhận của xã hội. Không ai có thể tổng quát hoá một lối sống hay một mục tiêu và áp đặt người khác phải tuân theo, nhất là trong một xã hội đa dạng và đa chủng. Tự do cá nhân chỉ có thể phát huy trong một xã hội dân chủ nếu xã hội này chấp nhận đa dạng về đạo đức. Hoa Kỳ có nhiều sắc dân và khuôn mẫu văn hoá khác nhau, nên mô hình đa dạng về giá trị đạo đức và văn hoá là đặc điểm lịch sử và dễ được chấp nhận hơn. Tôn trọng tự do cá nhân và khoan dung trước những giá trị đạo đức khác biệt là một đặc điểm xã hội Hoa Kỳ. Do đó, tự do phải đóng một vai trò trung dung trong việc hình thành khuôn mẫu đạo đức cho xã hội. Chính quyền không vì nhân danh tự do để áp đặt một khuôn mẫu đạo đức.

Tự do và tư bản

Ý niệm về tự do liên hệ đến sinh hoạt kinh tế thị trường trong xã hội tư bản. Chủ thuyết tự do thường bị phê phán là một sản phẩm của giới tư sản khi căn cứ vào sự hình thành của thương giới và sự phát triển đô thị tại nước Anh trước đây. *Locke* giải thích khi bắt đầu có tài sản, doanh giới ý thức được sự phát triển thế lực nhằm chống lại mọi đặc quyền của giới quý tộc và giáo hội, đặc biệt chống lại mọi sự áp đặt thuế khoá bất công. Một trong những tự do được đề cao trong thời kỳ này là tự do kết ước các hợp đồng thương mại và lao động và quyền bảo vệ tài sản. Doanh giới còn đòi hỏi rằng khi chính quyền can thiệp vào các hoạt động kinh tế thì phải có những luật lệ rõ ràng có thể đoán trước và nhất là không làm hại đến các tự do hoạt động của họ. *Max Weber* nêu rỏ khi mọi hành vi của chính quyền có thể tiên đoán được và pháp luật bảo đảm được mọi hoạt động kinh tế đó chính là là tiền đề cho sự phát triển chủ nghĩa tư bản.

Chủ thuyết về tự do ra đời tại Hoa Kỳ là một trong những thành tố giúp cho sự phát triển hệ thống luật pháp, nhưng quan trọng nhất là sự thành hình Hiến pháp, mà khái niệm chính sẽ được giới thiệu sau đây.

Khái niệm về Hiến pháp

Từ 1764 cho đến 1776 khái niệm về Hiến pháp được định hình và làm khởi điểm cho mọi học thuyết về luật Hiến pháp sau này. Từ *constitution* được sử dụng để chỉ tính cách tạo lập của Hiến pháp. Luật Hiến pháp quy định tổ chức của bộ máy nhà nước và các quyền cơ bản người dân, việc thành hình Quốc hội và các trường hợp tu chỉnh Hiến pháp. Luật này phải được toàn dân biểu quyết và đặt được kiểm soát bởi các cơ quan tư pháp, mà Tối Cao Pháp Viện là một thể chế cao nhất. Vì luật Hiến pháp có tính tối thượng nên người Hoa Kỳ gọi là luật của luật *(Rule of rules)* mà người Việt có thói quen gọi là luật mẹ của các luật khác.

Các học thuyết luật Hiến pháp đều đồng ý một điểm chung là quyền quyết định vận mệnh đất nước thuộc toàn dân mà Hiến pháp là một bản văn quy định cao nhất. Dù thực tế có sự xung đột giữ chính trị và luật pháp, nhưng tinh thần thượng tôn luật pháp hay uy lực pháp quyền *(Rule of Law)*, đặc biệt là luật Hiến pháp là điểm chính. Từ đó, khái niệm *Rule of Law* ra đời để nhằm đề cao vai trò pháp luật trong việc cai trị đất nước, chính tinh thần này quyết định chứ không phải bởi con người *(rule of men)*. Tinh thần của *Rule of Law* tại Hoa Kỳ biểu hiện sự bảo vệ các tự do cơ bản của người dân, đặc biệt là quyền tự do chính trị và quyền tự do dân sự mà Hiến pháp đề ra và ý nghĩa của nó đã được *Montesquieu* giải thích.

Đến thế kỷ XX thì khái niệm về luật Hiến pháp tại Hoa Kỳ được xét lại triệt để vì lý do luật pháp diễn biến phức tạp qua thời gian. Trước đây, Hiến pháp được coi là văn kiện bảo đảm dân quyền và thẩm quyền lập pháp của Quốc hội được coi trọng. Thực tế cho thấy có quá nhiều tình huống xảy ra trong xã hội ngoài dự liệu của nhà lập hiến và lạm dụng của hành pháp, nên chế độ tài phán của cơ quan tư pháp lại được quan tâm. Ngược lại, học giới luôn cảnh báo là tính tối thượng của luật Hiến pháp không còn nửa và lo ngại rằng chính Tối Cao Pháp Viện làm mất đi sự an toàn pháp luật. Thực ra, vấn đề này đã có từ lâu trong khi Tối Cao Pháp Viện quyết định các vấn đề vi hiến của lập pháp và hành pháp, điển hình là việc chánh án *John Marshall* chuẩn nhận từ án lệ *Marbury v. Madison* từ 1803.

Tựu chung, trong suốt thế kỷ XIX các học giả nêu lên hai mô hình chính cuả luật Hiến pháp. Mô hình thứ nhất chiếm được ưu thế từ ngay sau khi nội chiến chấm dứt mà nguyên tắc chủ yếu là những quyền tự do cơ bản được bảo vệ hữu hiệu khi nguyên tắc phân quyền và cơ chế chính quyền liên bang được thực thi. *Bill of Rights* là một phương tiện để bảo đảm quyền này nhắm chống lại sự can thiệp của chính quyền liên bang và đề cao việc thực thi dân quyền.

Mô hình thứ hai được áp dụng tử cuối thế kỷ XIX cho đến thời *New Deal*, đặc biệt là sau khi tu chính án XIV được phê chuẩn. Điểm chính là xác nhận ưu quyền của công dân liên bang trước quyền công dân tiểu bang. Mô hình thứ hai này dựa theo một án lệ giải thích của Tối Cao Pháp Viện về nguyên tắc trọng pháp theo luật thủ tục *(the clause of due process)*. Toà án quy định rằng chính quyền chỉ có chức năng của một người gác đêm và làm trọng tài trong mọi tranh chấp quyền lợi xã hội. Do đó, Hiến pháp cần quy định rõ hơn về các thủ tục trong tự do kết ước. Dù đề cao tự do kết ước, nhưng toà án đã chống đối việc quy định khế ước lao động dảnh cho trẻ em.

Khái niệm về luật Hiến pháp đã có phần nào nội hàm của Rule of Law, nhưng học giới đã góp phần định hình khái niệm này và diễn tiến này được đề cập sơ lược sau đây.

Khái niệm Rule of Law

Ngay từ thế kỷ XVIII các học giả về luật Hiến pháp như *Edmund Burke, Benjamin Franklin* và *Allan Remsey* đều có một nhận xét chung về Hiến pháp Hoa Kỳ là một sự tiếp nối lịch sử các truyền thống luật pháp của nước Anh. Nhưng khi giải thích về chủ thuyết lập hiến của Hoa kỳ thì họ lại cho rằng truyền thống luật pháp tại Hoa kỳ có chiều hướng canh tân hơn vì không có các vấn đề thuộc địa, mà có tinh thần cách mạng và thấm nhuần các tư tưởng của *Locke* và *Sidney*. Đây là một đặc điểm làm phát triển khái niệm Rule of Law trong suốt các thập kỷ 1760 và 1770. Chính *John Adam, Thomas Jefferson* và các học giả về luật Hiến pháp đã tinh lọc được những tư tưởng về luật học của nước Anh để áp dụng vào trường hợp của Hoa Kỳ. Họ đã mạnh dạn đoạn tuyệt với tư tưởng quân quyền của nước Anh và đề cao quyền dân tộc tự quyết.

Các học giả đồng ý là có sự phân biệt về thẩm quyền lập hiến của người dân và thẩm quyền lập pháp cuả Quốc hội. Quốc hội không thể nhân danh nhân dân và lý tưởng của luật pháp mà giới hạn quyền tối thượng của người dân, Quốc hội chỉ là một phương tiện nhằm bảo tồn quyền của người dân và không thể thay thế quyền dân tộc tự quyết vì bất cứ danh nghĩa gì. *Rule of law* và *rule of the people* có một mối quan hệ chặt chẽ đưa đến ý niệm chung là người dân có quyền tự quyết trong tinh thần tôn trọng pháp luật. Ít nhất về mặt lý thuyết, điều này được duy trì cho dù điều V của Hiến pháp đã quy định thủ tục tu chỉnh hiến pháp khá phức tạp và thủ tục xét các hành vi vi hiến và vi luật của Quốc hội đã được án lệ *Marbury v. Madison* chuẩn nhận.

Đến thế kỷ XIX khi các thảo luận về khái niệm Rule of Law và quyền dân tộc tự quyết các học giả đã chia thành hai ý kiến đối nghịch, *populist republicanism* và *classical republicanism*. *Philip Pettit*, đại biểu cho *populist republicanism*, cho rằng sự tham dự của quần chúng trong sinh hoạt chính trị là quan trọng nhất. Trong một nước dân chủ thì người dân rất ít khi cần đến cơ quan lập pháp và chính quyền. „*Toàn dân*" theo ông là một khái niệm diễn đạt một khối quần chúng thuần nhất và đồng dạng. Chính quyền, dù tiểu bang hay liên bang, chỉ là một cơ chế trung gian nhằm dung hoà mọi đòi hỏi quyền lợi dị biệt, nhất là tạo điều kiện cho sự dung hoà quyền lợi này qua thủ tục quyết định của đa số vả nhất là tránh được tính trạng của *rule of men*.

Đối với *Madison*, đại biểu cho *classical republicanism*, thì đặc quyền của Tối Cao Pháp Viện cần phải được hạn chế, vì cơ quan này chỉ nên tập trung kiểm soát mọi hành vi hiến của Quốc hội và không có đặc quyền giải thích hiến pháp. Chánh án *Marschall* cũng theo quan niệm này và cho rằng cần phải làm rõ thẩm quyền kiểm tra của tòa án trước về các hành vi vi hiến và vi phạm pháp luật. Xác định được đâu là quyền tự do chính trị và quyền tự do dân sự và loại bỏ được mọi trở ngại trong việc thi hành quyền dân tộc tự quyết là luận thuyết chính của *classical republicanism*.

Hai ý niệm này bắt nguồn từ bối cảnh của sự tranh luận gay gắt về ý nghĩa của cuộc cánh mạng Hoa kỳ giữa hai đảng *Republican Party* và *Federalist Party* trong cuộc tranh cử vào năm 1800 và cuối cùng đem lại việc thắng cử của *Jefferson*. *Jefferson* cho rằng nền dân chủ của Hoa kỳ phải là một cuộc các mạng thường trực, đúng hơn là biểu hiện một tinh thần liên tục giữa các cuộc bầu cử và cách mạng. *Jefferson* tự hào sự thắng cử cuả ông chính là một cuộc cách mạng lần thứ hai của Hoa kỳ.

Có học giả cho rằng những tuyên bố trong lúc vận động tranh cử cũng như diễn văn nhậm chức của *Jefferson* đã làm suy yếu giá trị cao cả của hiến pháp và *Rule of Law*. Thật ra, *Jefferson* đã đề cao những nguyên tắc về quyền đầu phiếu của người dân mà không đề cập trực tiếp đến giá trị của *Rule of Law*. Ông ca ngợi quyền bầu cử của người dân vì đây là một phương tiện mềm dẻo và an toàn nhằm uốn nắn lại những lạm dụng từ những thành quả cách mạng mà thời kỳ ấy không có phương tiện nào khác để cải thiện. Theo tinh thần dân chủ đa số, *Jefferson* đề nghị cần phải đưa luật Hiến pháp ra khỏi phạm vi chính trị. Quyền lực nhân dân chính sẽ định hình cho hoạt động của chính phủ và nguyên tắc này sẽ mang lại hạnh phúc cho toàn dân. Dĩ nhiên hành sử quyền dân tộc tự quyết không thể lập lại thường xuyên, khi người dân đã xác quyết những nguyên tắc này là quyền cơ bản thì nó được coi như là có giá trị hằng cửu. Những nguyên tắc hiến định này cũng phải giới hạn thẩm quyền lập pháp và mọi hành vi nào của Quốc hội đi ngược lại nguyện vọng của người dân đều bị xem là vi hiến. Án lệ *Marbury v. Madison* là khởi điểm nhằm xác nhận lại thẩm quyền của cơ quan tư pháp nhằm bảo vệ những nguyên tắc hiến định.

Ngược lại, *Marschall* đã hậu thuẫn cho *Federalist* khi đề cao vị thế của tòa án. Học thuyết *classical republicanism* được John Adam và các học giả khác thuộc đảng *Federalist* triển khai. Họ đề cao yếu tố tín nhiệm của dân chúng nơi các đại biểu Quốc hội. Trong khi các cá nhân thường bị nghi là dễ mua chuộc và quá nhiều quyền lợi dị biệt, do đó những ý kiến của người dân cần phải tinh lọc qua tiến trình chánh trị mà việc bầu cử các đại biểu là một điển hình. Tham gia bầu cử của người dân là quan trọng vì nhằm ngăn ngừa sự thoái hoá của chính quyền qua các thái độ mị dân và độc tài, làm thiệt hại quyền lợi cho người dân.

Adam đã đào sâu ý nghĩa của chủ thuyết *republicanism* khi đem so sánh với nền Cộng Hoà của Pháp. Ông cho rằng Pháp và Anh đều dùng từ *Republic*, nhưng thật ra khác với tư duy của người Hoa Kỳ. Ở Pháp và Anh từ Cộng Hoà được hiểu đồng nghĩa với nền dân chủ nghị viện, có nghĩa là chính quyền là một tổng hợp mọi quyền lực vào một trung tâm và trung tâm đó chính là nhà nước, mà nhà nước là một tập hợp duy nhất được dân chúng trao cho quyền dân tộc tự quyết để sử dụng trong một thời gian nhất định. Đối với người Hoa Kỳ thì sự đánh bại quân quyền không hề nhất thiết đưa tới một nền dân chủ với ý nghĩa tuyệt đối.

Adam nghi ngờ khả năng giải quyết vấn đề của chính quyền dân chủ vì trong xã hội có quá nhiều đòi hỏi bất hợp lý của dân chúng và thái độ mị dân cuả một thiểu số quý tộc. Nền Cộng Hoà của Hoa kỳ là kết quả của sự cai trị của toàn dân, nhưng ý niệm về toàn dân sẽ không có được khi không có luật Hiến pháp và những nguyên tắc bảo vệ người dân. Toàn dân không phải chỉ là một đa số thầm lặng, mà chính là khi đa số này lên tiếng và quyết định vận mệnh của mình. Quyền lực của nhân dân phải song hành trong tinh thần thượng tôn luật pháp hay uy lực pháp quyền *(rule of law)*, và quyền lực này không phải là do con người cai trị *(rule of men)*.

Để đạt lý tưởng này *Adam* đề xuất ý niệm kiểm soát và quân bình quyền lực *(checks and balances)*. Ông cho rằng đây là một phương tiện hữu hiệu nhằm bảo vệ quyền tự do của người dân không bị xâm phạm khi chính quyền chỉ theo đuổi những tham vọng riêng. *Adam* không phủ nhận giá trị cao đẹp của quyền dân tộc tự quyết nhưng ông cho là dung hoà mọi thành quả cách mạng qua các xây dựng các định chế chính trị với phương thức kiểm soát và quân bình là chính. Đây là một hình thức nhằm duy trì quyền dân tộc tự quyết.

Trong suốt thế kỷ XIX công luận luôn chỉ trích về vai trò của Tối Cao Pháp Viện, vì không quan tâm đến quyền lợi thiết thực của người dân, luật pháp xa rời thực tế nhất là khi mà chỉ có luật sư mới hiểu được luật và đất nước được cai trị những chuyên gia mà không có quyền ủy nhiệm của người dân.

Án lệ *Lochner v. New York* vào năm 1905 làm công luận càng không tin vào một nền tư pháp độc lập, và nhất là về hình ảnh của một vị chánh án công tâm khi xét xử, khi án lệ này thiên vị rõ rệt đề cao việc tự do trong kinh tế *(laisser faire)*.

Mục tiêu của luật pháp là khách quan, nhằm giải quyết những tranh chấp trong những tình huống mà nhà lập pháp không thể quy định trong thực tế. Lý tưởng này không đạt được vì dân chúng không còn cảm nhận rằng luật pháp là tốt đẹp để bảo vệ họ, mà là một giải pháp tạm thời được toà án áp dụng cho phù hợp với một tình thế nhất thời. Do đó, giá trị luật pháp được hiểu theo nghĩa sống thực hơn là một giá trị hằng cửu. Tối Cao Pháp Viện luôn tìm cách chống lại các chỉ trích này và tạo một hình ảnh gân gủi dân chúng hơn. Do áp lực của công luận mà tòa án cũng tự đề ra nguyên tắc tự chế, bớt can thiệp và tỏ ra tôn trọng thẩm quyền của Quốc hội.

Sau năm 1939 Tối Cao Pháp Viện tự chuyển hoá từ một cơ quan chuyên bảo vệ quyền tư hữu thì nay lại quan tâm hơn đến các quyền dân sự khác và quyền của nhóm người thiểu số. Các quyết định của toà đã đem đến hai trào lưu mới trong việc bảo hiến. *Khuynh hướng thứ nhất* là bảo vệ những quyền cố hữu của con người, thuộc về nhân quyền, đó là quyền tự do tư tưởng và tôn trọng những bảo mật cá nhân. *Khuynh hướng thứ hai* nhằm vào bảo vệ quyền bình đẳng và quyền tất cả mọi người được hưởng mọi phúc lợi xã hội, nhưng nâng cao việc kiểm soát các tiêu chuẩn để được hưởng quyền này, nhằm tránh sự lạm dụng. Hai khuynh hướng này không những đã ảnh hưởng trực tiếp đến phần lớn của những quyết định chính trị mà còn làm cho toà án đóng thêm vai trò của nhà lập pháp. Sau thế chiến thứ hai và dưới thời Warren 1953-69 Tối Cao Pháp Viện có những nổ lực đáng kể bằng cách chuẩn nhận hằng loạt các loại quyền mới mà Hiến pháp không hề quy định trước đó, thí dụ như quyền bảo mật cá nhân và quyền phá thai.

Khủng hoảng niềm tin vào giá trị của luật pháp kéo dài trong nhiều thập kỷ đầu của thế kỷ XX và tạo nên nhiều xung đột giữa chủ thuyết hiến định và giá trị dân chủ, giữa quyền lực của Tối Cao Pháp Viện và sự độc lập của bộ máy nhà nước. Tình hình này thúc đẩy chính quyền cải tổ guồng máy chấp pháp và can thiệp mạnh về các vấn đề an sinh xã hội nhằm đem lại bộ mặt dân chủ hơn cho chính quyền. Một thí dụ điển hình là ban hành các luật chấm dứt tính trạng nô lệ và cho phép phụ nữ tham gia đầu phiếu.

Tóm lại, khái niệm về luật Hiến pháp có hàm chứa tinh thần Rule of Law mà quyền tối thượng của nhân dân được tách rời ảnh hưởng chính trị. Nhưng đến thế kỷ XX, học giới đã đưa ra nhiều phản biện về việc độc quyền giải thích Hiến pháp, tính năng động của Tối Cao Pháp Viện và nhất là xác định lại tầm quan trọng và những giới hạn của Rule of Law.

Những phản biện về khái niệm Rule of Law

Làm sao áp dụng khái niệm Rule of Law trong thực tế? Học giới tranh cải và đề ra thuyết hiện thực trong luật pháp *(legal realism)* mà mục đích là để tránh áp dụng Rule of Law một cách máy móc và đặt trọng tâm vào việc tôn trọng luật về hình thức mà luật thủ tục là chủ yếu. Khó khăn nhất theo họ là chứng minh mọi tranh chấp về luật pháp đều chỉ có thể giải quyết được bằng luật thủ tục, và đặt các tranh chấp ra ngoài những vấn đề nền tảng của xã hội. Dù theo lập luận chung của *legal realism* nhưng lại có một số học giả đưa ra đường hướng riêng để phản biện lại giá trị cuả Rule of Law và lập thành học thuyết *Critical Legal Studies*.

Các học giả thuộc *Critical Legal Studies* đã có một luận điểm chung: đặc điểm của Rule of Law là không thực tế, rời rạc và khó xác định được trong một thực tại xã hội phức tạp. Chánh án cũng là con người, không thể thoát khỏi định kiến cá nhân khi nghị án và xử án. Đạo đức thuần lý cũng không thể thay thế được luật pháp. Luật pháp chỉ là kết quả của những thoả hiệp trong mọi sự xung đột quyền lợi trong xã hội và là dấu vết còn lại của sự tranh chấp sau khi đã được xã hội công nhận. Bản chất của luật pháp và các hoạt động tài phán của tư pháp phải có tính cách chính trị. Giải thích luật pháp hay luật hiến pháp không thể thoát khỏi khuôn khổ của một ý thức hệ mà xã hội đã có vì phải cứu xét trên bản văn, tìm hiểu ý chí của nhà lập pháp, những nguyên tắc hiến định, ý nguyện của dân chúng đương thời vv.. Xác định Rule of Law trong tình huống ấy, thẩm phán phải tự đặt mình trong bối cảnh chính trị và kể cả đảm nhận vai trò của nhà lập pháp. Để phản biện giá trị của Rule of Law các học giả *Antonin Scalia, Ronald Dworkin* và *Bruce Ackerman* nêu lên những luận chứng tiêu biểu khác biệt nhau và được đúc kết sau đây.

Antonin Scalia: Rule of Law là Rule of Rules

Scalia đề cao những giá trị cố hữu của luật pháp mà những nguyên tắc của luật thủ tục phải được tôn trọng. Luật pháp phải có tính tổng quát, áp dụng phải chặt chẽ và ổn định, nguyên tắc bất hồi tố phải được tôn trọng và sự phân chia nhiệm vụ giữa các cơ quan phải được phân minh. Nếu hành vi của chính quyền có thể tiên đoán được thì người dân sẽ sống yên tâm trong việc hành sử tự do cá nhân và phát huy nhân phẩm. Áp dụng nguyên tắc hình thức của *Rule of Law* là làm bớt đi những nguy hiểm do những biện pháp chuyên đoán của chính quyền và sự thiên vị của tư pháp, quan trọng nhất là không ai lạm dụng thành *rule of men*. Luật Hiến pháp chỉ là bản văn nhằm xác định giới hạn nội dung của *Rule of Law*.

Scalia cho rằng chính *Rule of Law* trở thành *rule of rules*. Theo luận điểm này, nhà nước cũng phải tự đặt mình trong khuôn khổ của luật pháp *(state under the law)*, dù là theo luật hình thức. Trong khi các khuynh hướng chung đều cho phép thẩm phán ngoài việc nghiên cứu bản văn còn tìm xem ý chí của nhà lập pháp và những tiêu chuẩn khác trong việc nghị án. Ngược lại, *Scalia* cho rằng đây là một nguy hiểm khi chánh án đi xa trong việc thực thi nhiệm vụ của mình. *Scalia* đề nghị trở lại tinh thần khách quan của bản văn mà không tìm hiểu thêm về ý chí chủ quan của nhà lập pháp để giải thích luật pháp.Tinh thần thượng tôn luật pháp bắt nguồn từ những giá trị khách quan chứ không phải là ý muốn của nhà làm luật. *Scalia* cảnh báo rằng các chánh án ở Hoa Kỳ đã vi phạm đến vấn đề này khi dẫm chân lên thẩm quyền của nhà lập pháp.

Scalia đề nghị cần phải phân biệt ý nghĩa nguồn gốc và ý nghĩa hiện tại của văn bản luật pháp để giải thích vấn đề. Dĩ nhiên, chánh án cũng cần tìm xem ý chí của nhà lập pháp khi khởi thảo luật để soi sáng cho ý nghĩa nguyên thủy. Có thể chánh án sẽ không tìm ra mối quan hệ nào để quy chiếu ý nghĩa của luật pháp vào vấn đề thực tại. Nhưng *Scalia* không tin về giá trị trường cửu của luật Hiến pháp. Những gì mà Hiến pháp mang đến giá trị trong quá khứ không nhất thiết sẽ có ý nghĩa cho tương lai, giá trị của nó cũng không tùy thuộc hẳn vào ý chí của nhà lập hiến mà còn tùy thuộc vào cơ chế tư pháp, nhất là khi cơ chế này không được bầu cử theo thể thức dân chủ. Đồng thời ông cũng cho là sự diễn dịch uyển chuyển luật Hiến pháp là một nguy hiểm.

Theo *Scalia*, tìm hiểu luật Hiến pháp chính là tìm hiểu những ảnh hưởng của xã hội bao trùm hệ thống luật pháp và đặc biệt là tìm hiểu những phương cách giải thích luật Hiến pháp. Cách tìm hiểu này đưa đến suy luận là luật Hiến pháp không thể dùng làm phương tiện để kháng trước những áp lực thay đổi của xã hội.

99

Ngược lại, *Scalia* cho rằng mục tiêu tối hậu của Hiến pháp là duy trì tinh thần *Rule of Law* qua thời gian. Điều này sẽ vô nghĩa khi không cho phép các thế hệ hiện tại không được thay đổi những giới hạn mà thế hệ trước đặt ra.

Scalia trình bày những sai lầm trong hệ thống giáo dục luật, phương cách đào tạo và tiêu chuẩn chọn lựa chánh án và những hậu quả tiêu cực khác làm ảnh hưởng đến hệ thống chính trị. Các đại học luật khoa khi giảng dạy môn luật Hiến pháp không chú trọng đi sâu vào ý nghĩa bản văn hiến pháp mà tập trung về nghiên cứu án lệ. Thủ tục tuyển chọn thẩm phán của liên bang hoàn toàn tuỳ thuộc vào các dàn xếp chính trị có ràng buộc và bị ảnh hưởng bởi công luận. Vì thế, việc hành sử thẩm quyền tư pháp độc lập của toà án bị đe doạ, nhất là các quyền tôn trọng quyền của thiểu số không được quan tâm.

Scalia còn nêu lên sự thoái hoá trong ngành tư pháp, đặc biệt là nguyên tắc dựa theo tiền lệ *(stare decisi)* không được áp dụng nghiêm chỉnh. Trong nhiều trường hợp khác, *Scalia* chứng minh rằng toà án đã quá cứng rắn khi giải thích luật. Dù dựa trên bản văn và tìm ra được ý nghĩa nguyên thủy của luật pháp, chánh án cũng còn khó khăn khi tìm phương thức áp dụng thích hợp trong thực tế, nhưng giải thích uyển chuyển là một nguy cơ trong sự an toàn của Rule of Law. Tìm những giải thích thuộc về bối cảnh lịch sử sẽ giúp cho chánh án giải quyết vấn đề, nhưng làm làm sao thuyết phục thế hệ hiện nay ràng buộc với những ý chí của nhà lập hiến cách đây 200 năm? Một thí dụ điển hình là Tu chính án VIII có nêu lên sự cấm đoán về những trừng phạt độc ác và bất thường *(cruel and unusual punishment)*. Chánh án giải thích thế nào là độc ác theo quan điểm hiện nay hay lại phải tiếp tục trưng dẫn những quan điểm về đạo đức trước đây để lập luận? Sự ràng buộc về luật Hiến pháp và tinh thần *Rule of Law* do đó không chỉ dựa trên ý chí của nhà lập hiến và bối cảnh lịch sử xa xưa, vì thế hệ mới có những nhận xét về giá trị luật pháp trong một lối tư duy và hoàn cảnh văn hoá khác.

Dworkin: Rule of Law là nguyên tắc đạo đức

Dworkin phản biện khái niệm Rule of Law khi ông lập luận là không phải văn kiện lập hiến mà chính những nguyên tắc đạo đức đề ra trong Hiến pháp mới định hình cho khái niệm Rule of Law. Ông giải thích về những đóng góp của Tối Cao Pháp Viện trong những nổ lực nhằm phát huy chủ thuyết tự do trong hậu bán thế kỷ XX. Ông đề cao sự đóng góp này vì không hề làm suy yếu giá trị của tinh thần Rule of Law khi các chánh án đã áp dụng trong khuôn khổ của luật Hiến pháp. Ông chứng minh tại sao cơ quan tư pháp đôi khi lại không theo quan điểm của cơ quan lập pháp khi giải quyết vấn đề. Nhờ thế tính cách chính thống của cơ quan tư pháp được nâng cao.

Dworkin giải thích khái niệm Rule of Law là khi tuân thủ nguyên tắc về luật hình thức, chánh án phải giảm bớt cứu xét các khiá cạnh nội dung do luật pháp đòi hỏi. Khi không tìm được một giải đáp trong một khoản trống trong luật, chánh án không có cách nào khác hơn là dựa vào các định kiến chủ quan của mình để soi sáng vấn đề. Đây là một khó khăn đòi hỏi các chánh án phải có một thái độ cực kỳ thận trọng. Hiến pháp không phải là một bộ luật tổng hợp mà chính là những nguyên tắc căn bản. Nội dung chủ yếu của Rule of Law là đề ra những tiêu chuẩn chính là để phê phán về công bình xã hội mà luật pháp không đảm bảo và Hiến pháp không giải thích chặt chẻ. Khái niệm về Rule of Law sẽ giúp cho chánh án có cơ hội xét lại và có thể can thiệp vào các thẩm quyền lập pháp. Nhưng lý tưởng này có nguy cơ là lạm quyền của chánh án, nó làm giá trị của dân chủ bị đảo lộn. Để tránh hậu qủa này *Dworkin* đề ra hai phương thức sau.

101

Dworkin cho rằng nền móng của dân chủ là chính quyền của toàn dân, nhưng cần phải phân biệt thế nào là hành vi tập thể *(collective action)*. Thứ nhất là hành vi này không chỉ phản ảnh được qua số liệu của thống kê. Khi có thông tin là thị trường ngoại hối của đô la Hoa Kỳ hôm nay xuống giá, thống kê không có thể kiểm chứng được mục tiêu của các cá nhân và tổ chức bị ảnh hưởng đến việc này. Hình thức thứ hai của hành vi tập thể là có đặc điểm của một cộng đồng. Nó bắt nguồn tư một hành vi có liên kết của tập thể *(concerted action)* mà trong đó mọi hành vi cá nhân đều kết hợp lại một để theo đuổi một muc tiêu chung. Chúng ta, toàn thể dân tộc *(We, the People)* khi phát biểu như vậy, đây không phải là một ý niệm thuần về thống kê và cũng phải là một kết hợp ngẫu nhiên mà là một nguyện vọng của của một cộng đồng chính trị trong tinh thần tự do dân chủ. Đây cũng là biểu hiện một nguyên tắc về đạo đức chung theo giá trị của Hiến pháp.

Dworkin hiểu Hiến pháp là một sự đồng thuận của tất cả mọi người dân về những nguyên tắc chung đạo đức xã hội một cách minh thị. Luật Hiến pháp không phải là những thoả hiệp chính trị. Chính trị là một sân khấu để cộng đồng cùng nhau thảo luận những nguyên tắc chung về công bình và tôn trọng luật về thủ tục. Ông chấp nhận rằng hành vi của một cộng đồng xã hội khác với hành vi một cá nhân tạo nên cộng đồng, nhưng ông lại nhân cách hoá cộng đồng như một cá nhân sau khi đồng thuận những nguyên tắc chung. Những nguyên tắc này phải mang sắc thái đạo đức chặt chẻ và hợp thời. Hiến pháp chỉ là một bản văn đề ra những nguyên tắc, và là một tác phẩm của một tác giả. Công việc của chánh án khi diễn giải luật pháp không khác gì công việc phân tích văn chương của một nhà phê bình văn học.

Ông đồng ý là việc giải thích luật Hiến pháp mang màu sắc chính trị. Giải thích luật pháp không phải là một độc quyền của chánh án và cũng bị ràng buộc theo đúng luật giải thích. *Dworkin* cho rằng không nên tách rời mối quan hệ luật pháp ra khỏi môi trường chính trị khi giả thích luật. Nhưng để giữ tính độc lập, tòa án không chỉ là giới hạn vấn đề giải quyết dựa trên quan điểm chính trị ưu tiên, không được tự quyền đưa ra một lối giải thích mà không giới hạn. Ngược lại, chánh án phải tìm ra một câu trả lời đúng đắn và khách quan với một lối giải thích có tính cách tổng hợp, toàn diện theo tinh thần của luật Hiến pháp.

Có hai khiá cạnh khi giải thích về thẩm quyền của Tối Cao Pháp Viện, một liên hệ đến hoạt động chung của cơ quan tư pháp và một liên hệ đến Quốc hội. Thẩm quyền hoạt động thuộc lãnh vực tư pháp hoàn toàn độc lập với mọi sinh hoạt Quốc hội. Khi Quốc hội biểu quyết luật thì phải theo quan điểm của đa số và nhất là tôn trọng những nguyên tắc về đạo đức theo tinh thần Hiến pháp.

Ông đề ra hai nguyên tắc liêm khiết và thành tín. Nguyên tắc liêm khiết khi giải thích xuyên suốt mạch lạc là vấn đề mà chánh án phải tuân thủ. Chính án phải tự coi mình là một người đối tác với các quan chức khác để cùng tìm ra một nguyên tắc chung về đạo đức cho các vấn đề xã hội hiện tại cũng như tương lai. Họ phải xem những đóng góp của mình có thích hợp với nhu cầu của xã hội không. Chánh án không thể đề xuất một lối giải thích do niềm tin cá nhân mà tự cho rằng đây là một giải pháp độc đáo. Chánh án không được tự giới hạn cách giải quyết vấn đề sao cho phù hợp mà quên đi tầm mức giá trị cao cả của luật pháp, mà nó liên hệ nhiều đến những lập luận dựa trên đạo đức hay chính trị. Khi giải thích về việc bảo vệ công bình chánh án phải đào sâu vào lý thuyết về công bình trong chính trị và triết học.

Ông đề ra nguyên tắc là các nhà lập pháp và chánh án phải tôn trọng sự thành tín khi thi hành nhiệm vụ của

103

họ. Ông nghi ngờ là nhà lập pháp không thành tín khi làm luật, vì luật pháp là kết quả của những sự thỏa hiệp chính trị. Khuyết điểm này chính là nhiệm vụ mà chánh án phải thực thi. Một lối giải thích luật pháp trong tinh thần liêm khiết sẽ gây được niềm tin cho dân chúng, chánh án sẽ làm cho những nguyên tắc đề ra trong luật Hiến pháp được áp dụng liên tục và mạch lạc.

Dworkin ý thức là có sự cách biệt giữa lý thuyết và thực tế, giữa thuyết Hiến định và việc thực thi quyền dân chủ. Không phải hình thức dân chủ đại nghị sẽ đương nhiên đem lại quyền dân chủ cho người dân mà chính là một nền dân chủ chỉ được thành hình qua thời gian với nhiều thành tố. Ông nghi ngờ các thủ tục tu chỉnh hiến pháp là hữu ích trong việc xác định các loại quyền mới nảy sinh trong xã hội. Ông cho rằng việc giải thích và công nhận các quyền mới này qua cơ quan tư pháp là đủ, đặc biệt là khi giải thích về nguyên tắc công bình và tôn trọng luật thủ tục. Cần phân biệt các quyền đã được chuẩn nhận và chưa được chuẩn nhận. Ông cổ vũ nguyên tắc chung về đạo đức. Giải quyết vấn đề không tùy thuộc hẳn vào ý nghĩa riêng biệt mà đưa vào trong một khuôn khổ lý tưởng tự do và bình đẳng mà Hiến pháp đề ra.

Dworkin cho rằng luật pháp là một phương tiện đẩy mạnh việc hội nhập xã hội. Đây là một nhiệm vụ khó khăn khi chánh án chí công vô tư, không bị áp lực bởi các nhóm lợi ích và công luận, vừa nhắm bảo vệ dân quyền chống lại đàn áp của chính quyền. Khi công nhận một quyền mới nảy sinh trong xã hội thì chánh án phải tôn trọng những giá trị về đạo đức mà truyền thống luật Hiến pháp mang lại và nhất là phải được thông qua những thủ tục dân chủ và nguyên tắc liêm khiết.

Tại sao các thế hệ tiếp nối phải bị ràng buộc vào ý chí của nhà lập hiến trước đây? *Dworkin* đã trả lời câu hỏi này dựa trên lý thuyết về đạo đức của ông. Hiến pháp là một trung tâm mọi cam kết của những nguyên tắc nhằm phát triển những bản sắc của một cộng đồng chính trị, mà thực tế cộng đồng này hành sử như là một chủ thể đạo đức. Hai giới triết gia và thẩm phán sẽ đóng góp nhiều cho giải quyết vấn đề luật pháp mang màu sắc chính trị tổng quát. Giải pháp của *Dworkin* thu hút được sự quan tâm của học giới vì có khả năng dung hoà hai đặc điểm ổn định và uyển chuyển trong khi giải quyết vấn đề tranh chấp giữa giá trị dân chủ và học thuyết hiến định.

Ackerman: Rule of Law và Dualist Democracy

Ackerman cho rằng Hiến pháp tạo nên khái niệm *Rule of Law* mà nhà lập pháp phải bị ràng buộc, nhưng thẩm quyền lập hiến là một vấn đề khác. Đồng quan điểm với *Jefferson*, *Ackerman* cho rằng mỗi thế hệ phải có quyền tu chỉnh lại những nguyên tắc của *Rule of Law* khi những ý chí của nhà lập hiến thuộc các thế hệ trước đã không còn phù hợp với nguyện vọng của họ. Để giải quyết những vấn đề giá trị liên quan đến cách biệt thế hệ, toà án phải bảo đảm rằng các ý chí thay đổi Hiến pháp này phải được thể hiện. Nghĩa vụ của người dân không phải luôn tuân theo những giá trị mà Hiến pháp đã định sẵn hay hợp pháp mà chính là sự cam kết của người dân trong tinh thần sử dụng quyền dân tộc tự quyết là quan trọng. Đó là luận điểm chính của *Ackerman*.

Khác hẳn với các phương thức giải thích luật Hiến pháp đã quen thuộc trong học giới, *Ackerman* cho rằng quyền dân tộc tự quyết là khởi điểm, mà ông gọi là một nền dân chủ song hành *(dualist democracy)*. Đây là một lối diễn đạt nhằm phân biệt với một nền dân chủ độc đạo *(monist democracy)*. Một nền dân chủ có hai loại luật có mức độ khác nhau: quyền làm luật Hiến pháp và quyền làm luật thông thường. Trong sinh hoạt bình thường thì người dân chỉ có hai cam kết rất giới hạn với chính quyền là đi bầu và đóng thuế. Chuyện làm luật thông thường là công việc của chính quyền và Quốc hội. Khi giải quyết những vấn đề chính trị thông thường, chính giới phải đi tìm một thoả hiệp nhằm dung hoà mọi quyền lợi dị biệt trong một nền dân chủ đa nguyên, nhưng trước những quyết định hệ trọng đến sinh mệnh đất nước, thì chính giới cần phải có khả năng huy động sự đồng thuận của toàn dân. Hiến pháp cho phép người dân có quyền hành sử thẩm quyền lập hiến của mình trong tinh thần dân tộc tự quyết như một chủ thể pháp luật. Đề cao quyền dân tộc tự quyết trong thẩm quyền lập hiến và nghi ngờ khả năng lập pháp trong việc biểu hiện ý chí chung là hai luận điểm *Ackerman* đặt ra. Đối với Tối Cao Pháp Viện, thì ông cho rằng trong điều kiện sinh hoạt bình thường và nhất là khi các nhóm lợi ích chiếm ưu thế, thì Tối Cao Pháp Viện giữ đúng vai trò gìn giữ những giá trị của Hiến pháp và giải thích những ý chí chung của người dân.

Theo ông, không có sự xung đột giữa lập pháp và tư pháp, khi tư pháp duyệt xét các văn kiện lập pháp. Trước đây *Alexander Bickel* giải thích xung đột này là đối nghịch với nguyên tắc đa số. *Ackerman* cho rằng đây là một sự lầm lẫn vì thẩm quyền Quốc hội là đại diện cho ý chí của toàn dân và dân chủ thường đồng nghĩã với dân chủ nghị viện. Khác với truyền thống luật pháp tại Anh, tại Hoa kỳ thì ý chí của toàn dân và quyền tối thượng của Quốc hội không đồng nghĩã. Nguyện vọng của dân chúng phải được lắng nghe trong tiến trình lập hiến và lập pháp. *Ackerman* cho là kiểm soát tính hợp hiến của một đạo luật có tầm quan trọng nhằm thể hiện giá trị của dân chủ, bảo vệ thành quả hiến định trong một thời kỳ nhất định mà nhân dân, dù không thể trực tiếp giải quyết, nhưng bị ảnh hưởng bởi quyết định này.

Lý thuyết về một nền dân chủ song hành có lợi điểm giải quyết những vấn để nhạy cảm và tạo ra một lối thoát cho các lý thuyết về quyền. Khi bảo vệ quyền cá nhân, các lý thuyết gia của dân chủ độc đạo cho rằng để tránh sự lạm dụng của nhà lập pháp, cách tốt nhất là để là đưa vấn đề bảo vệ quyền lợi ra khỏi những tranh chấp chính trị nhất thời. *Ackerman* tin vào nguyên tắc đa số nhưng lại cho rằng quyền không chỉ là một sự đòi hỏi đơn thuần với ý nghĩa cố hữu. Quyền phải đặt giới hạn trong khuôn khổ ý chí toàn dân và được thể hiện qua tiến trình lập hiến. Thẩm quyền lập hiến của toàn dân nghĩa là người dân có quyền tu chỉnh hiến pháp và đề ra những nguyển tắc mới cho *Bill of Rights*. Tuy nhiên, ông cũng thấy được nguy cơ một ngày không xa làn sóng tôn giáo cuồng tín từ khối Á Rập sẽ lan đến Hoa Kỳ có thể đưa đến việc xét lại Tu chính án I và thay đổi quan điểm về vai trò giáo dục của Thiên Chúa Giáo. Trong khi Hiến pháp Đức minh thị rằng Hiến pháp không được tu chỉnh các dân quyền cơ bản, thì Hiến pháp Hoa Kỳ lại im lặng trước vấn đề này. Ông giải thích là khác với Đức, ở Hoa Kỳ, nhân dân là nguồn gốc của mọi loại quyền nên bảo vệ dân chủ là tiên quyết và bảo vệ quyền là thứ yếu.

Ý thức việc khó khăn trong việc giải thích Hiến pháp, *Ackerman* cho rằng thẩm quyền lập hiến của người dân trong hệ thống Hiến pháp như là một nguồn giải thích có tính hàm ngụ. Ông chứng minh không phải những nổ lực tái thiết sau thời kỳ nội chiến mà các Tu chính án XIII, XIV và XV ra đời và cũng không phải thời kỳ *New Deal* đã đem lại tu chỉnh điều V của Hiến pháp. Tổng thống *Roosevelt* đã thực hiện một cuộc cải cách về thủ tục tu chỉnh Hiến pháp bằng cách mở rộng những phương cách tương tự như tu chỉnh. Nổ lực của *Roosevelt* được sự hổ trợ của công luận và đảng Dân chủ, nên dự luật cải cách *New Deal* cũng đã thuyết phục được Tối Cao Pháp Viện. Để đạt mục tiêu này, *Roosevelt* đã không cần đưa ra những tu chính thành văn mà nhờ đến phương cách giải thích của Tối Cao Pháp Viện như là một hình thức gián tiếp. Đặc biệt toà án giúp ông thuận lợi hơn trong việc bổ nhiệm những người hổ trợ cho chính sách cuả ông.

Nhưng việc sửa đổi Hiến pháp lại giao đặc quyền qua phương thức tu chính án của Tối Cao Pháp Viện cũng có nguy hiểm, khi Tối Cao Pháp Viện lại độc quyền giải thích thẩm quyền lập hiến của toàn dân. Toà cần phải xác định thời điểm nào và với nội dung gì để phân biệt thẩm quyền lập hiến do dân quyết định và thẩm quyền lập pháp do Quốc hội quyết định. Tổng hợp hai vấn đề này để giải quyết sẽ làm cho giá trị truyền thống của Hiến pháp sẽ được nối tiếp. Về mặt lý thuyết, chỉ có thẩm quyền lập hiến của toàn dân mới quyết định được các quyền nền tảng để thể hiện bản sắc chính trị của dân tộc. Trên thực tế thì điều V của Hiến pháp cho phép ý chí của người dân (không phải là ý chí của nhà nước) là có quyền tu chỉnh hiến pháp. Toà án có thể chuyển hoá vai trò của mình thành cơ quan bảo tồn những giá trị cao cả của *Rule of Law* do người dân uỷ nhiệm.

Thực ra, dân chúng tỏ ra bất mãn về các giải thích luật Hiến pháp của Tối Cao Pháp Viện trong qua khứ. Mọi sự thắng thế khi phán quyết chỉ dựa trên nguyên tắc đa số (năm trên chín) của các chánh án. Không phải lúc nào Tối Cao Pháp Viện cũng đưa ra một giải pháp đúng đắn cho vấn đề khi trong trong một xã hội dân chủ có nhiều cơ quan đại diện dân chúng mà lại có nhiệu lối giải thích khác và thuyết phục hơn.

Sunstein: Rule of Law và chế độ tài phán

Giá trị của Hiến pháp và dân chủ chính trị có đối nghịch nhau không? Rule of Law có bị đặt dưới chế độ tài phán không? Đấy là vấn đề mà *Sunstein* đặt ra để luận giải. Nếu *Ackerman* đề cao thẩm quyền lập hiến của toàn dân thì ông tìm ra mối quan hệ biện chứng giữa dân chủ và học thuyết hiến định để giải thích. Theo ông, chức năng duy nhất của cơ quan tư pháp là hỗ trợ cho tiến trình dân chủ và nên xét lại các luận điểm của *republicanism* đưa ra trong *the Federalist*. Không phải lúc nào động cơ thúc đẩy các hoạt động cá nhân cũng thuần về tư lợi kinh tế, mà còn có động lực chính trị. Họ muốn rằng ý kiến của mình được tôn trọng. *Madison* khi giải thích vấn đề này lại quy chiếu vào lý thuyết của *Machavelli* nhiều hơn. Theo ông, cần phân biệt vấn đề và dựa trên theo chủ thuyết nhân bản và dân chủ đa nguyên.

Sunstein phê bình là *Madison* đã đòi hỏi là chính trị phải có đạo đức, tuy thế cũng không nên suy đoán lạc quan quá mức về bản chất đạo đức con người. *Sunstein* giải thích ý chí của nhà lập hiến là nhằm tập hợp những cam kết của toàn dân lại thành một chiến lược chung qua việc thiết lập một cơ chế bảo vệ, chống lại mọi sự phân hoá, đại diện nguy tạo, thiển cận và cuối cùng nhằm để những nguyên tắc điều hành chung của một cơ chế dân chủ mà chúng ta có thể tiên đoán được.

Hiến pháp có chức năng nhằm bảo vệ người dân chống lại chính quyền độc tài. Vì thế chính quyền phải có nhiệm vụ giải trình các lý do có thể hiểu được cho nhiều tầng lớp khác nhau trong những vấn đề khác nhau. Rule of Law, trong tinh thần này, sẽ đem đến sự đồng thuận cho người dân. Trong một tiến trình sinh hoạt dân chủ bình thường, mọi quyết định đều phải dựa trên nguyên tắc hiến định và phải có chịu sự kiểm soát của tối cao pháp viện. Do đó, cơ quan tư pháp là người thay thế nói lên ý chí của dân chúng qua biện pháp chế tài. *Sunstein* nhấn mạnh ý nghĩa nguyên thủy của nhà lập hiến và giới hạn thẩm quyền của toà án, vì nghị án và xử án phải thể hiện trong thủ tục dân chủ. Hai vấn đề quan trọng nhất là bảo đảm sự vận hành của tiến trình dân chủ và quyền lợi của nhóm người thiểu số.

Sunstein đã nghi ngờ các biện pháp tài phán của Tối Cao Pháp Viện trong thế kỷ XX với lý do là các phán quyết của toà về các vấn đề tranh chấp chỉ đáp ứng những nhu cầu chính trị, hóa giải những tranh chấp và làm đẩy mạnh các sinh hoạt trong hệ thống chính trị, thí dụ như loại các vấn đề tranh chấp tôn giáo ra khỏi chính trị. Vì có quá nhiều thể chế khác biệt trong một xã hội dân chủ, nên giải quyết vấn đề luôn bị phân hoá theo các thể chế này. Đây cũng là một nguồn xung đột tiềm tàng trong xã hội. Trong một hệ thống như thế, một tiến trình dân chủ chỉ hoạt động được khi mà các thành phần và mối liên hệ còn ít và ở mức độ thấp và các vấn đề có thể dàn xếp ổn thoả trong bóng hậu trường hay là thỏa thuận giữa các nhóm lợi ích. Trong một xã hội phức tạp, nếu muốn các hoạt động nền dân chủ hiến định trở nên hữu hiệu, thì diễn đàn đích thực cho dân chúng giải quyết các vấn đề quan trọng là môi trường chính trị chứ không phải là cơ quan tư pháp và diễn đàn này phải được phát huy một cách dân chủ. Theo *Sunstein*, một xã hội dân chủ đa nguyên không thể ủy thác cho chánh án vì họ chỉ làm việc theo những học thuyết quá trừu tượng và cản trở việc phát huy tiến trình dân chủ.

Thí dụ điển hình là Tối Cao Pháp Viện công nhận quyền phá thai vào năm 1973. qua án lệ *Roe v. Wade.* Toà án đã cứu xét vấn đề nóng bỏng này hoàn toàn dựa trên quan điểm pháp lý và gạt bỏ những tranh luận chính trị đương thời mà hậu quả là đem lại nhiều phẫn nộ trong công luận về hai quan điểm là chống hay cho phép ngừa thai. Thay vì mở ra một khuôn khổ đối thoại thông thoáng cho toàn xã hội cùng tham gia thì phán quyết đã có tác dụng ngược lại.

Nói chung, Rule of Law vẫn còn quá trừu tượng dù khái niệm được hình thành qua thời gian bởi nhiều đóng góp khác biệt. Khi toà án dựa vào khái niệm này để tìm một giải pháp cho một trường hợp cá biệt nên đã không thể phản ảnh được giá trị cao cả của nó. Tòa án đã không huy động dân chúng đạt được sự đồng thuận trong việc bảo tồn những nguyên tắc đa nguyên trong một xã hội dân chủ hiến định và nhất là tìm ra một mối quan hệ biện chứng giữa các thẩm quyền khác nhau.

Tóm lại, *Critical Legal Studies* đã đóng góp quan trong việc bổ sung khái niệm *Rule of Law*. Phản biện của *Scalia, Dworkin, Ackerman* và *Sunstein* đã làm sống lại ý chí của nhà lập hiến và quyền dân tộc tự quyết Giá trị của Hiến pháp được mở rộng trên quan điểm xã hội học toàn diện. Hiến pháp là nơi mà người dân có quyền quyết định vận mệnh đất nước mà còn xây dựng đất nước thành một cộng đồng với những bản sắc chính trị độc đáo. Chính mối quan hệ giữa quyền dân sự và quyền chính trị tác động vào nhau làm sáng tỏ học thuyết hiến định. Việc đề cao ý nghĩa quyền dân tộc tự quyết đã vượt qua các khuôn khổ giải thích trước đây, từ sinh hoạt trong tiến trình dân chủ bình thường cho đến thủ tục tu chính hiến pháp. Luận giải của *Ackerman* về lý thuyết dân chủ song hành và nêu cao quyền dân tộc tự quyết đã thu phục được công luận, nhất là khi chứng tỏ được nguy cơ do cơ quan tư pháp mang lại. Những thủ tục tu chỉnh Hiến pháp thích hợp sẽ tránh cho Hoa kỳ có những thay đổi táo bạo vượt ra khỏi khuôn khổ, vừa bảo đảm dân quyền vừa giải quyết các tranh chấp. Dù toà án đóng góp quan trọng trong sinh hoạt dân chủ, nhưng hoàn toàn không có khả năng thay thế những thảo luận của công chúng trong vấn để hệ trọng của đất nước. Chủ điểm của *Critical Legal Studies* là chính dân chúng cần được khuyến khích tư duy độc lập và hành động trong một môi trường tự do và *Rule of Law* không chỉ có khiá cạnh tôn trọng luật pháp mà còn giữ gìn đạo đức và phát huy công bình xã hội.

Kết luận

Sư phát triển và áp dụng khái niệm *Rule of Law* của Hoa kỳ là một tiến trình sinh động và phức tạp. Bài viết này còn nhiều thiếu xót vì loại bỏ những thuật ngữ trừu tượng và không đã đưa ra các luận giải xuất sắc trong án lệ làm cho khái niệm *Rule of Law* có một được giá trị như ngày nay. Khái niệm này có các điểm chủ yếu là: Người dân không chỉ đi bầu và đóng thuế mà có thẩm quyền tối thượng quyết định vận mệnh của đất nước và thể hiện bản sắc chính trị của dân tộc. Dù bảo vệ thành quả cách mạng nhưng vẫn tôn trọng quyền dân tộc tự quyết của toàn dân. Ý chí của toàn dân, ý chí của nhà nước và quyền tối thượng của quốc hội không đồng nghĩa. Thẩm quyền lập hiến của toàn dân khác với thẩm quyền lập pháp của quốc hội. Nhà nước cũng phải tự đặt mình trong khuôn khổ của luật pháp. Khi ý chí của nhà lập hiến trong quá khứ không còn phù hợp với nguyện vọng của thế hệ hiện tại thì hiến pháp phải được tu chỉnh.

6

Khái niệm Hiến Pháp Cộng Hoà của Immanuel Kant

Vấn đề

Hiến pháp là nền tảng pháp lý cho sự chung sống của một dân tộc và là điều kiện tiên quyết cho sự thịnh vượng của đất nước. Hiện nay vấn đề sôi nổi trong công luận là tìm một mô hình thích hợp và một lộ trình khả thi cho việc tu chỉnh Hiến pháp Việt Nam. Các góp ý xoay quanh các chủ đề du nhập nguyên tắc tam quyền phân lập, lập mối ràng buộc giữa Đảng quyền và luật pháp, trao lại thẩm quyền lập hiến cho toàn dân, nâng cao kỹ năng lập pháp và lập quy của quốc hội và tôn trọng thực thi nhân quyền của chính quyền là chính.

Tiểu luận sau đây sẽ giới thiệu mô hình hiến pháp theo thể chế cộng hoà, một luận điểm về luật Hiến pháp mà Immanuel Kant đã cổ vũ trong luận thuyết „Hướng về một nền hoà bình vĩnh cữu" để làm cơ sở so chiếu với Hiến Pháp iệt Nam

Tác giả

Immanuel Kant (1724-1804) là giáo sư Siêu hình học và Đạo đức học tại đại học Königsberg thuộc Phổ nay là Kaliningrad thuộc Nga. Với các tác phẩm kinh điển bậc nhất như Kritik der reinen Vernunft, Kritik der praktischen Vernunft và Kritik der Urteilskraft ông là một triết gia hàng đầu trong phong trào khai sáng tại phương Tây và được hậu thế tôn vinh là người khai sinh ra môn Đạo đức học hiện đại.

Tác phẩm

Trong chiều hướng đóng góp cho nỗ lực hoà đàm giữa Pháp và Phổ tại Basel, Kant đã giới thiệu một sơ thảo triết học „Zum ewigen Frieden" (1795) „Hướng về một nền hòa bình vĩnh cữu" nhằm thảo luận về những nguyên tắc để đem lại một nền hoà bình cho nhân loại. Điểm quan trọng trong luận văn này của Kant là đặt lại mối quan hệ giữa luật hiến pháp và luật quốc tế, cổ vũ tinh thần thượng tôn luật pháp trong việc giải quyết các tranh chấp quốc nội và hợp tác quốc tế. Trong lĩnh vực soạn thảo luật hiến pháp ông cho rằng "Hiến pháp dân sự của mọi quốc gia phải theo thể chế cộng hòa", đây là một điều kiện tiên quyết mà nội dung sẽ được trích dịch và dẫn luận sau đây.

Trích dịch nội dung

Điều khoản chung quyết thứ nhất: "Hiến pháp dân sự của mọi quốc gia phải theo thể chế cộng hòa".

Thứ nhất, hiến pháp này được lập ra phải dựa trên nguyên tắc tự do cho mọi thành viên của xã hội như là một con người; thứ hai, tất cả mọi người phải bị ràng buộc vào một pháp chế chung và duy nhất như một chủ thể; và thứ ba, hiến pháp quy định luật bình đẳng dành cho tất cả mọi người như công dân. Hiến pháp, cơ sở duy nhất mà nguồn gốc dựa trên tư tưởng của một hợp đồng nguyên thủy để thiết lập cho một quyền lập pháp hợp pháp của dân tộc, phải theo thể chế cộng hoà.[1] Khi đặt vấn đề này liên hệ đến luật pháp thì hiến

―――――――――――――――

[1] Biểu hiện tự do ngoại tại một cách hợp pháp không có thể được định nghĩa như người ta thường nói là một loại quyền "làm tất cả những gì mình muốn và không gây điều phạm pháp". Nhưng thế nào là quyền? Một khả năng hành động không phạm pháp. Hoặc có những cách giải thích về quyền như thế này: Tự do là một khả năng hành động mà không gây phạm pháp; ta làm những gì mà ta muốn, nhưng không gây phạm pháp. Hậu quả của lối giải thích này là một sự trùng ý rỗng tuếch. - Đúng ra, biểu hiện tự do ngoại tại hợp pháp của tôi có thể được giải thích như sau: Tự do là một quyền không đòi hỏi tôi lệ thuộc vào bất cứ luật ngoại tại nào, trừ những luật mà tôi có thể đồng thuận. - Cũng tương tự như vậy, khi bàn về sự bình đẳng người dân trong một nước. Theo quan điểm này, không ai bị ràng buộc pháp luật với người khác mà trước đó không cùng đồng thuận tự đặt mình chung trong khuôn khổ luật pháp, để sau đó chịu ràng

115

pháp cộng hòa tự nó là nguyên tắc nền tảng hình thức buộc nhau. (Nguyên tắc bị ràng buộc do luật pháp nằm trong khái niệm luật hiến pháp, nên không cần phải giải thích thêm ở đây). Giá trị của quyền này, một loại quyền bẩm sinh, tất yếu và bất khả chuyển nhượng của nhân loại, được công nhận và thăng hoa bởi mối quan hệ của con người với Đấng Tối Cao, nếu ta tin có Đấng này. Cũng theo nguyên tắc này, người dân có thể tự hình dung ra họ cũng là một người dân trong một thế giới siêu hình. - Bởi vậy, những liên hệ đến tự do của tôi, ngay cả khi nhìn theo luật của Đấng Tối Cao mà lý trí của tôi có thể nhận ra được, thì tôi không bị ràng buộc nào, mà chỉ có thể bị ràng buộc trong mức độ do chính tôi đồng thuận (qua luật tự do của lý trí cá nhân tôi, tôi tự tạo ra khái niệm và ý muốn của Đấng này). Khi hướng nhìn những sinh vật cực kỳ cao cả hơn ngoài Thượng Đế mà tôi muốn nghĩ tới (thí dụ như một Eon vĩ đại), thì những gì quan hệ đến nguyên tắc bình đẳng, tôi thấy không có lý do tại sao trong chức năng của tôi phải làm nghĩa vụ này, (cũng như Eon làm nhiệm vụ của riêng mình), khi tôi chỉ có nhiệm vụ tuân hành từ lệnh của người khác. - Nguyên tắc bình đẳng, (khác với tự do), không phù hợp khi áp dụng trong mối quan hệ với Thượng Đế. Lý do của sự thật này là như sau: Thượng Đế là một chủ thể độc tôn mà ở Ngài không có khái niệm về nghĩa vụ.

Luận về quyền bình đẳng của người dân như kẻ tuân phục, thì câu trả lời tùy thuộc cách giải quyết vấn đề quyền kế thừa của giới quý tộc. „Bậc thang xã hội do nhà nước chấp nhận (cho người dân là cao hay thấp) tùy thuộc vào thành tích đóng góp hay do được quy định trước". - Điều hiển nhiên là khi một thứ bậc có liên hệ đến việc sinh ra từ gia thế, thì một điều không đoan chắc là thành quả, thí dụ như kỹ năng hoặc trung thành trong khi thi hành chức vụ, sẽ đi kèm theo. Do đó, việc tạo ân huệ cho một người mà không xét thành tích là đi quá xa (cho họ có quyền lãnh đạo cũng thế), nếu xét theo khế ước nguyên thủy (nguyên tắc của tất cả mọi quyền) thì ý muốn chung của toàn dân không có quyết định như vậy. Bởi vậy, không thể kết luận rằng một người quý tộc đương nhiên có được những đặc điểm cao quý của dòng tộc. - Những gì liên hệ đến việc phong hàm quý tộc, (cũng như bổ nhiệm một chức vụ cao hơn cho một người, mà đáng lý ra phải đạt được qua thành tích), thì địa vị xã hội này không thể gắn liền vào con người giống như tài sản, mà là chức vụ.

116

của mọi loại hiến pháp dân sự. Vấn đề là hiến pháp này có thể là cách duy nhất dẫn đến một nền hòa bình vĩnh cửu không.

Ngoài nguồn gốc vững chắc, hiến pháp cộng hòa là cơ sở thuần túy bắt nguồn từ các khái niệm luật pháp và sẽ có triển vọng đạt được kết quả mong đợi, cụ thể là một nền hòa bình vĩnh cửu. Lý do đó như sau: - Nếu khuôn khổ của hiến pháp không quy định khác hơn, thì vấn đề gây chiến cần có sự đồng thuận của toàn dân. Không có gì hiển nhiên hơn là vấn đề này phải được cân nhắc cẩn thận trước khi quyết định đưa đến những kinh hoàng của chiến cuộc, (có nghĩa là dân phải tự chiến đấu, chịu mới chiến phí, đóng góp và tái thiết thiệt hại do chiến tranh để lại, và cuối cùng còn một điều trầm trọng nhất chấp nhận một gánh nợ sẽ làm hoà bình chua chát hơn, một loại nợ mà không bao giờ trả hết trong trường hợp một cuộc chiến mới lại đến và người dân sẽ suy nghĩ là một trò chơi nguy hiểm khác lại bắt đầu). Ngược lại, nếu trong hiến pháp mà người dân chỉ là thuộc hạ, nghĩa là không theo thể chế cộng hòa, thì sự tham chiến là một chuyện trầm trọng nhất trên thế gian, vì lãnh đạo không còn là người dân mà là chủ nhân ông của đất nước, không bị chút thiệt hại nào trong chiến tranh trong khi họ tiếp tục tiệc tùng, săn bắn, hưởng lạc thú nơi cung điện với yến tiệc. Lãnh đạo có thể quyết định chiến tranh như một loại trò chơi do những nguyên nhân không đáng kể. Về biện luận đạo đức cho cuộc chiến họ lại không bận tâm vì có ngoại giao đoàn luôn sẵn sàng phục vụ.

Để tránh lầm lẫn giữa hai loại hiến pháp cộng hòa và dân chủ, ta cần phân biệt như sau. Các hình thức của một đất nước (dân sự) có thể theo hai nguyên tắc: sự khác biệt dựa trên số người nắm quyền lực cai trị tối

---

Do đó, sự bình đẳng không bị tổn thương, vì khi một người từ nhiệm có nghĩa là từ bỏ địa vị chính thức của mình và trở lại vị thế như người dân.

cao của nhà nước hoặc phương cách cai trị của nhà lãnh đạo mà bất kể họ là ai. Phương thức thứ nhất được gọi chung là hình thức cai trị và có thể có ba loại khác nhau, chủ quyền tối thượng thuộc về một người, hoặc do nhiều người hoặc do toàn thể dân chúng tạo thành xã hội dân sự, từ đó mà lãnh đạo có quyền thống trị (chế độ phong kiến, qúy tộc hay dân chủ và quyền lực chuyên chế, phong kiến hay toàn dân). Nguyên tắc thứ nhì phân loại theo hình thức chính quyền và dựa theo hiến pháp mà nhà nước sử dụng quyền tối thượng (từ mọi hành vi của ý chí chung mà qua đó phần đông dân chúng tạo thành dân tộc). Trong mối quan hệ này thì hình thức của chính quyền hoặc cộng hòa hay chuyên chế. Thể chế cộng hòa là một nguyên tắc tổ chức nhà nước tách rời quyền hành pháp ra khỏi quyền lập pháp. Thể chế chuyên chế là nhà nước thực hiện quyền lực nhà nước từ những luật pháp do mình tự tạo ra mà ý chí chung được coi như là ý riêng của lãnh đạo. Trong ba hình thái nhà nước, thì dân chủ trong ý nghĩa của danh từ này là một hình thức chuyên chế cần thiết, bởi vì nó lập ra quyền hành pháp, mà tất cả có quyết định chung và trong mọi trường hợp là một cơ chế quyền lực của toàn thể có quyền chống lại bất cứ một cá nhân nào mà toàn thể phản đối. Dù gọi là toàn thể, thực ra không phải lúc nào cũng đúng là toàn thể, mà là một đa số, thực tế này cho thấy có một điều tự mâu thuẫn với nguyên tắc ý chí chung và mâu thuẫn với nguyên tắc tự do.

Bất cứ hình thức chính quyền nào mà không phải là đại nghị, thì cũng không phải là một hình thức thật sự, bởi vì nhà lập pháp cũng là người cưỡng chế ý chí của mình, (giống như trong luận lý học, khi nguyên tắc suy luận tổng quát cùng lúc lại được suy diễn trở thành nguyên tắc riêng trong phần kết luận). Khi hai hình thức khác của hiến pháp luôn có khuyết điểm, nhưng ít nhất trong lối cai trị này cũng mở ra một cách tự do để tạo ra một chính quyền khác, phù hợp với tinh thần của một hệ thống đại nghị như Friedrich II thường nói: "Tôi chỉ là một người phục vụ tối cao cho đất nước"[2], vì trong hình thức dân chủ làm cho điều này bất khả, trong chế độ này mọi người đều làm chủ ý chí của mình. - Ta có thể nói thành phần nhân sự trong quyền lực nhà nước càng ít (số lượng nhà lãnh đạo) thì quyền đại biểu càng rộng, nhờ thế mà hiến pháp của nhà nước càng có nhiều khả năng thiên về chế độ cộng hòa, điều này cuối cùng cho phép các cải cách tiệm tiến cũng đạt được. Chính vì lý do này mà chế độ quý tộc khó khăn hơn quân chủ, và trong chế độ dân chủ càng không thể đạt tới hiến pháp hợp pháp hoàn chỉnh duy nhất, ngoại trừ có cách mang bạo động. Tuy nhiên, điều không thể tranh cải là loại hình thức chính quyền này[3] có tầm quan trọng đối với dân chúng hơn các loại

---

[2] Người ta thường trách cứ sự tấn phong cho những nhà lãnh đạo, nhưng lại an ủi cho các thuộc hạ là vì nên xem lãnh đạo như là người được Thiên Chúa sức dầu thánh, người hầu cho ý muốn của Thiên Chúa, thay mặt cho Chúa tại trần thế. Cách xoa dịu vụng về này chỉ làm chóng mặt thêm. Đối với tôi, điều này không quan trọng. - Thay vì tạo cho giới lãnh đạo kiêu hãnh thì phải làm cho họ khiêm tốn hơn, khi họ có lý trí để hiểu rằng (điều này phải là điều kiện được đặt ra) khi đảm nhận chức vụ, đó là một điều cao cả đối với một người, phải biết cai trị là điều thiêng liêng, những gì mà Thiên Chúa để lại trên thế gian, mà cụ thể là nhân quyền. Và trong từng phút giây nhà lãnh đạo phải biết lo sợ rằng mình càng tới gần trái táo dưới ánh mắt của Thiên Chúa.

[3] Mallet du Pan tự hào bằng một loại ngôn ngữ ca ngợi tài năng, nhưng thực ra là rỗng tuếch. Cuối cùng, sau nhiều năm kinh nghiệm, người ta cũng tin được sự thật qua một câu nói của Đức Giáo Hoàng: „Hãy để cho kẻ đần độn tiếp tục tranh luận về một chính quyền tốt nhất, người được cai trị tốt hơn là điều tốt đẹp nhất". Nói như thế có nghĩa là: "Chính quyền điều hành tốt nhất là một chính quyền cai trị tốt nhất". Theo lối diễn đạt của Swift thì người ta phải cắn hạt đậu để tìm ra con giun trong đó. Như vậy cũng có nghĩa là đây là một loại chính quyền tốt nhất theo ý nghĩa của hiến pháp nhà nước, nhưng thật ra đây là sai lầm cơ bản. Thí dụ về một sự cai trị tốt đẹp không thể chứng minh được cho

hình thức hiến pháp khác, dù mức độ thích nghi nhiều hay ít của dân chúng cho mục tiêu này cũng quan trọng. Hình thức chính quyền khi phù hợp với khái niệm pháp luật, phải thuộc về hệ thống đại nghị, mà một chính quyền theo chế độ cộng hoà là hình thức khả thi, nếu không, dù có hiến pháp nào đi nữa thì loại chính quyền này cũng chỉ là chuyên chế và bạo lực. - Không có một cái gọi là nền cộng hòa nào trước đây có thể nhận ra điều này, các chế độ này bị hoà nhập trong chế độ chuyên chế, phải lệ thuộc hoàn toàn dưới quyền tối thượng của một cá nhân, đây là một chịu đựng nặng nề nhất cho toàn dân. (*Trích dịch từ nguyên tác Đức ngữ „Zum Ewigen Frieden, Ein Philosophischer Entwurf", Königberg, bey Friederich Nicovius, 1795, được in lại trong „Die Kritiken", 2008, Zweitausendeins, Frankfurt am Main,1099-1112*).

Dẫn luận nguyên tác

Nguyên tắc hình thành hiến pháp

Theo Kant có ba nguyên tắc cho hiến pháp cộng hoà hình thành. Một là tự do cho mọi người dân, hai là tất cả đều bị ràng buộc trong một hệ thống pháp luật và ba là tất cả được bình đẳng trước pháp luật. Hiến pháp dựa trên một kết ước nguyên thủy, một sự đồng thuận giữa người dân và nhà nước để quy định sự chung sống. Thực ra, lý thuyết về kết ước xã hội đã được Rousseau đề xuất, nhưng Kant đào sâu khía cạnh ràng buộc khi tất cả đồng thuận trong sự chung sống này.

một loại chính quyền tốt đẹp. - Ai cai trị tốt hơn là Titus và Marcus Aurellius, nhưng khi Titus để lại sự nghiệp cho Domitian và Marcus Auriellus trao quyền cho Comondus, thì lại không xảy ra trong một hiến pháp hoàn chỉnh, vì người kế nhiệm tỏ ra không thích hợp cho các chức vụ này, một sự kiện đã biết trước đó và quyền lực của nhà vua cũng có đủ để ngăn ngừa.

Từ đó mà tình trạng tự nhiên sống tự do hỗn loạn chấm dứt và nền tảng cho sự chung sống an hoà thành hình. Kant cho rằng hiến pháp là một quyết định thuần lý của con người nhằm tạo một cấu trúc quy phạm cho xã hội và đặc biệt nhất là tạo chính danh cho nhà lãnh đạo trong việc cai trị.

Chính danh cho chính quyền trong việc cai trị tùy thuộc vào việc áp dụng pháp luật. Luật pháp phải phù hợp với ý chí chung của toàn dân và mọi quyền lợi luật định của người dân phải được bảo vệ. Không ai có quyền chống đối người khác mà không dựa trên cơ sở pháp luật, một sự đồng thuận làm ràng buộc tất cả.
Kant dè dặt hơn khi nói về ý nghĩa sự đồng thuận của toàn dân, vì toàn dân là một khái niệm tương đối: chính quyền là một tổ chức không hoàn hảo và mức độ tham gia của dân chúng vào sinh hoạt chính trị là chừng mực. Nhưng dè dặt nhất là Kant không cổ vũ công bình và đạo đức khi toàn dân thể hiện ý chí chung sống trong luật Hiến pháp. Dù thể hiện ý chí chung sống nhưng người dân cùng lúc có quyền theo đuổi tư lợi, vì hai phạm vi này không loại trừ nhau. Kant chú trọng công bình theo luật thủ tục hơn là nội dung. Một đạo luật được coi là công bình khi tất cả mọi người có liên quan vấn đề đều có đồng quyền tham gia quyết định và luôn tôn trọng các thủ tục sau khi được thoả thuận.

Dù dựa trên quan điểm hợp đồng như Rousseau, nhưng Kant đề cao nguyên tắc tự do và bình đẳng. Tự do là một quyền bẩm sinh và không thể chuyển nhượng, nhưng biểu hiện quyền tự do trong thực tại xã hội là một vấn đề khác. Lập luận của Kant là „Tự do là một quyền không đòi hỏi tôi lệ thuộc vào bất cứ luật ngoại tại nào, trừ những luật mà tôi có thể đồng thuận. Tôi bị ràng buộc pháp luật với người khác vì trước đó tôi đồng thuận tự đặt mình trong khuôn khổ luật pháp".

Khi giải thích khái niệm luật pháp Kant cho là luật nào cũng giới hạn tự do cá nhân, nhưng biểu hiện tự do là "làm tất cả những gì mình muốn và không gây điều phạm pháp cho người khác", bởi thế vai trò lý trí cá nhân trở nên quan trọng hơn khi nhận xét vấn đề. Mức độ cảm nhận tự do và khả năng hành động nhằm biểu hiện tự do trong thẩm quyền lập pháp của cá nhân trong xã hội được đặt ra. Do xác nhận được quyền tự do bẩm sinh và thực thi quyền này mà luật pháp thành hình. Chính sự khai sáng này là cụ thể hoá quyền tự do trong thực tế. Hành sử tự do mang đến an toàn cá nhân và xã hội khi tất cả đều tôn trọng luật pháp.

Để đạt mục tiêu này thì nguyên tắc bình đẳng trước pháp luật cần được thực thi. Khi mọi người lệ thuộc luật pháp thì không tự động có nghĩã tất cả đều được bình đẳng, mà là cần loại bỏ mọi sự phân biệt khi áp dụng luật pháp, không chấp nhận mọi ưu quyền mà không có cơ sở. Luật thừa kế, phong hàm qúy tộc, tạo thuận lợi hay gây bất lợi kinh tế cần phải làm rõ, nếu không phải hủy bỏ. Muốn bảo đảm bình đẳng trước pháp luật thì thẩm quyền lập pháp không thuộc về dòng dõi mà toàn dân. Kant nhận thấy các khái niệm về khế ước nguyên thủy, thẩm quyền lập hiến và lập pháp của toàn dân và nguyên tắc tự do và bình đẳng trong hiến pháp cộng hoà liên hệ mật thiết nhau. Công nhận tính ràng buộc pháp luật pháp như một nguyên tắc hiến định đã có trong hầu hết tất cả các học thuyết cổ điển của luật hiến pháp, do đó không thể coi là một đặc thù của Kant. Trong các luận văn khác về sau, Kant không khai thác chủ điểm này mà đề cao về tính độc lập của cá nhân trong quyết định thuần lý.

Hiến pháp và hoà bình

Hiến pháp cộng hoà thể hiện quyền dân tộc tự quyết khi người dân không còn là người thuần phục kẻ bề trên mà quyết định tối hậu các vấn đề sinh mệnh của đất nước và chiến tranh và hoà bình là hai điển hình. Kant lập luận ý chí toàn dân mới quyết định được hoà hay chiến, một quyết định thuần lý nhằm bảo vệ quyền lợi dân tộc. Cụ thể hơn người dân phải nghĩ đến thiệt hại sinh mạng và tài sản do chiến tranh gây ra, nợ công khi lâm chiến và phí tổn khi tái thiết mà chỉ có dân là chịu lãnh mọi chiến phí trong khi giới lãnh đạo tiếp tục an hưởng đặc quyền do chế độ ban phát. Kant chỉ bàn đến quyết định gây chiến nhưng không đề cập đến chiến tranh tự vệ. Dân chúng không muốn có chiến tranh, nhưng khi thực hiện nguyện vọng đúng theo thủ tục hiến định thì hoà bình sẽ là điều kiện khả thi. Hành vi tuyên chiến hay chấp nhận hoà ước theo Kant không phải là một loại luật pháp, đúng hơn là một quyết định cá biệt trong hoàn cảnh cụ thể; nếu quyết định là của dân chúng thì hợp hiến, nếu chỉ là của chính quyền thì vi hiến.

Kant bị phê phán là quá đơn giản khi đề cao lý trí của công luận và thủ tục hiến định. Các triết gia khác không tin lý trí thuần lý của toàn dân là chính mà cho là tùy thuộc vào tinh thần hiếu chiến hay hiếu hoà của lãnh đạo hoặc chính sách ngoại giao khôn ngoan.

Hình thức cai trị và phân loại chính quyền

Phân loại hình thức cai trị dựa vào một người, nhiều người hay toàn dân do Aristote khởi xướng. Từ quan điểm này mà Kant giải thích quyền lực là có ba hình thức cai trị: chuyên chế, qúy tộc hay dân chủ. Thuật ngữ Kant dùng không thống nhất, nên tìm hiểu ngữ cảnh và so với thuật ngữ thông dụng hiện nay mới hiểu được nội dung. Về phân loại chính quyền Kant dựa vào tiêu chuẩn tôn trọng luật pháp để giải thích. Một chính quyền đặt mình trong pháp luật thì Kant gọi là cộng hoà, ngược lại là chuyên chế. Ba hình thức cai trị một người, nhiều người hay toàn dân không liên hệ đến giá trị; ngược lại, thi hành luật pháp là chuẩn mực cho sự phân loại hiệu năng chính quyền. Hai cách phân biệt này song hành trong lý thuyết nhưng có thể kết hợp nhau trong thực tế.

Kant cho là Hiến pháp cộng hoà dựa trên khái niệm hợp đồng nguyên thủy mà tự do, bình đẳng và ràng buộc là chính. Các nguyên tắc hiến định này tùy thuộc ý chí của toàn dân. Thể hiện ý chí này là hành sử quyền tối thượng, vì người dân có quyền và có lý trí để quyết định để phụng sự hoà bình. Khái niệm cộng hoà vào thời của Kant phải được chúng ta ngày nay hiểu là hình thức dân chủ trực tiếp, thể hiện tự do trong khuôn khổ đại nghị.

Kant hiểu ý nghĩa của đại nghị là mối quan hệ lập pháp và hành pháp. Kant phê bình là nhà lập pháp không được phép làm người cưỡng chế luật pháp, hình thức cai trị này không thể gọi là đại nghị; trong khi chúng ta ngày nay xem là mối quan hệ giữa cử tri và đại biểu quốc hội. Dù Kant đề cập gián tiếp đến tam quyền phân lập, nhưng khái niệm cộng hoà trong đại nghị của Kant không khác với trào lưu tư duy hiện đại về hệ thống chính trị dân chủ tự do.

Dù giống nhau trong tổng thể nhưng có sự khác biệt chi tiết giữa lý thuyết kết ước xã hội của Rousseau và khái niệm cộng hoà của Kant. Rousseau cho là có sự đồng nhất giữa ý chí chung và quyền tối thượng của toàn dân. Rousseau phân biệt ý chí chung và ý chí tất cả. Quyền dân tộc tự quyết không thể chuyển nhượng và người dân là tác giả các quyết định chính trị cho đất nước. Dân chủ trực tiếp với cách toàn dân biểu quyết là hình thức tốt đẹp nhất; ngược lại, thiết lập một một cơ chế dân chủ gián tiếp qua hình thức đại hội đại biểu là thiếu hiệu năng.

Khác với Rousseau, Kant đề cao vai trò lý trí trong tiến trình lập pháp. Luật pháp là một quyết định thuần lý,

124

nhưng là một hình thức thử nghiệm và có thể thay thế cho phù hợp với nhu cầu thời đại hơn. Quyền lập pháp của người dân trong tiến trình này là thể hiện một quyết định lý trí, một phạm vi thuộc khai sáng tư duy và sử dụng độc lập. Tự do và bình đẳng của người dân chỉ có trong sự đồng thuận về các khái niệm pháp luật. Còn nhà lập pháp chỉ đóng vai trò trung gian thể hiện ý chí lập pháp của toàn dân và không có quyền bảo vệ tư lợi. Kant không bàn đến khía cạnh đạo đức cho thể chế. Do đó, tầm quan trọng của công lý và đạo đức không được đặt ra.

Theo Kant vấn đề không nằm ở hình thức, số lượng một người, một số người hay toàn dân, mà tinh thần trọng pháp của chính quyền, một chuẩn mực quyết định khả năng cai trị và tính chính thống của chế độ. Kant đưa ra hai loại giải thích: hoặc là cộng hoà (mà chúng ta ngày nay hiểu là tự do và dân chủ) hoặc chuyên chế. Cộng hoà là một hình thức thích hợp nhất cho hiến pháp vì thể hiện quyền tự do và bình đẳng của người dân trong tinh thần trọng pháp, còn chuyên chế chỉ thể hiện ý chí riêng và quyền lợi riêng của lãnh đạo, không có cơ sở pháp luật và người dân không muốn bị ràng buộc. Chuyên chế khác với dân chủ là ở tính cách quyết định các vấn đề. Kant hiểu dân chủ theo ý nghĩa cổ điển, mà ngày nay gọi là dân chủ trực tiếp, khi đại biểu dân chúng trong một thành phố quyết định một vấn đề chung.

Tiến trình thành lập

Kant coi hiến pháp là một sản phẩm của lý trí, một quyết định do một tiến trình lâu dài của ý thức độc lập, nhưng cần phân biệt hình thức cai trị với sự thành hình của nhà nước để áp dụng khái niệm cộng hoà tốt hơn.

Để luận chứng cho sự chung sống của con người trong xã hội, Hobbes đề ra giả thuyết khế ước nguyên thủy. Kant chứng minh là nhà nước hình thành qua chiến

125

tranh, sử dụng bạo lực, hơn là đồng thuận trong một giải pháp an hoà. Lịch sử cho biết đồng thuận về hình thức cai trị, một cơ sở pháp lý, luôn đến sau khi nhà nước đã ra đời và tùy thuộc vào sự hiện hữu của quyền lực trước đó, mà thực tế thì không có thế lực nào cưỡng lại quyền cai trị này. Người có quyền cưỡng chế pháp luật lại là người không thể chứng minh được thẩm quyền lập pháp và tinh thần trọng pháp. Dù bất cứ hình thức cai trị nào theo Kant hành vi của chính quyền phải nằm trong trong khuôn khổ áp dụng luật pháp, cụ thể là tính chính thống phải được chứng minh và luôn bị kiểm soát. Lãnh đạo phải dựa vào lập luận của lý trí, không thể cầu xin ơn trên hay dựa thành tích trong lịch sử đem lại mà biện luận, phải giới hạn quyền lực cai trị trong ý muốn của toàn dân, đây là một biểu hiện cụ thể nhất tính chính danh. Theo Kant, nguyên tắc này trở thành mệnh lệnh cho chính quyền tuân thủ.

Kant phân biệt có hai hình thức cai trị đất nước, một dựa theo chiều hướng lịch sử, bạo lực cách mạng, một dựa theo thể chế cộng hoà, lấy pháp luật và lý trí làm cơ sở. Sự kết hợp giữa hai chiều hướng này sẽ đem lại một sự tiến hoá tự nhiên cho luật Hiến pháp. Kant phân biệt khái niệm cộng hoà theo hai khía cạnh: cộng hoà là một triết thuyết để thảo luận trong nhu cầu cải cách và là một thể chế được thành hình trong thực tế đất nước mà áp dụng luật pháp theo quyết định của lý trí là mục tiêu. Kant nhấn mạnh hình thức cai trị của chính quyền dựa theo hiến pháp cộng hoà là tốt đẹp nhất vì phù hợp với lòng dân. Chính quyền chỉ là một chế độ chính trị ngắn hạn đem lại một giải pháp tạm thời cho các vấn đề xã hội. Nhưng trong tiền trình cai trị, với thời gian luật pháp đem lại giá tri cao hơn, ý thức người dân về uy lực pháp luật sẽ thay đổi, pháp luật không còn giải quyết vấn đề tạm thời mà sẽ có giá trị lâu dài, nhờ thế tạo nền tảng của một nền dân chủ ổn định. Từ trên cơ sở này mà một hiến pháp tự do dân chủ trong một hệ thống đại nghị và ý thức trọng pháp của một xã hội dân sự thành hinh. Kant ca ngợi một hiến pháp hoàn chỉnh là một cơ sở để giáo dục công dân; nhờ tuân thủ các giá trị luật pháp mà đạo đức cá nhân và xã hội tốt đẹp hơn. Kant mơ ước tất cả sẽ là một tiền đề cho việc tiến đến nền hoà bình vĩnh cửu. Kant thực tế hơn khi cho rằng con đường theo đuổi là quá xa xăm, nhưng nổ lực của chúng ta sẽ là những đóng góp làm thu ngắn khoảng cách.

Kết luận

Lý thuyết của Kant đề cao ba nguyên tắc tự do, ràng buộc pháp luật và bình đẳng của Hiến pháp cộng hoà. Đây là một kết ước giữa người dân và chính quyền để theo đuổi một lý tưởng là chung sống trong an hoà. Sự đồng thuận về hình thức cai trị phải dựa trên các khái niệm pháp luật, một cơ sở lập luận cần có của người dân và chính quyền và cả hai cùng tuân thủ.

7

Khái niệm về thẩm quyền lập hiến của Emmanuel Joseph Sieyès

Vấn đề

Khái niệm về thẩm quyền lập hiến ra đời đầu tiên qua luận thuyết "Qu'est ce que le Tiers état?" của Emmanuel Joseph Sieyès vào tháng giêng năm 1789 tại Pháp. Áp dụng khái niệm này trong bối cảnh sôi sục của Cách Mạng đã gây nhiều biến động liên tục với kết quả là chế độ quân chủ sụp đổ kéo theo đủ loại trưng cầu dân ý và nhiều Hiến pháp mới thành hình. Qua thời gian, chính sự lắng đọng hơn, các nước phương Tây đều lần lượt công nhận giá trị khái niệm này và đưa vào áp dụng. Đây là kinh nghiệm quốc tế mà chúng ta cũng cần tìm hiểu và bài viết sau đây sẽ giới thành tựu của khái niệm này trong hai khía cạnh lý thuyết và thực tế.

Định nghĩa

Hiến pháp là một văn bản quy định về nguyên tắc tổ chức nhà nước và có uy lực tối thượng trong hệ thống luật pháp. Hiến pháp có hai chức năng chủ yếu. Một là tạo ra thẩm quyền hiến định cho các cơ quan nhà nước và quy định mọi luật thủ tục cho các cơ quan hiến định thực hiện quyền này. Hai là quy định những luật lệ, thí dụ như dân quyền và nhân quyền, để cho các cơ quan hiến định phải tôn trọng. Nhưng ai có quyền lập hiến? Luật Hiến pháp của Pháp đã lý giải cho vấn đề này.

Bất cứ một loại luật nào, trước khi áp dụng cũng cần có hiệu lực pháp lý về hình thức và nội dung. Hình thức có nghĩa là luật được thông qua đúng theo thủ tục, nội dung được hiểu là lập luận được chấp nhận là hợp pháp. Khi luật có hiệu lực sẽ tạo cho người dân có tố quyền khi quyền lợi luật định bị vi phạm. Khi tòa án quyết định tranh chấp sẽ có hiệu lực cưỡng chế.

Trong một hệ thống pháp luật, các văn bản phải căn cứ vào nhau để tạo hiệu lực, thí dụ một nghị định của một Bộ phải dựa vào một bộ luật để ban hành và một văn bản địa phương căn cứ vào quy định của trung ương làm cơ sở. Luật giới gọi đây là trình tự quy chiếu mà nó tạo nên một giá trị nội tại cho pháp luật và đỉnh cao của hệ thống quy chiếu này là Hiến pháp.

Hiến pháp có một giá trị tự tại vì không cần quy chiếu hay trưng dẫn vào các luật khác để tạo giá trị. Đặc thù này có thể được giải thích qua nhiều khía cạnh khác nhau. Sử gia tìm hiểu nguồn gốc lịch sử và giải thích sự thành hình Hiến pháp qua các diễn biến của thời gian. Các nhà lý thuyết về luật học cho rằng nguyên tắc triết học tạo giá trị nội dung cho Hiến pháp. Họ hướng về các chuyên đề như tính chính thống, tính hợp pháp của thể chế, thẩm quyền lập hiến và thẩm quyền hiến định. Hiến pháp có giá trị cao cả vì là một lý tưởng, một giá trị quy phạm ràng buộc cho đất nước và con người. Đặc điểm chính của luật Hiến pháp là có động lực chính trị thúc đẩy, do ý chí chính trị của toàn dân quyết định chung sống trong trật tự và công bình xã hội. Vì tầm vóc chính trị của các quyết định liên quan đến đất nước, chính quyền, xã hội và con người mà luật Hiến pháp vượt ra khỏi phạm vi luật học và đi vào lĩnh vực chính trị.

Khái niệm về thẩm quyền lập hiến của toàn dân có hai sắc thái vừa cách mạng và dân chủ. Cách mạng vì mục đích của Sieyès là chống đối lại quyền lực cai trị của Hoàng gia và các định chế quân chủ, một quyền lực nguyên thuỷ và tối cao cho mọi sinh hoạt của nước Pháp. Dân chủ vì Sieyès, vốn là một nhà thần học, đưa ý niệm thẩm quyền lập hiến vào Thần học Thiên Chúa giáo. Thần học có nội dung chính trị dân chủ. Từ nay, đất nước không phải là một trật tự thiên nhiên do Thiên Chúa sắp đặt ra mà do ý chí cuả con người trong quyết định tối thượng để làm chủ vận mệnh. Toàn dân là một chủ thể luật pháp có thẩm quyền quyết định về trật tự cho đất nước và là tác giả của công trình lập hiến.

Sieyès phân biệt khái niệm thẩm quyền lập hiến (pouvoir constituant) qua đó mà Hiến pháp thành hình và quy định quyền lực cho các cơ quan nhà nước. Quyền của các cơ quan này ông gọi là thẩm quyền hiến định (pouvoir constitué) vì nằm trong phạm vi của Hiến pháp và bị ràng buộc bởi Hiến pháp.

Tổng hợp các chiều hướng giải thích này chúng ta có thể định nghĩa thẩm quyền lập hiến là một sức mạnh, một quyền lực chính trị của toàn dân nhằm lập ra hay thay đổi Hiến pháp để làm căn bản cho sự chung sống trong một đất nước. Thẩm quyền lập hiến không đồng nghĩa với quyền lực nhà nước mà là điều kiện tiên quyết để tạo ra quyền lực nhà nước. Tùy theo hình thức thể hiện mà thẩm quyền lập hiến tác động đến nội dung của quyền lực nhà nước. Thẩm quyền lập hiến của toàn dân không bị giới hạn và không thể chuyển nhượng. Toàn dân và kể cả thế hệ tương lai không bị ràng buộc vào bất cứ một luật thủ tục hình thức nào khi hành sử thẩm quyền lập hiến.

Truyền thống Anh

Khái niệm quyền lực lập hiến thuộc về toàn dân đã có trong truyền thống của Anh trước khi Cách Mạng Pháp bùng nổ. Trong thời kỳ nội chiến ở nước Anh vào năm 1647 có một phong trào đấu tranh đòi dân chủ của Levellers. Ông đề nghị du nhập Hiến pháp mới có tên là Ageement of the People, một hình thức tạo ra một hợp đồng giữa dân và chính quyền, một đạo luật tối cao nhằm quy định nền tảng cho quyền lực nhà nước và không phải là quyết định của quốc hội. Dự thảo về Agreement of the People được tu chỉnh và đệ trình quốc hội vào năm 1648 nhưng không được phê chuẩn.

Đến năm 1653 trong thời kỳ của Oliver Cromwell, ông đề ra một Hiến pháp thành văn được gọi là Instrument of Government. Đặc điểm của Hiến pháp này là không được thay đổi và Quốc hội cũng không được tu chỉnh.

131

Cromwell lập luận rằng Hiến pháp có tính ràng buộc vì dân chúng đã đồng thuận. Năm 1657 Quốc hội nhận được bản dự thảo Hiến pháp. Đây là một Hiến pháp thành văn duy nhất trong lịch sử lập hiến của Anh. Năm sau Cromwell từ trần. Năm 1660 Quốc hội không phê chuẩn mà quyết định đưa đất nước trở lại chế độ quân chủ. Từ đó, khái niệm Hiến pháp thành văn không đóng vai trò quan trọng. Truyền thống tư duy ở Anh cho là quyền tối thượng thuộc về Hoàng gia và Quốc hội. Dân quyền luôn sẵn có trong xã hội mà nhiệm vụ của nhà nước là phải tìm những thiết chế hữu hiệu hơn để bảo vệ.

Truyền thống Hoa Kỳ

Một biểu hiện khác tương tự là năm 1776 khi các thuộc địa của Anh tại Bắc Mỹ tuyên bố độc lập. Tuyên ngôn này dựa vào quyền dân tộc tự quyết và thẩm quyền lập hiến tối thượng. Trước đó, Bắc Mỹ đã có những Hiến chương quy định về tự do và tổ chức nhà nước. Các Hiến chương này do Vương quốc Anh chuẩn nhận như một đạo luật cơ bản cho toàn dân thuộc địa và là một thành phần trong luật của Anh. Trong khuôn khổ này các tiểu bang thuộc địa có quyền ban hành luật. Toà án Anh chỉ xét tính phù hợp luật tiểu bang với luật của Anh. Trước khi giành được độc lập dân chúng trong thuộc địa Anh coi sự ràng buộc luật tiểu bang với luật của mẫu quốc Anh là hiển nhiên.

Tuyên Ngôn Độc Lập ngày 4.7.1776 đề cao quyền dân tộc tự quyết và thẩm quyền lập hiến. Tư tưởng này bị ảnh hưởng từ lý thuyết luật Hiến pháp của châu Âu, mà chủ yếu là John Locke. Thomas Jefferson thể hiện đặc điểm này qua trích đoạn sau:

"Chúng tôi cho rằng những chân lý này là hiển nhiên, tất cả mọi người sinh ra đều bình đẳng, được tạo hoá ban cho một quyền không thể chuyển nhượng, đó là quyền sống, tự do và mưu cầu hạnh phúc. Để bảo đảm

132

cho những quyền này chính quyền được lập ra cho con người, bắt nguồn từ quyền lực hợp pháp do sự đồng thuận của người bị trị. Khi nào hình thức của chính quyền tác hại đến cứu cánh này, dân có quyền thay đổi hay bỏ chính quyền và thay một chính quyền mới, đặt ra nền tảng hay nguyên tắc tổ chức quyền lực theo hình thức phù hợp nhất để mang lại an ninh và hạnh phúc."

Trong hiến pháp mới của các tiểu bang tuyên bố độc lập có đề ra nguyên tắc quyền dân tộc tự quyết, nguyên tắc phân quyền và giới hạn quyền lực nhà nước. Bản văn Hiến pháp gồm có hai phần. Phần thứ nhất quy định cách tổ chức quyền lực cơ quan nhà nước và phần thứ hai là dân quyền, Bill of Rights, xác định quyền của người dân mà nhà nước phải tôn trọng. Trong Hiến pháp Liên Bang Hoa Kỳ công bố 1787 không quy định các quyền cơ bản của người dân vì hai lý do. Một là Hiến pháp các tiểu bang đã có quy định trước đó và hai là trong Bảng Tuyên Ngôn Độc Lập đã minh thị vấn đề. Đến cuối năm 1791 một thủ tục tu chỉnh ra đời để quy định mười quyền cơ bản này thành các điều khoản phụ thuộc và được chuẩn nhận.

Cách mạng Pháp

Để tránh khủng hoảng chính trị vua Louis XVI đề ra những cải cách nhằm chống lại giới quý tộc vào tháng năm 1789. Ông đề nghị triệu tập một Đại Hội Toàn Dân mà từ năm 1614 chưa hề tập hợp được. Trong xã hội có quá nhiều vấn đề sôi nổi cần giải quyết, mà chủ tâm của công luận là cần mở rộng tầm ảnh hưởng cuả tư sản thành thị và nông dân, trong khi giới tu sĩ và quý tộc đang còn chiếm ưu thế trong chính quyền.

Lúc chính trường càng giao động và chính giới đang hoang mang thì học thuyết của Sieyès được công luận đón nhận nồng nhiệt. Ông cổ vũ rằng vị trí của đất nước và dân tộc là cao cả, chỉ bị ràng buộc theo luật tự nhiên. Đất nước hiện hữu trước tất cả, nguồn gốc của mọi sự. Ý muốn của đất nước bao giờ cũng là hợp pháp. Đất nước tự nó là một loại luật. Trước và trên đất nước chỉ có luật tự nhiên. Luật pháp thành văn được hình thành chậm trễ hơn thông qua sự phát triển của xã hội. Thể hiện ý chí của đất nước không bị ràng buộc vào một luật hình thức nào.

Ông giải thích đất nước là một nơi tập hợp của toàn dân để chung sống trong tinh thần tự nguyện. Để đạt được mục tiêu này tất cả mọi người cần thông báo cho nhau ý nguyện chung sống này. Ý chí từng cá nhân sẽ kết hợp thành một ý chí chung cho toàn xã hội, qua đó xã hội sẽ nhân danh toàn thể để hành động. Khi các thành viên xã hội quá đông và sống phân tán thì việc thể hiện một ý chí chung sẽ khó khăn hơn. Từ bước đầu tiên này mà xã hội sẽ ủy nhiệm cho một cơ chế đại diện cho toàn dân điều hành và giải quyết những nhu cầu chung. Cơ chế này có thẩm quyền hành động trong phạm vi mà xã hội đồng ý ủy nhiệm. Ý chí thực sự của toàn dân từ nay được thể hiện qua ý chí của các đại biểu của cơ chế đại diện.

Do đó, vấn đề nguyên tắc tổ chức và thủ tục được đặt ra mà trước hết và trên hết là Hiến pháp. Sieyès cho là có hai loại thẩm quyền lập hiến và thẩm quyền hiến định. Do thẩm quyền lập hiến của toàn dân mà Hiến pháp mới thành hình, không có một hình thức nào khác như quân quyền có thể thay thế. Thông qua Hiến pháp mà các cơ quan nhà nước được tạo lập. Sở dĩ các cơ quan này có được quyền là vì do hiến pháp ban cho, vì thế nên ông gọi là thẩm quyền hiến định. Ba cơ quan được Hiến pháp trao quyền là Hành pháp, Lập pháp và Tư pháp, cả ba bị ràng buộc bởi luật Hiến pháp.

Ý chí của nhà lập hiến là việc thi hành quyền lực nhà nước không gây thiệt hại xã hội. Trước tình trạng khủng hoảng của đất nước hai giai cấp qúy tộc và tu sĩ không đủ túc số là đại diện cho toàn xã hội và sẽ không giải quyết được vấn đề. Sieyès cho rằng phải có một cuộc triệu tập toàn dân để lập Quốc Hội Lập Hiến. Theo ông thì thành phần thứ ba gồm có nông dân và tư sản thành thị mới có thẩm quyền và tư cách triệu tập Đại Hội Đại Biểu Toàn Quốc.

Tác phẩm của Sieyès gây vang động khắp nước Pháp. Cách Mạng bùng nổ. Ngày 17. 06.1789 đúng theo đề nghị của Sieyès, Đại Hội Toàn Dân tuyên bố tự triệu tập Quốc Hội Lập Hiến và tự nhận là có thẩm quyền lập hiến. Sau một thời kỳ tham vấn các đại biểu quyết định đưa ra Bảng Tuyên Ngôn Nhân Quyền và Dân Quyền vào ngày 26.08.1789. Bảng Tuyên Ngôn này được ghi lại trong Hiến pháp Cách Mạng đầu tiên. Hai Hiến pháp sau đó có lập lại với một vài tu chỉnh. Sau một thời kỳ dài thảo luận, tháng chín năm 1791 Quốc Hội Lập Hiến chung quyết Hiến pháp mới để quy định chế độ quân chủ lập hiến cho Pháp. Dù Hiến pháp tháng chín được ghi nhận như là một mô hình cho các nước Tây Âu, nhưng tại Pháp lại không có hiệu lực, sau đó bị thay đổi.

Một đặc điểm của Hiến pháp tháng chín 1791 là không phận biệt giữa thẩm quyền lập hiến và thẩm quyền tu chỉnh. Các đại biểu giải thích là họ có ý thức vấn đề, nhưng tin rằng công trình lập hiến là hoàn chỉnh và muốn tránh việc thay đổi trong tương lai, cho dù họ công nhận là trên lý thuyết toàn dân có quyền thay đổi. Một vấn đề khác là nên thay đổi từng phần hay toàn bộ Hiến pháp. Các đại biểu cho rằng việc thay đổi một phần chi tiết có thể được Quốc hội đảm nhận, nhưng thay đổi toàn bộ phải thuộc về toàn dân.

Điều 1 phần VII Tu chỉnh Hiến pháp quy định: „Quốc hội Lập Hiến tuyên bố rằng đất nước có một quyền bất khả thời tiêu về việc thay đổi Hiến pháp. Tuy nhiên, khi xét rằng sẽ thích hợp hơn với quyền lợi quốc gia với những phương tiện do chính Hiến pháp đề ra, thì có quyền thay đổi những điều khoản nào kinh nghiệm cho thấy là không phù hợp, Quốc hội đề ra những thủ tục tu chỉnh Hiến pháp theo hình thức quy định sau đây..." Để thực hiện mục tiêu này, Quốc Hội Lập Hiến đưa ra một thủ tục nghiêm nhặt hơn với việc tu chỉnh Hiến pháp.

Ngoài vấn đề soạn Hiến pháp mà cả việc thay đổi chế độ quân chủ cũng được thảo luận kể từ năm 1792. Tranh luận xảy ra khi một Đại biểu tuyên bố là Hiến pháp mới là một căn bản pháp lý cho việc huỷ bỏ chế độ quân chủ. Chủ tịch Quốc Hội phản bác là hủy bỏ Hoàng gia là vi hiến, nhưng quan điểm này không được toàn thể quốc hội và dân chúng đồng tình. Ngày 10. 08. 1792 Hoàng triều bị sụp đổ. Đại Hội bầu ra một Quốc Hội Lập Hiến để soạn thảo Hiến pháp mới. Ngay phiên họp đầu tiên 21. 09. 1792 Quốc Hội đồng thanh phê chuẩn việc truất bỏ chế độ quân chủ và Hiến pháp không được ban hành nếu không có sự đồng thuận của toàn dân. Tháng 7 năm 1793 Hiến pháp mới ra đời với sự chuẩn nhận của đa số dân chúng.

Vì chiến tranh trong thời Robespierres nên Quốc Hội Lập Hiến dời việc phê chuẩn Hiến pháp mới cho đến khi có hoà ước. Sau khi chế độ Robespierres sụp đổ, Hiến pháp mới ra đời vào tháng tám năm 1795. Nhưng khủng hoảng Hiến pháp liên tục xảy ra kéo theo nhiều xáo trộn chính trị. Tháng 11 năm 1799 Napoleon Bonaparte lên nắm quyền, một Hiến pháp mới ra đời và được dân chúng chuẩn nhận. Qua trưng cầu dân ý vào năm 1802 Napoleon nắm quyền Tổng Tài trọn đời và năm 1804 được toàn dân tôn vinh làm vua nước Pháp.

Truyền thống Đức

Dù Cách Mạng Pháp có ảnh hưởng sâu đậm đến công luận và khái niệm về thẩm quyền lập hiến được học giới thảo luận, nhưng những Hiến pháp đầu tiên vào đầu thế kỷ XIX tại Đức đã không minh thị thẩm quyền lập hiến thuộc về toàn dân, mà chỉ nêu lên Hiến pháp

136

là sự tương thuận giữa Hoàng gia và đại biểu dân chúng, đặc biệt là các hoàng tộc địa phương, một hình thức nhằm tránh các phong trào đòi hỏi dân chủ. Phong trào Cách Mạng vào năm 1848 bắt đầu gây ý thức vấn đề này khi kêu gọi soạn thảo Hiến pháp toàn nước Đức mà không cần sự hợp tác của Hoàng gia. Quốc Hội Lập Hiến triệu tập tại Frankfurter Paulskirche vào tháng năm 1848 và biểu quyết Hiến pháp (Deutsche Reichsverfassung) vào 28.3.1849. Hiến pháp 1849 tuy đề cao một vài yếu tố dân chủ nhưng lại không công nhận quyền dân tộc tối thượng như Pháp. Thoạt đầu các tiểu bang không chuẩn nhận Hiến pháp này, nhưng về sau do áp lực của dân chúng mà Hiến pháp được chấp nhận và Quốc Hội Lập Hiến giải tán.

Nước Đức (Das Deustche Reich) thành hình vào năm 1871 do việc quyết định mở rộng các lãnh thổ ở Bắc Đức với sự đồng thuận của các lãnh chúa địa phương và đại biểu dân chúng. Việc kết ước này không đề cập tới thẩm quyền lập hiến. Luật Hiến pháp của Đức hình thành trong một bối cảnh lịch sử và truyền thống tư duy khác biệt. Chủ thuyết lập hiến của Đức không theo truyền thống chung của các nước phương Tây. Lập luận chính cho là không phải dân chúng mà nhà nước có quyền tối thượng. Hiến pháp cũng giống như các loại luật khác và được hiểu là một hành vi bày tỏ ý chí của nhà nước. Tất cả luật pháp đều có thể bị thay đổi, nhưng luật Hiến pháp phải qua thủ tục khó khăn hơn.

Georg Jellinek là học giả luật Hiến pháp có đề cập đến thẩm quyền lập hiến qua tác phẩm Allgemeine Staatslehre. Đây là một sách giáo khoa chuẩn mực nhất trong thời kỳ Cộng hoà Weimar. Jellinek giải thích nhà nước và dân tộc là hai khái niệm đồng nghiã, luận thuyết này thuộc lý thuyết cổ điển nhất. Từ suy luận này mà khái niệm về quyền dân tộc tự quyết và ý chí nhà nước có tính đồng nhất. Cách hoà đồng hai ý chí này có ảnh hưởng đến sự phát triển học thuyết thẩm quyền lập hiến về sau.

Sai lầm của Jellinek là đồng hóa tất cả các cá nhân sống trong xã hội vào một hình thức dân tộc thống nhất, một tập thể thống nhất. Đúng hơn, cá nhân là một thành viên của dân tộc, một khuôn khổ xã hội có tổ chức với một hệ thống luật lệ chung. Với hình thức này thì việc bày tỏ ý chí của toàn dân là điều khả thi. Thực tế cho thấy không bao giờ có một ý chí thống nhất cuả toàn dân, mà ý chí này là một khái niệm luật pháp tương đối. Nguồn gốc của quyền lực không tự nhiên có sẵn trong một dân tộc khi nhà nước chưa thành hình, ý chí của dân tộc được thể hiện sau khi nhà nước được tổ chức nề nếp. Tùy theo hình thức tổ chức về cơ chế đại diện toàn dân mà thẩm quyền quyết định tối cao của nhà nước được quy định và có thể thuộc về Hoàng gia.

Jellinek cho rằng giá trị cuả luật pháp tùy vào mức độ tin tưởng của dân chúng, mà phần lớn do khả năng thuyết phục, một vấn đề thuộc về hiện tượng tâm lý đại chúng trong xã hội, đặc biệt hướng về các thành phần trung lưu ít hiểu biết về luật lệ. Về ảnh hưởng của Quốc hội trong thời Cách Mạng Pháp ông giải thích là những người làm Cách Mạng cũng tin là nhà nước quân chủ có dựa vào nguyên tắc quyền dân tộc tự quyết và nhà vua là công chức để thực hiện ý chí chung. Nhưng qua hành động cách mạng của toàn dân và không có sự chống đối mà niềm tin này trở thành thực tại luật pháp.

Năm 1909 Egon Zwieg cho ra đời một tác phẩm với chuyên đề Cách mạng Pháp và thẩm quyền lập hiến. Zwieg cho là thẩm quyền lập hiến là một giai đoạn khởi đầu soi sáng cho luật Hiến pháp. Cuối cùng quyền lực đem tư cách pháp nhân cho nhà nước.

Sau thế chiến thứ nhất Quốc Hội Lập Hiến thành hình. Hiến pháp được Quốc hội soạn thảo và chuẩn nhận vào ngày 11 tháng 8 năm 1919. Thủ tục lập hiến của Hiến pháp Weimar (WRV) dựa vào nguyên tắc thẩm quyền lập hiến của toàn dân. Sự phúc quyết của toàn dân không cần thiết. Điều 1 Khoản 2 WRV quy định: "Quyền lực nhà nước thuộc về nhân dân". Điều 181 WRV ghi: „Thông qua quốc hội nhân dân Đức biểu quyết và chuẩn y Hiến pháp này. Hiến pháp này có hiệu lực kể từ ngày công bố."

Dù Hiến pháp dựa thẩm quyền lập hiến của toàn dân làm cơ sở, nhưng học giới kéo dài việc tranh luận giá trị khái niệm này. Quan điểm đối nghịch nổi bật nhất là Gehard Anschütz. Khi bình luận về luật Hiến Pháp Weimar, ông lập luận rằng phân biệt thẩm quyền lập pháp và thẩm quyền lập hiến là hoàn toàn xa lạ trong truyền thống luật Đức. Không giống như tại Bắc Mỹ, thẩm quyền lập hiến tại Đức không thể cao hơn thẩm quyền lập pháp; Hiến pháp không thể đứng lên trên Lập pháp; Hiến pháp là một phương tiện mẫu mực để Lập pháp có nghĩa vụ chấp hành theo đúng hình thức quy định việc thay đổi Hiến pháp.

Điều 76 WRV quy định Hiến pháp có thể thay đổi qua thủ tục trưng cầu dân ý hay qua sự đồng thuận với đa số tuyệt đối của hai cơ quan Reichstag và Reichsrat. Túc số cần thiết là 2/3 đại biểu. Theo quan điểm chung của luật giới chính túc số 2/3 này làm cho việc thay đổi Hiến pháp có giá trị pháp lý, nên không cần quy định vấn đề thay đổi Hiến pháp hay ghi vào trong Hiến pháp. Để đạt được túc số này là khó khăn trong thực tế và thay đổi luật thông thường không cần túc số này.

Giải thích điều 76 WRV đem lại nhiều tranh luận, nhưng thuyết phục nhất là ý kiến của Carl Schmitt. Trong hai tác phẩm Chế độ Độc Tài năm 1921 và Lý thuyết Luật Hiến pháp năm 1928 Schmitt đã đào sâu vấn đề thẩm quyền lập hiến. Ông cho rằng khái niệm này nhằm giới hạn cho mọi thay đổi Hiến pháp. Hiến pháp chỉ có giá trị khi nào chính toàn dân thể hiện ý chí lập hiến. Ý nghĩa của Hiến pháp không nằm trong một vài điều khoản của Hiến pháp mà Hiến pháp là một toàn bộ bản văn và là một quyết định cơ bản về một trật tự chính trị cho cả nước. Thủ tục lập hiến đòi hỏi điều kiện tiên quyết là có sự thống nhất về ý chí chính trị, một quyết định có ý thức của toàn dân về thẩm quyền này.

Ông phân biệt Hiến pháp, Verfassung (G), Constitution (E), và luật Hiến pháp Verfassungsgesetzte (G), Constitutional law (E). Hiến pháp phản ảnh ý chí chính trị lập hiến của toàn dân trong việc quy định cấu trúc và thẩm quyền của các cơ quan nhà nước. Đây là điều kiện tiên khởi để Hiến pháp ra đời và có gía trị tối thượng. Hiến pháp tạo nên giá trị cho luật Hiến pháp. Luật Hiến pháp thành văn chỉ là những điều khoản quy định để thi hành ý chí lập hiến qua Hiến pháp. Thẩm quyền lập hiến không thể được coi là mất đi sau khi Hiến pháp ra đời, mà nó tồn tại mãi bên cạnh và bên trên Hiến pháp. Bất cứ lúc nào Hiến pháp cũng có thể bị thay đổi bởi một Hiến pháp mới khi toàn dân quyết định sử dụng thẩm quyền lập hiến.

Khi Hiến pháp có quy định thủ tục thay đổi Luật Hiến pháp, thì vấn đề thẩm quyền được đặt ra. Theo Schmitt, nếu không có các điều khoản thẩm quyền này, thì thẩm quyền lập hiến của toàn dân sẽ quyết định. Ngược lại, khi có điều khoản quy định thẩm quyền này, thí dụ như Điều 76 WRV, vấn đề sẽ khác đi. Điều 76 WRV ủy quyền cho thay đổi luật Hiến pháp nhưng toàn dân vẫn phải bảo lưu về thẩm quyền lập hiến. Schmitt giải thích là điều 76 WRV đã không phân biệt được sự khác nhau giữa Hiến pháp và Luật Hiến pháp. Thẩm quyền thay đổi ở đây chỉ là thay đổi Luật Hiến pháp, không phải thay đổi Hiến pháp; Hiến pháp phải luôn được bảo tồn. Cơ quan chức năng không được ủy quyền chung quyết Hiến pháp mới và đề ra những nguyên tắc về thẩm quyền tu chỉnh. Tất cả các điều khoản quy định tu chỉnh không thể bị thay đổi trong bất cứ hoàn cảnh nào.

Sieyès và Schmitt giải thích về khái niệm thẩm quyền lập hiến khác nhau. Sieyès cho là thẩm quyền này bắt buộc phải thuộc về toàn dân, không ai khác hơn và Schmitt cho là không nhất thiết mà giải thích rộng hơn. Thẩm quyền này thuộc về ý chí của cơ quan nào có đủ quyền lực để đưa ra một quyết định toàn bộ về một trật tự chính trị chung cho đất nước. Ý chí này trước tiên thuộc về toàn dân, mà cũng có thể thuộc về Hoàng gia, một nhóm người hay một tổ chức. Đối với Hiến pháp Weimar, Schmitt cho là thẩm quyền lập hiến thuộc về toàn dân.

Ngày 24 tháng 3 1933, để khởi đầu chế độ Đức Quốc Xã, Quốc hội Đức với một đa số đã áp dụng điều 76 WRV để ủy quyền cho chính phủ ra luật (Ermächtigungs-gesetz). Từ nay, chính phủ có quyền ban hành luật và thay đổi những điều khoản của Hiến pháp mà không cần thông qua Quốc hội. Về phương diện hình thức, Hiến pháp Weimar vẫn còn giá trị trong suốt thời kỳ Đức quốc xã, nhưng Hiến pháp không có hiệu lực trong thực tế. Học thuyết về thẩm quyền lập hiến được sống lại và thảo luận sau 1945.

Đến năm 1949 Luật Căn Bản của Cộng Hoà Liên Bang Đức ra đời, đây là một loại Hiến pháp, nhưng do tình thế lịch sử mà không thể có chính danh Hiến pháp. Nhà lập hiến chấp nhận giá trị học thuyết thẩm quyền lập hiến của toàn dân. Ngay trong phần mở đầu nhà làm luật đã ghi thẩm quyền lập hiến thuộc về toàn dân, đây là một bằng chứng.

Hình thức thể hiện

Thẩm quyền lập hiến có đặc tính nguyên thuỷ, trực tiếp và cơ bản để thể hiện ý chí chính trị và mang một tầm vóc lịch sử. Nhưng nó thể hiện bằng cách nào trong thực tế?

Hiến pháp không thể quy định và giới hạn cách thể hiện này, vì đây là một thực tế chính trị sinh động nên luật giới dè dặt hơn. Tiên đoán và giải quyết mọi diễn biến chính trị không thuộc phạm vi của họ. Họ lại không thể luật hoá mức độ một ý chí cách mạng có hậu quả pháp lý là hủy bỏ hay tu chỉnh Hiến pháp. Dù không thể quy định một luật thủ tục cho hậu quả thẩm quyền lập hiến, nhưng luật giới có thể tiên đoán một số hình thức thể hiện cơ bản nhất có thể xảy ra. Hai phương cách chính để thể hiện thẩm quyền lập hiến là soạn thảo hay tu chỉnh Hiến pháp.

Toàn dân có điều kiện thuận lợi hơn để thể hiện thẩm quyền lập hiến khi sống trong một nước dân chủ. Việc phát triển và thực hành các thủ tục dân chủ dễ dàng gây ảnh hưởng này, dù là gián tiếp. Ngược lại, việc thể hiện này quá khó khăn trong một đất nước toàn trị

Theo Sieyès, quan trọng nhất là cần phân biệt hai khái niệm thẩm quyền lập hiến và thẩm quyền hiến định. Thẩm quyền lập hiến có tầm vóc chính trị quy mô và tác động việc thay đổi Hiến pháp, nên cần phải đưa ra khỏi khuôn khổ giá trị tự tại của Hiến pháp. Giới hạn này đã có trong lý thuyết, nhưng để bảo đảm hơn nữa trong thực tế thì thẩm quyền lập hiến cần phải tách biệt với thẩm quyền lập pháp. Muốn đạt mục tiêu này thì giá trị quy phạm của luật Hiến pháp phải được nâng cao. Các cơ quan hiến định và tất cả mọi quyền hiến định của các cơ quan này phải đặt dưới Hiến pháp. Khác với Sieyès, Schmitt đề ra bốn thủ tục tiêu biểu khi dựa vào thành quả Cách Mạng Pháp và truyền thống Đức.

Một là toàn dân bầu ra Quốc Hội Lập Hiến. Quốc hội có hai nhiệm vụ dự thảo và chung quyết Hiến pháp. Theo cách này thì không cần đưa ra dân chúng để phúc quyết hay trưng cầu dân ý. Tại Đức Quốc Hội Lập Hiến Weimar soạn thảo và chung quyết Hiến pháp và kết quả là Hiến pháp Weimar 1919 ra đời. Do ảnh hưởng thời kỳ cách mạng vào tháng 11 và 12 năm 1918, Quốc hội chung quyết chống lại chế độ quân chủ, đề ra chế độ cộng hoà dân chủ và nguyên tắc dân chủ đại nghị.

Hai là toàn dân bầu ra Quốc Hội Lập Hiến, nhưng chỉ có nhiệm vụ soạn thảo bản văn Hiến pháp mà không có quyền chung quyết và toàn dân quyết định. Các Hiến pháp tiểu bang tại Đức sau năm 1945 đã theo cách này. Tại các tiểu bang Bayern, Baden-Württemberg, Rheinland- Pfalz, Bremen và Nordrhein-Westfalen Quốc hội soạn thảo ra Hiến pháp và dân chúng chuẩn nhận Hiến pháp.

Ba là hình thức trưng cầu dân ý, một hình thức dân chủ trực tiếp. Một số dân chúng tự nguyện tập hợp lại và đề xuất việc soạn thảo hay tu chỉnh Hiến pháp hoặc thay đổi cấu trúc một cơ quan hiến định. Thủ tục này áp dụng rộng rãi nhất tại Thụy Sĩ. Điều 119 của Hiến pháp Thụy Sĩ quy định vấn đề dân có quyền duyệt xét lại Hiến pháp và không quy định một giới hạn nào về nội dung hay hình thức. Tại hai tiểu bang của Đức là Bayern và Baden-Württemberg có quy định chặt chẽ hơn về trưng cầu dân ý; đề xuất trưng cầu dân ý chỉ làm thay đổi một vài điều khoản trong luật Hiến pháp, nhưng không được thay đổi toàn bộ Hiến pháp.

Bốn là thủ tục trưng cầu dân ý về tính hợp hiến của một điều khoản hay một đạo luật mà chính quyền đã ban hành. Thủ tục này được thực hiện nhiều lần dưới thời Napoleon vào những năm 1799, 1802, 1804, 1815 và 1852. Đây là một hình thức mà chính phủ Cách Mạng muốn lấy lòng dân nhanh chóng hơn, mà về sau tướng De Gaulle cũng áp dụng vào thời Đệ Ngũ Cộng Hoà.

Ngoài bốn thủ tục trên còn một cách khác để chuẩn bị cho việc thể hiện thẩm quyền lập hiến, mà điển hình là tích cực tham gia của toàn dân trong việc dùng quyền tự do hội họp, tự do báo chí và ngôn luận. Khi người dân ý thức về vai trò công dân trong tiến trình dân chủ hoá, đặc biệt nhất là quan tâm đến về các vấn đề xã hội và thay đổi luật pháp, thì điều kiện thể hiện này thuận lợi hơn.

Kết luận

Vì bối cảnh lịch sử và trình độ phát triển dị biệt nên kinh nghiệm quốc tế trình bày ở đây không có cơ sở để so sánh với thực tế Việt Nam. Dù thông tin của cộng đồng mạng và trào lưu đòi hỏi dân chủ hoá đang đóng góp đáng kể, nhưng còn rất nhiều yếu tố khác tác động đến hình thức thể hiện thẩm quyền lập hiến trong tương lai cần tìm hiểu và vượt khỏi giới hạn của bài viết này.**8**

8

Mối quan hệ giữa các khái niệm dân chủ, pháp quyền, cộng hoà và xã hội

Vấn đề

Chế độ dân chủ là một khái niệm luật Hiến pháp nhằm quy định hình thức cai trị cho các nhà nước phương Tây. Đây là một nguyên tắc chính nhưng lại gắn liền với các khái niệm nhà nước pháp quyền, cộng hoà và xã hội. Dù có liên hệ nhau nhưng các khái niệm này có nhiều giá trị tương đồng và dị biệt mà tiểu luận sau đây sẽ giới thiệu những nét khái quát các vấn đề lý thuyết này.

Dân chủ và pháp quyền

Điểm dị biệt

Ý nghĩa chính của dân chủ là toàn dân có thẩm quyền tối thượng trong việc quyết định vận mệnh của đất nước và con người, mà không ai khác thay thế. Vào thời trung cổ thì giáo quyền chiếm vai trò chủ yếu trong việc quyết định mọi sinh hoạt thế quyền. Sau khi Cách mạng Pháp thành công, toàn dân trở thành nguồn quyền lực duy nhất của đất nước, mà điển hình là thẩm quyền lập hiến. Toàn dân là tác giả Hiến pháp mà nội dung là quy định một trật tự cho sự chung sống trong xã hội và quan trọng nhất là các nguyên tắc tổ chức cho nhà nước. Tại nước Đức, nguyên tắc dân tộc tối thượng lần đầu tiên được ghi trong Hiến pháp Weimar 1919, sau cuộc Cách Mạng 1818/1819 cũng được công nhận trong hiến pháp các tiểu bang; Hiến pháp Paulkirchen 1849, tuy đề cao một vài yếu tố dân chủ nhưng lại không công nhận quyền dân tộc tối thượng như Pháp. Dân chủ, do đó, là một nguyên tắc hình thức về luật tổ chức nhà nước mà không đi sâu về nội dung luật pháp, tính chính thống hay kiểm soát hoạt động nhà nước.

Khái niệm về dân chủ tại Hoa kỳ và châu Âu có nhiều dị biệt. Do điều kiện lịch sử mà dân chủ tại Hoa ký được hiểu trước tiên là đòi hỏi quyền tự do tôn giáo, quyền tự trị và quyền tư hữu, một loại quyền tự do cá nhân chống lại nhà nước. Dân chủ không phải là một phong trào đấu tranh trong nội bộ của một nước như chúng ta hiểu ngày nay, mà sự hình thành các tiểu bang New England (Đông Hoa Kỳ) nhằm tách rời khỏi quyền thống trị của mẫu quốc Anh là một minh chứng.

Truyền thống tư duy về dân chủ tại châu Âu khác hơn. Lý thuyết của John Lock cho rằng dân quyền tại Anh là tình trạng tự nhiên có sẵn của xã hội mà vai trò của chính quyền là phải bảo đảm quyền này được thực thi. Lock không có ý niệm dân chủ là quyền tối thượng và xem tự do cá nhân nằm trong truyền thống đấu tranh như tại Pháp. Lịch sử của Pháp cho thấy tự do của toàn dân là một quá trình với bao nhiêu chống đối và cải cách liên tục mà khái niệm về dân chủ mới thành hình. Nhờ thế mà dân chủ trở thành quyền tối thượng trong việc quyết định vận mệnh của đất nước và không thể chuyển nhượng

Nhà nước pháp quyền, ngược lại, đặt vấn đề nội dung, phạm vi và luật thủ tục trong việc điều hành các hoạt động của nhà nước, cụ thể là quy định mọi giới hạn và ràng buộc của các cơ quan nhà nước và người dân vào luật pháp. Nguyên tắc này nhằm bảo đảm quyền tự do của cá nhân và xã hội chống lại mọi vi phạm luật pháp của nhà nước. Nhà nước phải tôn trọng việc thực thi dân quyền, các thủ tục luật hành chính và có nền tư pháp độc lập. Nhà nước dùng luật pháp là một phương tiện cho việc thực thi nguyên tắc dân chủ được hữu hiệu hơn.

Lịch sử chứng minh các chế độ quân chủ hiến định vào thế kỷ XIX, mặc dù không theo dân chủ, nhưng cũng tôn trọng nguyên tắc nhà nước pháp quyền. Ngược lại, các chế độ dân chủ hiện nay luôn đề cao tôn trọng nguyên tắc nhà nước pháp quyền, mà mức độ trọng pháp có giới hạn và tùy thuộc vào cách áp dụng luật pháp trong thực tế.

147

Điểm tương đồng

Nội dung của nhà nước pháp quyền nhằm bảo vệ dân quyền một cách tổng quát, không đặc biệt hướng về ý kiến của người dân trong các quyết định cụ thể. Dù khác nhau về chiều hướng nhưng hai khái niệm dân chủ và pháp quyền cùng theo đuổi một mục tiêu chung là bảo vệ dân quyền, mà các quyền cơ bản như tự do ngôn luận, báo chí, thông tin, hội họp là điển hình. Quyền tự do dân chủ là một tụ điểm tạo nối kết cho hai khái niệm này gặp gỡ nhau. Đó cũng chính làm điểm phân biệt giữa chế độ dân chủ và độc tài. Tự do có mối quan hệ với chế độ dân chủ vì là nguyên tắc hình thức tổ chức cho một nhà nước, trong khi chế độ độc tài thì ngược lại, không tạo điều kiện này. Do đó, dân chủ và pháp quyền có một chức năng chung là bảo vệ dân quyền trong một thể thống nhất của tự do.

Toàn dân nắm quyền lực cai trị đất nước và con người, nên nhà nước pháp quyền cũng bị giới hạn trong sự quyết định này. Có lập luận cho là nguyên tắc tam quyền phân lập càng ngày càng chuyên môn hoá cao độ nên làm suy yếu việc thực thi nguyên tắc dân chủ. Thực tế cho thấy sự phân biệt chức năng trong việc phân chia quyền lực của bộ máy nhà nước không làm mất quyền kiểm soát của người dân, nếu nhà nước tôn trọng uy lực của luật pháp thì các hình thức quân bình và kiểm soát quyền lực trong xã hội được hữu hiệu hơn.

Hai nguyên tắc dân chủ và pháp quyền không hề cạnh tranh hay đối nghịch nhau mà bổ sung nhau, tạo thành một khuôn khổ chung làm cho luật hiến pháp có giá trị bền vững hơn. Ý nghĩa của phân quyền pháp định nếu nằm trong khuôn khổ dân chủ hiến định thì sẽ dễ thành hình hơn; quyền lực của nhà nước, do đó, được quân bình hơn và kiểm soát chặt chẻ hơn. Thí dụ điển hình nhất là vai trò độc lập của cơ quan tư pháp. Tinh thần độc lập và khách quan của tòa án làm cho việc giải quyết các tranh chấp không bị quyền lợi cá nhân hay phe nhóm gây ảnh hưởng.

Dân chủ và cộng hòa

Cộng hoà là một khái niệm cổ điển của luật Hiến pháp nhằm quy định về hình thức tổ chức nhà nước và có hai nghĩa khác nhau, hình thức hay nội dung.

Khái niệm cộng hoà theo hình thức và mối quan hệ với dân chủ

Miachiavelli là người đầu tiên du nhập khái niệm cộng hoà vào luật hiến pháp. Ông cho rằng nhà nước cộng hoà có hai chức năng là nắm quyền lực nhà nước và lãnh đạo tối cao mà trước đó nhà vua giữ hai quyền này. Nhà nước cộng hoà được hiểu là tương phản với quân chủ và khi chế độ quân chủ không còn nữa. Do đó, chúng ta không thể gọi chế độ quân quyền của Anh và Thụy Điển là cộng hoà. Qua sự hình thành và phát triển của khái niệm dân chủ thì chế độ cộng hoà làm dân chủ hóa cho đất nước về hình thức. Ngày nay, khái niệm cộng hoà đã thay đổi nhiều hơn, không chú trọng đến cá nhân nhà lãnh đạo tối cao mà coi là một hình thức cai trị cộng đồng, bao gồm tất cả sinh hoạt của đất nước và con người.

Mối quan hệ giữa dân chủ và cộng hòa không thể gọi là đối nghịch hay đồng nghĩa vì cả hai có hai chiều hướng khác nhau. Nhưng du nhập khái niệm cộng hoà cho một chế độ dân chủ cũng không làm cho nguyên tắc dân chủ suy yếu hay mạnh hơn. Thực tế cho thấy các nước độc tài chuyên chế hoặc theo xã hội chủ nghĩa đã lạm dụng khái niệm cộng hòa khi khái niệm chuyên chính vô sản không hề phù hợp với cộng hoà dù theo nghĩa hình thức.

Khái niệm cộng hoà theo nội dung và mối quan hệ với dân chủ

149

Nội dung của khái niệm cộng hoà được Cicero và Kant đề cao. Cộng hoà được hiểu như là một vấn đề chung liên hệ đến mọi người trong một cộng đồng, thí dụ như người dân trong cùng thành phố thời cổ Hy Lạp. Cicero cho là dân tộc không chỉ là một tập hợp của một số người hỗn tạp mà là một sự đồng thuận chung sống trong quy luật chung và sử dụng các tài sản chung. Do đó, quyền lợi của cá nhân hay một phe nhóm không nằm trong ý nghĩa cộng hoà mà là của tất cả các thành viên trong cộng đồng.

Cùng theo đuổi mục đích chung sống trong chế độ cộng hoà không phải là nỗ lực chỉ của các cá nhân trong tinh thần trọng pháp mà còn của lãnh đạo. Chế độ cộng hoà không còn là một hình thức của một nhà nước không quân chủ hay chuyên chế mà là một chế độ chính trị, một biểu hiện có nội dung chính trị là quyết định của nhà nước phải phù hợp với quyền lợi công cộng. Trong chiều hướng này khái niệm cộng hoà có mang nhiều đặc điểm của khái niệm nhà nước pháp quyền hiện nay.

Khái niệm cộng hoà theo Kant hiểu không có tính giáo điều của một học thuyết mà là một khái niệm thuần túy về luật Hiến pháp. Hiến pháp cộng hoà là điều kiện tiên quyết cho sự chung sống trong an hoà và đem lại hoà bình vĩnh cửu cho nhân loại. Cộng hoà, do đó, không cách biệt với khái niệm tự do dân chủ hiện đại, mà chức năng chính là hướng về việc đề ra các quy phạm căn bản cho sự chung sống trong xã hội.

Dân chủ và xã hội

Nhà nước xã hội là một khái niệm hiện đại của luật Hiến pháp, không phải là một nguyên tắc hiến định để tạo thành nhà nước, không thuộc về dân quyền hay pháp quyền, mà là một mục tiêu của nhà nước theo đuổi hầu đem lại công bình và an toàn xã hội. Đúng hơn đây là một sự ủy nhiệm của luật Hiến pháp cho nhà nước và các cơ quan chức năng thi hành các biện pháp xã hội, cụ thể nhất là bảo đảm mức sống tối thiểu cho người dân và thực hiện công bình trong hệ thống thuế khoá, phân phối lợi tức, các biện pháp bảo hiểm sức khoẻ, thất nghiệp, hưu bổng và trợ cấp xã hội vv...

Giữa khái niệm dân chủ và nhà nước xã hội không có mối quan hệ hổ tương hay đối nghịch, mà nguyên tắc dân chủ hổ trợ cho việc thực hiện các mục tiêu của nhà nước xã hội đề ra. Dân chủ đem lại sự bình đẳng chính trị cho toàn dân, dân có quyền định chọn người lảnh đạo qua hình thức đầu phiếu. Bất công xã hội là một hậu quả tất yếu trong đời sống xã hội, thì dân chủ cũng là một khả năng, một điều kiện thuận lợi để giải quyết vấn đề. Do đó, các bất công xã hội tạo nên cũng phải do dân giải quyết qua phương thức dân chủ.

Khi chấp nhận quan điểm này thì vấn đề là nhà nước phải bào đảm cho cuộc sống cho mọi người dân, mà cụ thê là đem lại an sinh phúc lợi xã hội, phòng chống thiên tai và nguy hiểm. Nhà nước không phải luôn ở thế phòng thủ, mà tìm thế chủ động ngăn ngừa mọi nguy cơ có thể hại đến cho tương lai. Hiện nay vì phải đối đầu với khủng bố quốc tế, biền đôi khí hậu, ảnh hương toàn cầu hoá, nợ công lan tràn, suy thoái kinh tế, nên các vấn để xã hội của các nuớc phương Tây trò nên trầm trọng hơn. Khà năng giải quyết vấn đề của nhà nước càng thu hẹp và cần sư hợp tác của các doanh nghiệp quốc tế và các tô chức dân sự.

Nguyên tắc dân chủ chì là quy định tổng quát, trong khi nhà nước xã hội là một lý tưởng về công bình và an toàn xã hội. Nguyên tắc dân chủ cũng không thể đề ra một thể chế cụ thể nào để thực hiện công bình hay phúc lợi xã hội một cách tối ưu. Sự đồng thuận dân chủ của toàn dân trong một một tình cảnh cụ thể không đem lại một giải pháp, khi phương tiện để giải quyết không có được. Phân phối quyền lợi cho toàn d6n, giải quyết bất công trong thuế khóa, tạo công bình giữaa các thế hệ, đánh thuế di sản, thuế lợi tức là những biện pháp luật định ảnh hương trực tiếp đến các quyền lợi xã hội của dân chúng. Do đó, vấn đề không thuần túy cần dân chu mà còn liên hệ đến pháp quyền. Mối quan hệ nhà nước pháp quyền và nhà nước xã hội cần được đạt ra.

II

Thực tế

9

Tại sao các nước đang phát triển tỏ ra đề kháng trước uy lực pháp quyền?

Barry R. Weingast[4]

Đỗ Kim Thêm dịch

Nguyên tác: Why developing countries prove so resistant to the rule of law?" Barry R. Weingast, Chapter II in James J. Heckman, Robert L. Nelson, Lee Cabatingam (eds.), Global Perspectives on the Rule of Law, Routledge Cavendisch, 2010, 29-51.

[4] Tác giả đặc biệt cảm tạ các bình luận và thảo luận bổ ích của Lee Cabatingan, Magaret Levi, Robert Nelson, Douglas North, Jed Stiglitz, John Wallis và Steven Webb.

Dẫn nhập

Tại sao các nước đang phát triển tỏ ra đề kháng trước uy lực pháp quyền và nói một cách khái quát là trước việc điều hành hữu hiệu? Vấn đề càng nghịch lý hơn khi chúng ta biết tương đối khá tường tận những kỹ thuật về thể chế đem lại uy lực pháp quyền, thí dụ như quyền tư hữu, dân quyền, quyền tự do cá nhân, luật doanh nghiệp, cấu trúc quản lý doanh nghiệp, luật hợp đồng và hệ thống tư pháp. Đề cập đến vấn đề này, tôi dựa vào cách tiếp cận mới do ba tác giả North, Wallis và Weingast triển khai vào năm 2009 và gọi tắt sau đây là NWW. Họ lý giải sự thành hình nhà nước pháp quyền ở phương Tây và sự bất khả du nhập nguyên tắc này tại các nước đang phát triển.

Các khảo hướng cổ điển về tăng trưởng trong khoa học kinh tế, chính trị và luật pháp cho là tại các xã hội đang mở mang có những cách không đầy đủ, thiếu những thành tố chủ yếu của những xã hội phát triển toàn diện. Tất cả các nhà kinh tế, nhà dân chủ và luật gia khuyến cáo rằng thể chế và chính sách mới nên du nhập từ các xã hội tiền tiến vào các xã hội đang mở mang, mà tiêu biểu nhất là tư bản, kỹ thuật và những thị trường cạnh tranh, các chính đảng và bầu cử, loại quyền luật định, hiến pháp và định chế tư pháp. Các cải cách này hãy còn quá khó thành tựu để tăng trưởng kinh tế trường kỳ, dân chủ ổn định để kiểm soát chính giới, và thể chế pháp quyền để có một nền tư pháp hữu hiệu.

Phương cách mới của NWW lý giải về các khó khăn trong việc du nhập thể chế từ xã hội tiền tiến cho xã hội chậm tiến. Khuôn khổ giải thích này chia các xã hội ngày nay thành hai loại mô hình về trật tự xã hội, giải thích là tổ chức xã hội của các nước đang phát triển hoàn toàn khác biệt với các nước đã phát triển. Luận điểm cổ điển không đề cập đến là làm sao xã hội giảm bớt hay kiểm soát được động loạn. Trật tự xã hội nền

155

tảng nhất qua lịch sử, hệ thống tiếp cận hạn chế hay quốc gia sơ khai giải quyết vấn đề bạo lực bằng cách ban phát và bảo đảm cho cá nhân và phe nhóm quyền thế được hưởng đặc quyền, cho họ có nhiều khích lệ để hợp tác hơn là chống nhau. Có hưởng đặc quyền, giới hạn cạnh tranh và tiếp cận tới các tổ chức, tất cả làm ngăn trở tăng trưởng kinh tế trường kỳ cho xã hội. Ngược lại, những hệ thống mở rộng sử dụng cạnh tranh, mở lối cho việc tiếp cận với các tổ chức và thể chế để kiểm soát bạo lực. Tất cả có những đặc tính là giảm đi đặc quyền và đem lại tăng trưởng kinh tế dài hạn.

Trong chương này tôi đặt trọng tâm vào hai khía cạnh của uy lực pháp quyền, một là các ý tưởng liên hệ đến tính chính xác, bình đẳng trước pháp luật, không có sự lạm dụng độc đoán của chính quyền; hai là thiếu thành tố năng động trong hầu hết mọi cách xử lý, để nhấn mạnh pháp quyền nhà nước không chỉ áp dụng cho hiện tại mà còn cho tương lai. Khía cạnh năng động tạo vấn đề thay đổi lãnh đạo hay liên minh cầm quyền trong một nước. Điều gì làm ràng buộc chính giới mới để họ tôn trọng luật pháp và thể chế đang có? Chủ đề này đặc biệt tạo hàng loạt các vấn đề trong các chế độ độc tài nhưng liên hệ đến tất cả các nước sơ khai, kể cả các nước gọi là dân chủ; không khả năng làm ràng buộc thể chế tương lai vào luật pháp và thể chế hiện tại, đó là trở ngại chính trong việc lập uy lực pháp quyền. Vấn đề không phải là các loại quyền hay thể chế trong hiện tại thu hút như thế nào, mà là nó không thích hợp trong trường kỳ, nếu chế độ tương lai có thể thay đổi tất cả tùy thích. Chủ đề này có liên hệ mật thiết đến việc tạo ra một nhà nước trường tồn, mà đặc điểm là thể chế sẽ không tùy thuộc vào bản sắc cá nhân của lãnh đạo hay liên minh cầm quyền.

Những nhà nghiên cứu về nhà nước pháp quyền thường chú tâm về những hình thức của các loại quyền luật định, thí dụ như bản chất và đặc điểm của luật - hoặc là hình thức của thể chế phải được áp dụng và kiểm soát các quyền này, mà bản chất và đặc điểm của thể chế tư pháp là thí dụ. Nhưng họ thiếu nghiên cứu vấn đề duy trì và bảo vệ thể chế này khi bị các quan chức lạm dụng. Lãnh đạo của các nước sơ khai thường có quyền thay đổi thể chế khi thấy không còn thích hợp, như chúng ta chứng kiến tại Đức dưới thời Nazi của Aldolf Hitler, thời Vladamir Putin của Liên Xô, Hugo Chavez của Venezuela hay Robert Mugabe của Zimbabwe. Tương tự như vậy, lãnh đạo các nước lạc hậu nắm quyền bằng bạo lực, và họ thường thoả hiệp trực tiếp với các thể chế đang có, thí dụ như Augustino Pinochet của Chile và Francisco Franco của Tây Ban Nha. Cuối cùng, các nước sơ khai rơi vào cảnh nội chiến làm kết thúc tính liên tục của thể chế như đã minh chứng trong trường hợp Nam Tư củ vào đầu thập niên 1990, Rwanda vào năm 1994 và Somalia kể từ đầu thập niên 1990. Tất cả ba hình thức bất ổn này kìm hãm khả năng các nước lạc hậu để tạo ra nhà nước pháp quyền. Những thí dụ này cho thấy duy trì phần thứ nhất của nhà nước pháp quyền, - thí dụ như tạo bình đẳng trước luật pháp và huỷ diệt sự lạm dụng chuyên chính -, cả hai tùy thuộc vào việc tạo lập một nhà nước vĩnh cữu mà luật pháp và thể chế chính quyền không tùy thuộc vào bản sắc của chính giới.

Bài học chính của chương này là các nước lạc hậu không thể tạo hệ thống nhà nước pháp quyền bằng cách tiếp nhận những thể chế và cấu trúc điều hành có hệ thống tiếp cận công khai. Để đạt mục tiêu này, các nước sơ khai phải bắt đầu chuyển tiếp để mở ra cách tiếp cận quyền lực. Nhà nước pháp quyền thành hình trong thời kỳ chuyển tiếp khi xã hội chuyển hoá từ một căn bản dựa trên giao tiếp và đổi chác cá nhân sang căn bản khác là không còn thiên vị. Phần chuyển hoá này thuộc về thể chế. Thực vậy, tạo nhà nước pháp quyền đòi hỏi hai thay đổi riêng biệt thuộc về thể chế: thể chế cung cấp luật lệ; và một loạt các kết ước khả tín nhằm bảo đảm cho thể chế này sống còn.

157

Chương này trình bày theo một trình tự như sau. Phần 2 phác thảo khung nghiên cứu của NWW. Phần 3 định nghĩa các khía cạnh của nhà nước pháp quyền áp dụng trong công trình nghiên cứu này. Phần 4 áp dụng khung nghiên cứu vào sự hình thành nhà nước pháp quyền trong một viễn cảnh lịch sử, chứng minh những nối kết chặt chẽ cho sự chuyển tiếp và giải thích sự chuyển tiếp của các xã hội phương Tây từ lạc hậu đến mở rộng tiếp cận. Phần 5 giải thích tại sao các luật thủ tục, các quyền luật định và các thể chế của nhà nước pháp quyền không thể du nhập vào các nước đang phát triển. Cuối cùng là đúc kết của tôi.

Khuôn khổ khái niệm để giải thích lịch sử con người

Để tìm hiểu cách tổ chức và vận hành xã hội, tôi căn cứ vào khuôn khổ khái niệm của NWW (2009)[5]. Đề án của NWW phân biệt những trật tự xã hội, khuôn mẫu đặc biệt của tổ chức xã hội. Mỗi trật tự xã hội biểu hiện một khuôn mẫu đặc trưng của mối quan hệ con người mà cấu trúc nhằm tìm cách kìm chế bạo lực. Cách kìm chế bạo lực ảnh hưởng đến toàn xã hội. Khái niệm về trật tự xã hội đưa ra một khuôn khổ mà chúng ta có thể hiểu qua mối quan hệ giữa những hệ thống chính trị, kinh tế với các hệ thống khác. Khuôn khổ kết hợp những khái niệm cơ bản: bạo lực, thể chế, tổ chức và tín ngưỡng. Những chủ đề chính của khuôn khổ này là bạo lực được kiểm soát như thế nào và có đạt được không, xã hội tổ chức như thế nào và thể chế nào có thể hỗ trợ; đặc biệt nhất là thể chế hỗ trợ tổ chức như thế nào và ai tạo hình cho các tổ chức; và cuối cùng là các mối tương tác có còn dựa trên quan hệ quen biết cá nhân hay không.

_____

[5] North và các tác giả khác (2007) phác thảo một vài ảnh hưởng của khung nghiên cứu cho các về vấn đề tăng trương kinh tế.

Lịch sử con người chứng kiến có ba loại trật tự xã hội. Trong một xã hội chuyên lo tìm thực phẩm thì chúng ta phải trở lui lại trước khi có lịch sử con người được ghi chép, con người chung sống trong những nhóm nhỏ, thường từ khoảng 25 đến 100. Trong một xã hội mà cách tiếp cận bị giới hạn, và chúng ta còn gọi là quốc gia sơ khai, thành hình trong lịch sử người khoảng 10.000 trước đây và liên hệ đến cách mạng xã hội tạo thành những nền văn minh đầu tiên. Trong trật tự xã hội này, hệ thống chính trị quy định hệ thống kinh tế nhằm tạo ra những đặc lợi để kiểm soát động loạn và duy trì trật tự. Khi phân phối đặc lợi cho những người có tiềm năng sử dụng bạo lực, những xã hội này làm giảm đi vấn đề động loạn một cách đáng kể. Cuối cùng, một hệ thống tiếp cận mở rộng dựa vào cạnh tranh trong những hệ thống chính trị và kinh tế sẽ duy trì trật tự. Trật tự xã hội thành hình đầu tiên trong thời kỳ cách mạng thứ hai mà chúng ta còn gọi là cách mạng trí thức hay công nghiệp.

Con người và đoàn thể

Những mối quan hệ trong các quốc gia sơ khai là mối quan hệ cá nhân, cụ thể hơn những mối quan hệ giữa các thành viên trong liên minh cai trị là cá nhân, mối quan hệ tuỳ thuộc vào bản sắc của cá nhân. Quốc gia sơ khai ứng xử với từng cá nhân với quyền lợi, đặc quyền và nghĩa vụ tùy thuộc vào đặc điểm từng cá nhân. Chính vì thế mà quyền lợi, đặc quyền và nghĩa vụ hoàn toàn khác nhau. Những tình trạng này tạo nên sự tương tác luôn tái lập giữa những cá nhân, nó giúp họ để hiểu biết nhau, tin tưởng nhau và thúc đẩy trao đổi. Vì mọi người và mỗi mối quan hệ đều khác nhau, mỗi tương tác được lập lại sẽ cần thiết trong việc thúc đẩy trao đổi. Hợp tác và trao đổi chấm dứt khi mối quan hệ không đều đặn.

Con người có hai phần. Thứ nhất, mỗi người có một cơ thể độc nhất, gồm có vóc dáng, diện mạo và thông

159

minh. Thứ hai, mỗi người có một loạt đặc tính liên hệ đến xã hội dựa trên địa vị, quyền lực, ưu quyền, quyền lợi và nghĩa vụ.[6]

Xã hội bị chế ngự bởi những mối quan hệ cá nhân, khi đặc tính xã hội của từng cá nhân là riêng biệt. Trái lại, xã hội được cai trị không dựa trên những mối quan hệ riêng tư khi đặc tính xã hội của những giai cấp rộng lớn của cá nhân giống nhau.

Quốc gia sơ khai

Các quốc gia phải kiểm soát vấn đề nền tảng của bạo lực. Trong những quốc gia sơ khai, liên minh của những người quyền thế thành hình để giải quyết vấn đề này.[7] Liên minh bảo đảm cho thành viên những đặc quyền, tạo ra quyền lợi thông qua việc ngăn chặn các cách tiếp cận với tài nguyên giá trị hay các tổ chức, rồi họ lại sử dụng đặc quyền này để duy trì trật tự. Bởi vì chống nhau làm giảm bớt quyền lợi nên các thành viên trong trong liên minh này có nhiều khích lệ là không chống nhau để duy trì quyền lợi. Các quốc gia sơ khai giới hạn các cách tiếp cận vào trong các tổ chức và giới hạn cạnh tranh trong tất cả mọi hệ thống. Không làm như vậy thì sẽ mất đặc quyền và như thế sẽ giảm đi động lực không chống phá.

Chúng tôi gọi hệ thống này là quốc gia sơ khai, vì gần như trong suốt 10.000 năm của lịch sử nhân loại - thực ra mãi cho đến hai thế kỷ sau cùng - quốc gia sơ khai

---

[6] Hơn thế, luật pháp có thể quy định tư cách pháp nhân của các tổ chức để các đoàn thể có được vị thế trong pháp luật. Tư cách pháp nhân tạo cho khả năng có quyền lợi và nghĩa vụ. Luật pháp phương Tây từ thời La Mã đã công nhận tư cách pháp nhân như là một sự phối hợp của hai đặc điểm này.

[7] Trong chương này, tôi sử dụng từ quyền lực để đề cập đến những người kiểm soát các tổ chức có khả năng sử dụng cưỡng chế và bạo lực.

160

là một giải pháp duy nhất cho vấn đề bạo lực, nó tạo nên một xã hội có tôn ti và thịnh vượng đáng kể.[8] Nếu so với xã hội lo chuyện mưu sinh trước đây, quốc gia sơ khai đem lại tăng trưởng kinh tế đầy ấn tượng, và ngay cả đến ngày hôm nay, chúng ta thấy bằng chứng của sự thịnh vượng tích lũy được do những nền văn minh xa xưa. Tuy nhiên, tương phản với hệ thống có được tiếp cận tự do, quốc gia sơ khai có những hậu quả bất lợi đáng kể cho tăng trưởng kinh tế.

Những mối quan hệ cá nhân tạo nên những đặc điểm thuộc về hai lĩnh vực kinh tế và chính trị học trong các quốc gia sơ khai. Ngay trong liên minh cai trị, tất cả mối giao tiếp là cá nhân. Thí dụ như nhiều thành viên đầy quyền lực đạt được nhiều đặc quyền đáng giá. Theo cách này các quốc gia sơ khai thất bại trong việc phân phối phúc lợi, tạo cơ nguy động loạn. Khi mối quan hệ quyền lực không đem lại quân bình trong phân phối quyền lợi, những người có nhiều quyền hơn dường như muốn dành phần hơn. Nếu không làm được họ cố gắng tranh đấu để đạt được. Đặc trưng của mạng lưới bao che là nối kết những người cô thế với những người đầy quyền bính. Bất cứ người nào vô quyền cố tìm cách được kết nạp vào trong tổ chức quyền lực trong trường hợp động loạn bộc phát. Mối quan hệ cá nhân này cũng có đặc tính hầu hết là quan hệ kinh tế. Cách chính thúc đẩy trao đổi kinh tế là lập đi lập lại mối tương tác. Những thể chế cho nhà nước pháp quyền, thí dụ như toà án, chỉ bắt đầu trong những quốc gia sơ khai trưởng thành, và các thể chế này hầu hết dành cho các tổ chức hơn là cho các cá nhân.

Những quốc gia sơ khai được ổn định nhưng không thuần tĩnh lặng. Quốc gia này thường thích nghi khi hoàn cảnh thay đổi. Những biến động khác nhau - biến

[8] Một vào quốc gia cổ thời, thí dụ như Cổ thành Athens và Cộng hoà La Mã đã bắt đầu chuyển tiếp, nhưng không kết thúc để chuyển sang hệ thống mở rộng tiếp cận.

cố do thay đổi thời tiết, thay đổi dân số, biến động giá cả, tân trang kỹ thuật hay biến cố quân sự, - tất cả có ảnh hưởng đến vận mệnh đến các thành viên trong liên minh. Khi có một vài thành viên nhiều quyền và các thành viên khác ít quyền hơn, thì sự liên kết này phải được điều chỉnh về đặc quyền và đặc lợi. Không làm như vậy sẽ gây động loạn, khi những đặc quyền và đặc lợi của những thành viên không còn phù hợp với quyền lực. Việc này đe doạ họ dùng bạo lực mà họ tin rằng là để dành phần chia sẻ sòng phẳng. Vì thế giới đang chuyển hoá, do đó, quốc gia sơ khai phải điều chỉnh triệt để hơn một cách thường xuyên trong lĩnh vực đặc quyền, đặc lợi và liên minh cai trị. Điều này thường liên kết với việc truất hữu tài sản và đặc quyền mà giới lãnh đạo bảo đảm cho người khác.

Đặc trưng của quốc gia sơ khai

Đề cương của NWW phân biệt ba loại quốc gia sơ khai, nó tùy thuộc vào phương cách mà các tác giả này xử lý đối với các tổ chức và những sự phức tạp thể chế. Trong những quốc gia sơ khai mong manh, một tổ chức duy nhất hỗ trợ cho nhà nước chính là nhà nước, liên minh nắm quyền. Những quốc gia này ít có sự khác biệt nhau và vì thế mà ít có chuyên môn hoá và trao đổi kinh tế. Quốc gia sơ khai mong manh nghèo và dễ phát sinh động loạn, thể chế có ít tầm vóc và những kết ước khả tín mà Chad, Iraq, Mozambique, Somalia và Sudan là thí dụ.

Quốc gia sơ khai cơ bản hỗ trợ cho hàng loạt các tổ chức, tất cả có liên hệ chặt chẻ với nhà nước. Những tổ chức này tạo những chuyên môn hoá cao độ, thí dụ như thu thuế, hoạt động tôn giáo và những chức năng kinh tế chuyên môn hoá, kể cả hoạt động khoáng sản và ngoại thương. Quốc gia sơ khai cơ bản có mức độ quy mô về thể chế để hỗ trợ tổ chức nhà nước, các quốc gia có thể kiên cường để chống lại mọi biến động hơn là những quốc gia sơ khai mong manh. Những quốc gia này có một phạm vi rộng của những thể chế công, thí dụ như luật thừa kế cho những nhà lãnh đạo mới hoặc luật điều tiết tỷ lệ thuế suất, hoặc là phân chia những thiệt hại do các cuộc chinh phục. Để đạt được mức độ mà những quốc gia có được những công trình này, đó là do những công nghiệp nhà nước điều khiển. Tất cả mọi vấn đề này kìm chế được tiềm tàng những tranh chấp có bạo động. Những luật lệ nhằm thể chế hóa những quyết định về vấn đề này làm giảm đi nguy cơ cho động loạn bộc phát. Các quốc gia sơ khai cơ bản của đế quốc Atzec, đế quốc Carolinge thời Trung cổ, Iraq dưới thời Saddam Hussein, Liên Xô củ và Ai Cập là những thí dụ.

Cuối cùng, những quốc gia sơ khai trưởng thành phát triển những tổ chức tư nhân phức tạp mà nó hiện hữu tách biệt với nhà nước. Những tổ chức thương nhân hoặc những doanh nghiệp tư nhân có thể hiện hữu và sinh hoạt độc lập với những doanh nghiệp quốc doanh. Cùng song hành là một hệ thống luật tư pháp và phương cách chấp pháp luật hợp đồng nhằm hỗ trợ cho những tổ chức này. Tuy nhiên, những quốc gia sơ khai trưởng thành giới hạn cách tiếp cận tới những doanh nghiệp tư nhân như là một phần trong tiến trình tạo lập đặc lợi. Chỉ những thành viên của liên minh cai trị mới có cơ hội tiếp cận với tổ chức tư này, và đây là một đặc quyền đáng giá. Những quốc gia sơ khai trưởng thành có nhiều khả năng đề kháng trước tình hình thay đổi hơn là quốc gia sơ khai cơ bản. Tuy nhiên, các quốc gia này cũng có nhiều khủng hoảng và điều chỉnh liên minh cai trị định kỳ về mọi quyền lợi và đặc quyền. Tình trạng nước Anh vào thế kỷ XVII, Argentina hiện nay, Ba Tây, Mexico và Ấn Độ là những thí dụ.

Sự thăng tiến của quốc gia sơ khai từ giai đoạn mong manh đến cơ bản làm cho nhà nước trở nên thịnh vượng hơn. Sự cường thịnh có nhiều lý do. Thứ nhất, tầm vóc tổ chức, mức độ chuyên môn hoá và trao đổi phong phú hơn qua sự thăng tiến này. Thứ hai, mức độ của động loạn giảm đi qua sự thăng tiến này và có ảnh hưởng trực tiếp và gián tiếp sự thịnh vượng. Một cách trực tiếp thì mức độ thấp làm thịnh vượng ít bị hủy diệt hơn. Một cách gián tiếp thì số lượng các trao đổi có tiềm năng sinh lợi càng nhiều hơn sẽ xảy ra, vì các phe nhóm sẽ mất đi trao đổi khi bạo động bùng nổ; họ muốn có nhiều trao đổi khi nguy hiểm bạo lực giảm thiểu.

Tuy thế, nhu cầu của tất cả mọi quốc gia sơ khai khi giới hạn cách tiếp cận để kiểm soát bạo lực sẽ tất yếu làm hạn chế cách tiếp cận các quyền lợi luật định và tổ chức. Những giới hạn này, tự nó, lại giới hạn cạnh tranh kinh tế. Các quốc gia này cũng giới hạn cạnh tranh trong chính sách, giảm đi cách đề xuất những ý tưởng mới và phương tiện để giải quyết những khó khăn đa dạng trong chính trị và các lĩnh vực khác mà mọi xã hội phải đương đầu.

Mở rộng tiếp cận

Mở rộng tiếp cận làm cho có cách thâm nhập công khai tới các tổ chức kinh tế và chính trị. Do đó, các hệ thống này biểu hiện cạnh tranh chính trị và kinh tế. Cạnh tranh này là trọng tâm cho một trật tự chính trị và ngăn ngừa bạo lực. Trái ngược với quốc gia sơ khai, tất cả mọi công dân trong hệ thống được tiếp cận công khai có khả năng kết ước tạo ra những tổ chức và sử dụng tòa án để chấp pháp những hợp đồng của tổ chức. Nhờ thế, mở rộng tiếp cận tạo nên và duy trì một xã hội dân sự cường thịnh. Cạnh tranh và mở rộng tiếp cận trong một hệ thống kinh tế thúc đẩy cạnh tranh và mở rộng tiếp cận trong hệ thống chính trị, và ngược lại.

Những quan điểm cơ bản trong khoa học kinh tế và chính trị thiếu nhận thức về cách mở rộng tiếp cận, vì chỉ tập trung nghiên cứu trong một hệ thống. Các nhà kinh tế cố gắng tìm hiểu sự ổn định kinh tế bằng cách tập trung về đặc điểm quân bình của những thị trường mà không tham khảo đến hệ thống chính trị, bỏ qua vấn đề quyền tư hữu, hệ thống luật pháp và thi hành hợp đồng, và ổn định kinh tế vĩ mô là những kết quả của những chọn lựa chính trị và dân chủ. Những nhà khoa học chính trị nghiên cứu về những đặc điểm của những hệ thống dân chủ trong một hệ thống mở rộng tiếp cận, nhưng họ xem đây là điều đã có sẵn, họ không giải thích làm sao dân chủ duy trì thị trường cạnh tranh và dân chủ có được tại nhiều nước đang không có dân chủ.[9]

Mở rộng tiếp cận được duy trì một phần là nhờ có hệ thống niềm tin vào sự bình đẳng và kết hợp. Vào thế kỷ XIX, những niềm tin này thể hiện qua việc nối kết dân chúng trong một hệ thống chung là luật pháp, thị trường và dân chủ, nơi mà giới lãnh đạo trước đây loại dân chúng ra khỏi. Trong thế kỷ XX, những niềm tin này bao gồm bình đẳng trước luật pháp, không dựa vào quen biết cá nhân, để việc chấp hành nguyên tắc nhà nước pháp quyền được áp dụng chung cho mọi công dân, không phân biệt ai. Hơn nữa, những niềm tin này có thực tại mới trong phạm vi của nhiều chính sách và những sản phẩm công ích được tạo ra và chia sẻ chung, thí dụ như giáo dục, bảo hiểm xã hội, y tế, thất nghiệp, người già và tai nạn lao động cho công nhân, và cung ứng về cơ sở hạ tầng trong một quy mô lớn. Mặc dù mọi người sống trong một nước không nhất thiết phải là công dân mới có quyền sử dụng này, nhưng phải chấp nhận một phần lớn là dành cho họ. Tuy thế, để đạt được sự mở rộng tiếp cận, mọi công dân đều được bình đẳng, nhà nước đối xử với họ không trên căn bản thiên vị.

---

[9] Hầu hết những nền dân chủ tân lập đều thất bại. Mức độ mở rộng hệ thống tiếp cận có thể duy trì dân chủ ổn định, nhưng có điểm khác biệt giữa các nền dân chủ này. Thư tịch không giải thích các trường hợp nào và tại sao như vậy. Xem thêm chi tiết tại Weingast (2006).

Bình đẳng, kết hợp mọi người dân và chính sách nhằm phân phối chung sẽ làm hạ thấp hơn mọi yêu sách trong việc tái phân phối đang yếu kém, nên việc làm này có thể tác hại đến việc mở rộng tiếp cận. Những phương tiện mà người ta được quyền hưởng qua cách tiếp cận mở rộng, - sản phẩm công ích, bảo hiểm xã hội và cơ sở hạ tầng -, tất cả bổ sung thị trường cạnh tranh và làm giá cả hạ thấp một cách đáng kể hơn là chỉ có thuần tuý phân phối. Quan sát này cùng song hành với lập luận rằng tất cả mọi hiến pháp thành công trong việc giới hạn những phần tạo ra quyền lực. Vì các phe nhóm quyền thế ít bị đe dọa bởi chế độ đương quyền, các hiến pháp giới hạn phần quyền lực và bị lệ thuộc vào các khuynh đảo, khi các phe nhóm hỗ trợ khuynh đảo nhằm bảo vệ chính mình.

Mở rộng tiếp cận duy trì cạnh tranh chính trị qua hình thức của hệ thống chính đảng cạnh tranh. Sự thành công của cạnh tranh tùy thuộc vào mở rộng tiếp cận không chỉ cho chính đảng mà còn cho các tổ chức. Mở rộng tiếp cận tới các tổ chức hỗ trợ các xã hội dân sự, cho phép người dân huy động và bảo vệ quyền lợi khi bị đe doạ. Tất cả mọi hình thức của các tổ chức này, cơ quan thiện nguyện, giáo hội, thể thao, doanh nghiệp là những phương tiện có tiềm năng chính trị cho việc huy động mọi quyền lợi trước mọi đe dọa chính trị. Chính đảng không phải chỉ lo tổ chức bầu cử, họ còn giám sát lẫn nhau. Đối lập chính trị là điều kiện chủ yếu cho một nền dân chủ thành công. Không phải chỉ có đối lập đề ra những kế hoạch thay thế, mà lực lượng đối lập là mối đe doạ đáng tin làm cho chính quyền phải thích ứng chính sách của họ trước tình hình mới. Cạnh tranh về lý tưởng và chính sách tạo điều kiện cho việc mở rộng tiếp cận có mức độ hiệu năng thích nghi, quốc gia sơ khai không có kết quả này.

Cách mở rộng tiếp cận duy trì những thị trường cạnh tranh. Nhờ thế mà những xã hội này tạo ra sự tăng trưởng kinh tế lâu dài. Những thị trường cạnh tranh có những cơ chế phản ứng mạnh bạo nhằm giới hạn khả năng của hệ thống chính trị trong cách tiếp cận mở rộng để tạo nhiều quyền lợi. Cạnh tranh thị trường làm suy giảm những đặc quyền. Quyền lợi tài chính tạo nên những động lực cho chính quyền tìm cách giới hạn những cách tạo nên đặc quyền. Những chương trình quy mô nhằm tạo đặc quyền gây những thiệt hại đáng kể cho nền kinh tế và có những phản ứng trước mắt: kinh tế suy thoái làm giảm mức thu nhập thuế nhằm hỗ trợ cho chương trình tái phân phối và sản phẩm công ích; và nền kinh tế xuống dốc ảnh hưởng trực tiếp đến cử tri. Lịch sử chứng minh là cả hai loại hiệu ứng này tạo cho cử tri chống lại nhà cầm quyền trong những nền dân chủ ổn định. Tài nguyên di động và cạnh tranh quốc tế thúc đẩy những hiệu ứng này.

Cuối cùng, chúng ta xem mối quan hệ giữa cách mở rộng tiếp cận và sự phát triển của chính quyền. Căn cứ vào niềm tin về bình đẳng và kết hợp, những chính sách về an sinh xã hội có nghĩa là gia tăng đáng kể về công phí để tài trợ cho các chương trình này. Các chương trình này tạo khả năng mở rộng cách tiếp cận đem những quyền lợi cho dân chúng không dựa vào quen biết cá nhân; các quốc gia sơ khai thiếu khả năng đối xử dân chúng một cách khách quan và gặp nhiều khó khăn trong việc phân phối các sản phẩm công ích. Tương tự như vậy, sự kết hợp trong hệ thống có mở rộng tiếp cận tạo cung ứng những cơ sở hạ tầng trong hình thức những sản phẩm công ích địa phương và dịch vụ (đường xá, điện, điện thoại, chất thải và đổ rát) và giáo dục công cộng, tất cả đều đòi hỏi công phí tốn kém. Mở rộng tiếp cận cần có những chính quyền quy mô hơn là chính quyền ở các nước sơ khai, một phần lớn bởi vì chính quyền cung ứng nhiều sản phẩm và dịch vụ công ích hơn cho người dân. Nói chung, hệ thống mở rộng tiếp cận cần có chính quyền rộng lớn hơn bởi vì tín nhiệm, dân tin chính quyền cung ứng những sản phẩm công ích nhiều cho dân hơn là hoang phí các chi xuất cho bao che. Chính vì thế mà dân sẵn

167

lòng chi xuất cho dịch vụ chính phủ nhiều hơn dân trong một nước còn sơ khai.

Các quốc gia sơ khai chống mở rộng tiếp cận

Các quốc gia sơ khai có một vài thể chế tương tự khi mở rộng tiếp cận, thí dụ như chính đảng, bầu cử, thị trường và hệ thống tư pháp. Tại sao có khác biệt nhau trong cách tiếp cận mở rộng này? Câu trả lời là các quốc gia sơ khai này có những tiếp cận giới hạn với các tổ chức, thiếu cạnh tranh và thiếu một nhà nước có tính cách bền vững.

Cách tiếp cận hạn chế và tạo ra nhiều đặc quyền làm cản trở thị trường. Các quốc gia sơ khai có thể có một vài thị trường, nhưng thường có những rào cản gây phiền toái hơn là trong một hệ thống có mở rộng tiếp cận. Hệ thống luật pháp tại các quốc gia này thường thiếu cách chấp pháp cho luật hợp đồng hay trọng tài trong tranh chấp giữa các cá nhân và tổ chức dựa vào nguyên tắc nhà nước pháp quyền. Thực vậy, hệ thống tư pháp của các quốc gia sơ khai này chỉ là những tổ chức tạo ra tham nhũng. Cuối cùng, vì thiếu một nhà nước ổn cố có nghĩa là nhà nước tự cản trở thị trường với hành vi chuyên chính. Như Haber và các tác giả khác minh chứng trong trường hợp Mexico, chính quyền thường bảo đảm những đặc lợi quá mức và đặc quyền trong ngân hàng, chỉ truất hữu những ngân hàng trong thời kỳ khủng hoảng và tái lập trong thời kỳ mới. Không có khả năng tôn trọng quyền tư hữu trong những quốc gia sơ khai thành một hệ thống ổn định nên nhà nước thoả hiệp quá mức với thị trường.

Tương tự như vậy, một vài quốc gia sơ khai trưởng thành tổ chức bầu cử qua nhiều thập niên, thí dụ như Mexico từ năm 1930 và Chi Lê trước năm 1973. Nhưng ở đây, các cuộc bầu cử này khác biệt một cách có hệ thống với những nước có mở rộng tiếp cận. Như đã đề cập, chế độ cầm quyền có thể thoả hiệp về khả năng cạnh tranh của đối lập trong nhiều cách khác nhau. Cách tiếp cận tổ chức giới hạn cản trở xã hội dân sự, tạo thoả hiệp với dân khi trình bày quan điểm, thiếu một hệ thống tư pháp theo nhà nước pháp quyền làm thay đổi tận cội rễ pháp chế trong những đất nước này. Sự khiếm khuyết này tạo thêm khó khăn cho cơ chế lập pháp trong việc thông qua các luật để kiểm soát hành chánh, do đó mà không có phương cách chấp pháp cho các loại luật này. Điều này cho phép chính quyền bị hành pháp khống chế, giảm hiệu năng của phân quyền và khả năng lập pháp để kiểm soát hành pháp.

Một vấn đề khác đối với các quốc gia sơ khai là không có khả năng phân phối phúc lợi dựa trên tiêu chuẩn khách quan. Điều này làm cản trở khả năng cung ứng những sản phẩm công ích, tạo thêm nhiều khó khăn đề ra chính sách phổ cập nhất cho việc mở rộng tiếp cận để bổ sung cho thị trường: những sản phẩm công ích của bảo hiểm xã hội, giáo dục và cơ sở hạ tầng như đã đề cập ở trên.

Cuối cùng, chúng ta hãy tham khảo những gì mà Hayek (1960) và North (2005) gọi là hiệu năng thích nghi, nghĩa là khả năng của nhà nước đáp ứng trước những biến cố khác nhau. Mọi quốc gia đối đầu nhiều vấn đề và khủng hoảng. Họ phải ứng xử như thế nào? Đầu tiên, vì mở rộng tiếp cận có những phương tiện tốt hơn để kiểm soát động loạn, bạo lực ít cơ hội bùng nổ khi khủng hoảng xảy ra. Do thế, người dân ít cần đến tự vệ. Ngược lại, nơi bạo lực xảy ra hay có thể xảy ra, dân chúng hay đoàn thể trong các nước sơ khai này có thể phản ứng tốt hơn khá nhanh chóng trước viễn cảnh của bạo lực bằng cách tự vệ để không bị tổn thương, nếu các phe nhóm khác dùng bạo lực. Những phản ứng này có nghĩa là tiềm tàng động loạn gây cho xã hội thêm bất ổn.

Thứ hai, mở rộng tiếp cận quyền lực biểu hiện cạnh tranh về mặt lý tưởng. Các chính đảng cạnh tranh về

169

các giải pháp khi khủng hoảng, và cách mở rộng tiếp cận tổ chức thuộc phạm vi xã hội dân sự có nghĩa là cá nhân, đoàn thể và tổ chức đề ra những ý tưởng mới một cách độc lập mà toàn xã hội có thể thảo luận. Các chính đảng đối lập các nhóm lợi ích có nhiều động lực mạnh để theo dỏi, phê phán và đề xuất những giải pháp thay thế cho những giải pháp của nhà cầm quyền, Do đó, mở rộng tiếp cận tạo điều kiện để dàng hơn cho các quốc gia sơ khai trong việc loại bỏ những ý tưởng xấu hay không được hưởng ứng.

Thứ ba, vì để có khả năng tạo những kết ước khả tín hơn, cách mở rộng tiếp cận có nhiều điều kiện hơn tạo nhiều kết ước để đương đầu khủng hoảng. Thực vậy, lịch sử của việc mở rộng tiếp cận chứng minh có đủ loại những kết ước để giải quyết khủng hoảng, xin đan cử một vài ví dụ: thành lập nền Đệ Ngũ Cộng Hòa Pháp 1959, các Thoả hiệp năm 1820, 1833, 1850 và 1877 của Hoa Kỳ vào thế kỷ XIX và nhiều luật Cải cách khác nhau tại nước Anh vào thế kỷ XIX.

Nội dung của đoạn này có hai điểm. Thứ nhất, các quốc gia sơ khai có một số thể chế tương tự khi mở rộng tiếp cận như thị trường, hệ thống bầu cử và hệ thống tư pháp. Nhưng các thể chế này hoạt động một cách khác biệt trong các quốc gia sơ khai bởi vì giới hạn cách tiếp cận, thiếu yếu tố nhà nước bền vững và không thể cung ứng phúc lợi cho người dân trên căn bản khách quan. Thứ hai, những hệ thống tiếp cận mở rộng không hoàn chỉnh và trong thực hiện tất cả quốc gia có mở rộng tiếp cận tạo ra đặc lợi đáng kể. Nhưng - để so sánh với các quốc gia sơ khai - cơ chế cạnh tranh của hệ thông tiếp cận mở rộng hoạt động tương đối tốt đẹp và cung ứng những phương tiện cho việc tăng trưởng kinh tế lâu dài và xã hội vững vàng hơn để chống lại những vấn đề dị biệt và khủng hoảng.

Sự chuyển tiếp từ tiếp cận giới hạn đến mở rộng

170

Viễn cảnh của NWW định nghĩa lại tiến trình phát triển kinh tế và chính trị như là một chuyển tiếp tiếp cận từ mức độ giới hạn đến mở rộng. Sự chuyển tiếp này là một tiến trình gian nan, và chỉ có một số quá ít quốc gia thành đạt sự chuyển tiếp này. Tôi ít khi sử dụng tư liệu này, tôi chỉ muốn mô tả một cách vắn tắt vì đã trình bày chi tiết trong chương 5 và 6 của công trình NWW.

Vì sự chuyển tiếp bắt đầu với các nước sơ khai, thời kỳ đầu của sự chuyển tiếp phải phù hợp với trình độ lý luận của các nước sơ khai. Một số các nước sơ khai bắt đầu đi từ tư thế này khi mà hàng loạt các thay đổi hướng việc duy trì cách mở rộng tiếp cận. Ngay trong các nước sơ khai, một số điều kiện có thể phát sinh tạo phát triển cho những mối quan hệ không cần quen biết giữa các giới lãnh đạo. Khi việc này xảy ra, giới lãnh đạo có thể tìm ra quyền lợi mình khi thể chế hoá mối quan hệ này.

NWW phân chia tiến trình chuyển tiếp thành hai phần, điều kiện chuẩn bị và chuyển tiếp.

Bước chuẩn bị thứ nhất: uy lực pháp quyền cho lãnh đạo

Một vài quốc gia sơ khai trưởng thành thể chế hoá mối quan hệ giữa giới lãnh đạo, các đặc quyền được điều tiết bằng cách chuyển thành quyền lợi luật định cho họ. Hay nói một cách khác hơn, những đặc quyền này chuyển từ quen biết cá nhân đặc biệt qua tình trạng khách quan và được áp dụng chung cho cả giới lãnh đạo. Như sẽ được thảo luận trong chi tiết trong phần dưới đây, luật canh nông tại Anh thời trung cổ có dẫn chứng. Vào thế kỷ XI, quyền hữu đất đai thuộc về nhà vua khi lãnh chúa địa phương từ trần. Trong khi thương thảo việc trả tiền, việc này tùy thuộc vào giá trị của đất và quyền lực của người thừa kế, người thừa kế có thể mua lại quyền tư hữu đất. Qua thời gian, tiến trình trở

171

thành tiêu chuẩn hoá thành tiền lệ phí. Tương tự như vậy, cạnh tranh giữa các hệ thống tòa án khác nhau tại nước Anh trong việc thu nhập lệ phí đưa tới việc tòa án phải canh tân, thay đổi luật lệ tốt hơn để phục vụ cho quyền lợi lãnh đạo. Quan trọng hơn, luật pháp thành hình để bảo đảm điền chủ, quyền kiểm soát đất đai giữa các thừa kế khác nhau khi họ chết, kể cả khả năng các điều kiện bảo đảm quyền sỡ hữu đất đai, (nếu điều kiện này không còn, đất sẽ thuộc về người thừa kế khác).[10]

Bước chuẩn bị thứ hai: nhà nước vĩnh cữu

Hầu hết các quốc gia sơ khai đều phải chết theo ý nghĩa khi liên minh cai trị và lãnh đạo thay đổi, những khía cạnh căn bản của nhà nước cũng thường chết theo, đây cũng là luật cho sự chọn lựa chính trị. Những nhà nước này có khả năng giới hạn trong việc đề ra những kết ước khả tín nhằm tôn trọng các loại quyền lợi luật định và luật lệ khác nhau để ràng buộc các liên minh và lãnh đạo kế nhiệm, nhờ đó lãnh đạo mới duyệt xét triệt để các bản chất của thể chế, quyền lợi và chính sách. Ý tưởng về tính vĩnh cữu tạo nên những khía cạnh của nhà nước vượt qua khỏi cuộc đời của các quan chức đương quyền, để các thể chế không còn tùy thuộc vào bản sắc của các quan chức đang nắm các thể chế.

Một khía cạnh đặc biệt quan trọng trong tính vĩnh cữu là tạo ra những tổ chức sống bền bỉ, những tổ chức sống lâu hơn cuộc đời của các cá nhân đứng ra thành lập tổ chức. Sự đối tác, một hình thức chính của tổ

---

[10] Các chủ đề này cực kỳ phức tạp, cả về các hình thức khác nhau của quyền luật định (chia quyền tư hữu cho các nhóm khác nhau, đặt nhiều điều kiện khác nhau trong loại tài sản khác nhau), các hình thức khác nhau cho các loại luật và những trường hợp tương tự như vậy. Xem thêm NWW, chương 3.

chức kinh tế trong suốt thời kỳ lịch sử cho đến giữa thế kỷ XIX, đòi hỏi tổ chức này phải giải thể hay tổ chức lại khi một thành viên từ trần hay tự nguyện rời khỏi tổ chức. Lập ra doanh nghiệp với những phần hùn có thể chuyển nhượng và cho phép các cổ đông chuyển quyền này cho người thừa kế giải quyết được vấn đề, làm cho những tổ chức sống thọ hơn. Do đó, những doanh nghiệp cho phép tập trung quản lý những nguy hiểm chính và có nhiều khả năng mở rộng phạm vi thời gian hơn là chỉ lo cho đối tác.

Bước chuẩn bị thứ ba: Củng cố kiểm soát trước động loạn và quân sự

Bước chuẩn bị thứ ba là bước khó khăn nhất để hiểu và thành đạt. Nếu không củng cố kiểm soát chính trị từ các nguồn gốc khác nhau của bạo lực, kể cả quân lực, thì các bước chuẩn bị khác không thể thực hiện được. Cả nguyên tắc nhà nước pháp quyền và những kết ước khả tín đều không tồn tại khi một bè cánh dùng bạo lực để buộc người khác theo ý họ. Các thảo luận về nhà nước pháp quyền ít đề cập đến vấn đề này. Hiện nay khi phê phán tình trạng này chúng ta biết quá ít về việc củng cố được thực hiện như thế nào.

Bước chuyển tiếp

Bước chuyển tiếp xảy ra khi một số đông dân chúng đủ để trở thành công dân trong ý nghĩa nhà nước phải đối xử với đa số theo cách đồng nhất và khách quan. Cùng lúc, tiến trình này phải khởi động khi cung cấp cho người dân cách tiếp cận với những tổ chức thuộc về chính trị và kinh tế, bảo đảm cho họ khả năng cạnh tranh như họ muốn trong hai hệ thống này. Tại Hoa Kỳ, tiến trình này xảy ra trong nhiều thế hệ, trải dài từ thời thuộc địa, qua thời lập hiến cho đến thế kỷ XIX. Thực vậy, ý tưởng về cạnh tranh đảng phái với một chính đảng đối lập hợp pháp trong chính trị đã không thành hình cho mãi đến giữa thế kỷ XIX, vào khoảng thập niên 1840. Tương tự như vậy, luật doanh nghiệp cho phép bất cứ người nào cũng có quyền lập ra doanh nghiệp bắt đầu xảy ra vào thập niên 1840. Biến cố này cũng xảy ra tại Anh không lâu sau Hoa Kỳ, tại Pháp bắt đầu vào thập niên 1880.

Các vấn đề tranh luận trong việc tạo lập nhà nước pháp quyền

Học giới dùng thuật ngữ uy lực pháp quyền trong nhiều ý nghĩa khác nhau với nhiều ngữ cảnh khác nhau, nhãn hiệu này bao gồm nhiều điều tốt đẹp, thí dụ như cai trị hữu hiệu, dân chủ và nhân quyền. Theo mục tiêu của chương này, tôi tập trung vào hai khía cạnh chủ yếu của nhà nước pháp quyền, thứ nhất là tính cách khách quan của luật pháp, tính chính xác hay có thể tiên đoán được của luật pháp, bao gồm việc không có hành vi độc tài của nhà nước chống cá nhân, tính trong sáng và đòi hỏi nhà nước phải đối xử với cá nhân được bình đẳng trước pháp luật. Thứ hai, khía cạnh năng động của nhà nước pháp quyền đòi hỏi nhà nước có khả năng tôn trọng pháp quyền trong tương lai cho dù tạo ra sự thay đổi các quan chức.

Với định nghĩa này thì các quốc gia sơ khai có nhiều khó khăn chủ yếu trong khi tạo lập nhà nước pháp quyền. Thứ nhất, định nghĩa này tương phản với nhà nước sơ khai mà đặc trưng nhất là bị cai trị do mối quan hệ cá nhân. Trong các nước sơ khai, bản sắc cá nhân xác định họ được đối xử như thế nào. Cụ thể hơn, nhà nước đối xử với cá nhân và phe nhóm có quyền thế hoàn toàn khác biệt với cá nhân và phe nhóm cô thế. Thí dụ như đặc quyền của công tước A khác hẳn với công tước B và C - về mặt pháp lý lẫn thực tế - và hiệp sĩ đối xử khác nhau với công tước, không ai chú ý đến nông dân.

Thứ hai, các quốc gia sơ khai có khó khăn khi tạo ra nhà nước pháp quyền với đặc tính là luật pháp có thể tiên đoán. Vì những quốc gia này được xây dựng quanh liên minh cai trị; khi những nhu cầu và mối quan hệ quyền lực của liên minh thay đổi, luật lệ, chính sách quyền lợi và đặc quyền thay đổi theo. Tương tự như vậy, thiếu tính trường cửu sẽ gây khó khăn cho các quốc gia sơ khai kết ước về những luật lệ, thể chế và chính sách lâu dài.

Thứ ba, các quốc gia sơ khai thường hành sử một cách độc tài. Thái độ này phản ảnh cách lý luận của liên minh cầm quyền của các quốc gia sơ khai. Thí dụ như khi thời vận của những thành viên trong liên minh cầm quyền lên và xuống, nhà lãnh đạo điều chỉnh những đặc quyền của họ, thường thi tái phân phối các quyền này cho các thành viên khác. Từ quan điểm của cách mở rộng tiếp cận, sự chọn lựa này có vẻ như độc đoán, chính sách và quyền hạn dường như tùy thuộc vào sự chọn lựa của nhà lãnh đạo, không bị ràng buộc vào pháp luật mà tùy thích. Bản sắc và đặc điểm quyền lực của từng cá nhân và phe nhóm là chủ yếu cho thái độ của các quốc gia sơ khai. Thái độ này đối nghịch với nhà nước pháp quyền, phản ảnh những năng động trong lý luận của liên minh cai trị tại các quốc gia sơ khai.

Điểm cuối cùng và có lẽ là quan trọng nhất, nhà nước pháp quyền liên hệ đến thành tố năng động, đối với tính chính xác cho pháp luật không phải chỉ có trong hiện tại mà còn ảnh hưởng tương lai. Chúng ta coi đặc điểm nhà nước pháp quyền được đảm bảo trong một hệ thống tiếp cận mở rộng, nhưng những người sống trong các quốc gia sơ khai không thể làm được điều này.[11] Vấn đề năng động đặt ra nhiều quan tâm khác.

---

[11] Thành tố năng động không luôn bảo đảm cho trong hệ thống tiếp cận mở rộng. Cách đối xử của chính quyền Bush với nghi can khủng bố cho thấy là trong mức độ hạn hẹp thì các luật lệ này có thể thoả hiệp khi hệ thống tiếp cận mở rộng gặp những tình trạng khó khăn.

Thứ nhất, từ quan điểm kinh tế và chính trị chúng ta hãy xét đến vấn đề truất hữu. Các nhà đầu tư không quan tâm những gì mà luật lệ tạo ra cho hôm nay - thí dụ như quyền tư hữu và tỷ lệ thuế suất - nhưng là những gì mà luật này đem lại trong tương lai. Doanh thu theo luật lệ hôm nay không chắc là doanh thu trong tương lai, đặc biệt nhất là khi chính quyền hành sử một cách thời cơ để áp dụng chính sách truất hữu trên những giá trị đầu tư. Thí dụ, nông dân ở Ghana lo sợ đầu tư trường kỳ khi trồng cây cà phê, dù đem lợi do thuế suất ưu đãi trong hiện nay, nhưng sẽ bị mất đi trong tương lai, nếu chính quyền tăng thuế suất khi cây lớn và bắt đầu có trái.

Thứ hai, hậu quả chính trị có liên quan tới vấn đề thay đổi liên minh cầm quyền và lãnh đạo, các quốc gia sơ khai có quá ít thể chế để ràng buộc những liên minh mới và lãnh đạo vào trong luật lệ hiện tại. Điều này là đặc biệt nhất trong các chế độ toàn trị. Vấn đề này liên hệ mật thiết đến việc xây dựng một nhà nước sống bền vững và sẽ được trình bày trong phần sau.

Khái niệm về một kết ước khả tín đem lại câu trả lời cho cả hai vấn đề này. Nhà nước không thể đơn thuần công bố luật và tạo quyền luật định theo tiêu chuẩn khách quan; đối với lãnh đạo hay những người kế nhiệm, họ có thể thay đổi luật lệ trong tương lai. Tạo lập nhà nước để tôn trọng luật pháp hiện tại và tương lai đòi hỏi những thể chế với hai đặc điểm. Thứ nhất, thể chế buộc nhà nước cam kết, - các quan chức, chính khách và các giới hành chánh - phải tôn trọng pháp luật và quyền lợi luật định. Thứ hai, tất cả những nhân vật chủ yếu trong xã hội cam kết là tôn trọng luật Hiến pháp. Đặc biệt nhất là bất cứ ai có thể dùng bạo lực và khả năng khuynh đảo chế độ phải có cách thúc đẩy làm cản trở họ. Tương tự như vậy, những người đang nắm quyền có nhiều khích lệ để tôn trọng luật pháp, kể cả tôn trọng quyền của người đối kháng, và nếu trong một xã hội dân chủ, phải từ bỏ quyền lực khi thất cử.

Những khích lệ này quan hệ chặt chẽ đến những kết ước khả tín cần thiết cho một quốc gia trường cửu và khía cạnh năng động của nhà nước pháp quyền. Điều không may là các nhà nước sơ khai né tránh loại kết ước khả tín này và chỉ có ở những nước đang khởi đầu thời kỳ chuyển tiếp.

Sự thành hình đặc biệt nhà nước pháp quyền tại phương Tây

Sự thành hình nhà nước pháp quyền trùng hợp với sự chuyển tiếp từ các quốc gia sơ khai trưởng thành tới cách mở rộng tiếp cận. Các quốc gia sơ khai chỉ có khả năng giới hạn trong việc du nhập nhà nước pháp quyền, họ không thể tạo ra những kết ước khả tín quy mô về những thể chế và luật lệ để mang kỳ vọng về tính chính xác hay khách quan của luật pháp nhằm đem lại đối xử bình đẳng cho đa số dân chúng. Trong khi nhà nước pháp quyền đòi hỏi nhà nước đối xử với người dân công tâm, thì nhà nước sơ khai đối xử người dân dựa theo quen biết và thiên vị. Các quốc gia sơ khai nhấn mạnh quyền lực, và khi quyền lực thay đổi, không phải chỉ có thành viên trong liên minh cai trị phải thích nghi mà phải kể đến những đặc quyền, đặc lợi, thể chế và chính sách cũng đổi. Sự thích nghi này có thể nhận ra trong sự thay đổi các liên minh trong thế kỷ XVII tại nước Anh, khi các vị vua trong điều đại Stuart tái phân phối đặc quyền và đặc lợi trong các phe nhóm lẫn nhau, việc này cũng có trong các nhà nước sơ khai hiện nay như Liên Xô dưới thời Putin và Venezula dưới thời Hugo Chavez.

Các quốc gia sơ khai không thể duy trì quyền lợi khách quan cho một số đông dân chúng trong khi họ phải được đối xử bình đẳng trước luật pháp. Quốc gia sơ khai hiện nay không thể ràng buộc với chế độ tương lai. Cải cách quyền lợi trong các quốc gia sơ khai thất bại khi lãnh đạo cần điều chỉnh liên minh để đáp ứng tình thế thay đổi. Do đó, ngay khi các chế độ hiện nay tại các nước sơ khai tạo ra cải cách thích hợp, nhưng họ lại không thể tự cam kết hay những người kế nhiệm chế độ có thể duy trì các cải cách này.

Tuy nhiên, khi các quốc gia sơ khai khởi đầu chuyển tiếp, họ bắt đầu bước chuẩn bị. Cả ba bước chuẩn bị là trọng tâm cho sự hình thành uy lực pháp quyền. Bước chuẩn bị thứ nhất là uy lực pháp quyền cho lãnh đạo, biến những đặc quyền lãnh đạo thành đặc quyền theo luật định cho họ. Chúng ta hãy xem qua lịch sử tại nước Anh thời trung cổ.[12] Ngay sau khi William xâm lăng vào năm 1066, nhà vua đã phân phối quyền tư hữu đất đai vùng Normandy cho thuộc hạ. Việc nắm quyền không làm thay đổi vị thế của các địa chủ đương quyền, nhưng thay vào đó luật buộc các địa chủ đương quyền phải đóng thuế và chia phần huê lợi cho người mới được quyền. Khi những người hữu quyền chết, quyền tư hữu đất thuộc về nhà vua. Nhà vua có thể trao lại quyền tư hữu cho người thừa kế của sở hữu chủ nguyên thủy, khi họ chịu trả lệ phí. Nhưng thay vì thế, nhà vua có thể tái phân phối quyền tư hữu đất đai. Thí dụ, nếu như tài sản của sở hữu chủ nguyên thủy bị suy sụp, (cũng có thể nói là người thừa kế là nhà lãnh đạo yếu kém) trong khi những người khác trỗi dậy (có thể nói là họ giúp cho nhà vua nhiều và hưởng đặc ân), nhà vua cũng có thể giao đất cho người khác thay vì cho người thừa kế. Bằng cách này, lập luận cho việc duy trì liên minh cai trị trong các quốc gia sơ khai lập lại sự sung dụng quyền sở hữu đất đai, đây là việc lập lại một hệ thống đặc quyền cho người có thế lực hơn là đề ra một loại quyền theo luật định. Nước Anh vào thời kỳ này là một loại quốc gia sơ khai mong manh, vì ít có tổ chức nào khác ngoài nhà nước.

Qua thời gian, khi mối quan hệ ổn cố, những thể chế và tổ chức mới có quan hệ với nhà nước tăng lên. Dù nhà

---

[12] Thảo luận về quyền tư hữu đất đai thời trung cổ tại nước Anh dựa vào chương 3 của NWW.

vua tìm cách giữ sự uyển chuyển về quyền sử dụng đất, những lãnh chuá quyền uy có những quan tâm chung đến việc ổn định luật lệ. Hơn nữa, tài sản tăng lên khi những quyền luật địnhnày càng ổn cố, mọi người, kể cả nhà vua, có thể sung túc hơn, nếu luật lệ càng vững chắc hơn. Và chính thế, qua thời kỳ dài, quyền thừa kế trở nên an toàn hơn.

Một kịch bản tương tự cũng xảy ra đối với nhiều khía cạnh khác, nhưng có liên quan đến đất đai. Một thí dụ khác khi ta nghiên cứu về cách đặt kế hoạch cho tài sản theo ý muốn. Mặc dù người thừa kế có thể hưởng quyền đất đai vào thời kỳ trung cổ của nước Anh, luật không cho phép điền chủ uyển chuyển chia đất cho nhiều người thừa kế hoặc bảo đảm được hưởng quyền trong tình trạng đặc biệt, thí dụ như không hội đủ điều kiện này, đất sẽ trao cho người thừa kế khác. Ở đây, từ việc thay đổi quyền luật định một cách an toàn và uyển chuyển cho lãnh đạo cho đến việc quy định tài sản theo ý muốn mất nhiều thế kỷ. Cuối cùng, quyền sử dụng đất đai ổn định dần qua thời gian, nhưng ổn định một cách đáng kể nhất là từ khi Anh trở thành một quốc gia sơ khai trưởng thành vào thế kỷ XVII và bắt đầu vào thời kỳ chuẩn bị.

Một thí dụ cuối cùng khi ta nghiên cứu về quyền mua bán các cổ phần doanh nghiệp. Thoạt đầu, cổ phần doanh nghiệp là đặc quyền có liên hệ với một doanh nghiệp duy nhất được lập ra tìm mối sinh lợi trong một cơ hội đặc biệt, thí dụ như trường hợp East India Company hay Bank of England. Khi doanh nghiệp thành lập, người nắm cổ phần có khích lệ để phát triển các quyền mua bán các cổ phần và muốn mở rộng các quyền làm chủ cổ phần qua một nhóm cổ đông rộng lớn hơn, làm như thế thì giá trị cổ phần tăng lên. Nói một cách khác, dù những doanh nghiệp này bắt đầu tạo lập là tình trạng cá nhân và tự phát, nhưng doanh nghiệp này mang đến những động lực tạo ra thị trường bảo chứng khách quan nhằm gia tăng giá trị cho doanh nghiệp và thanh khoản của chủ tư bản.

Mỗi trường hợp minh chứng sự chuyển hoá từ đặc quyền cho lãnh đạo thành quyền lợi luật định. Mọi trường hợp có liên quan đến chuyển hoá của nhà nước để nhà nước tạo ra một hệ thống nhằm đẩy mạnh quyền này và đạt được nhà nước pháp quyền cho lãnh đạo.

Tình trạng của bước chuẩn bị thứ hai là trọng tâm cho việc xây dựng nhà nước pháp quyền, để cho nhà nước và tổ chức sống vĩnh cữu. Điều đáng tiếc là các điểm chỉ trích nhà nước pháp quyền không được đề cập đến nhiều trong học giới, vì một phần họ thiếu nghiên cứu về đề tài duy trì nhà nước pháp quyền qua thời gian.

Nói đơn giản hơn, vì không có một nhà nước vĩnh cữu, việc này cho phép chính giới của nhà nước sơ khai tương lai coi thường luật pháp và thể chế quy định cho nhà nước hiện nay. Khi nhà nước sơ khai thích nghi với tình hình thay đổi, họ vi phạm những đặc điểm chủ yếu của nhà nước pháp quyền. Chính vì thế mà tính vĩnh cữu là điều kiện hiển nhiên thiết yếu cho nhà nước nhằm duy trì nhà nước pháp quyền. Thực vậy, những nhà hiền triết cổ điển của nhà nước pháp quyền đã diễn đạt những cảm xúc rất phù hợp với lập luận này. Theo Aristotle trong tác phẩm Politics, ông kết án việc cai trị vì do con người hơn là do luật pháp quy định, ông có đề cập tới việc thiếu tính hằng cữu này. Tương tự như vậy, Locke có nói tới điều này trong tác phẩm Second Treatises:

«Tự do của con người trong chính quyền là được sống trong một hệ thống luật lệ vững chắc, phù hợp chung cho mọi người trong xã hội, do quyền lực lập pháp tạo nên ... và không bị lệ thuộc vào trong ý muốn bất thường, không xác định và chuyên đoán của người khác.»

Tất cả những tư tưởng này tùy thuộc và tính chính xác của luật pháp, hoàn toàn độc lập vào tính vĩnh cửu của nhà nước.

Vì lãnh đạo của quốc gia sơ khai, đại diện cho liên minh cầm quyền, ít phải đối đầu với vấn đề kết ước khả tín hơn là lãnh đạo ở những nước có cách mở rộng tiếp cận, họ có thể thay đổi luật lệ và thể chế khi thấy không phù hợp. Cựu Tổng thống Vladimir Putin đã làm việc này một cách có hệ thống tại Liên Xô, thay đổi một quốc gia sơ khai trưởng thành với một vài tổ chức độc lập của nhà nước để trở lại thành nhà nước sơ khai cơ bản, khi tình trạng sống còn đòi hỏi các tổ chức phải liên hệ chặt chẽ với nhà nước. Một số lớn các tổ chức tư nhân mất đi sự độc lập của mình. Tương tự như vậy, một số các thể chế chính trị trước đây đã có được vị thế kiểm soát và quân bình khiêm nhường về quyền lực của cựu Tổng Thống Boris Yeltsin không còn hoặc yếu đi, kể cả Quốc Hội Liên Xô, các thống đốc, báo chí và xã hội dân sự. Không có hệ thống kiểm soát này cho phép Putin cách ly các phần tử đối lập và kiểm soát dễ dàng Liên Xô, kể cả việc ông từ chức Tổng Thống một cách hình thức và cho phép người kế vị, Dmitry Medvedev, được bầu vào chức vụ Tổng Thống. Vì các thể chế này thiếu tính vĩnh cửu, nên có thể bị giải thể. Tổng Thống Hugo Chavez của Venezuela đã thấy vấn đề tương tự trong thời kỳ chuyển hoá của Venezuela cũng như Tổng Thống Robert Mugabe của Zimbabwe. Trong thập niên 1930, Adolf Hitler cũng khởi động tương tự gây chuyển hoá nhiều thảm khốc hơn cho chế độ Weimar, một nhà nước sơ khai trưởng thành trở thành chế độ Đức Quốc Xã, một nhà nước sơ khai cơ bản. Những nhà lãnh đạo này đạt được mục tiêu nhằm đáp ứng với sự thay đổi tình thế, thí dụ như suy thoái hay gia tăng đáng kể thu nhập cho nhà nước,[13] để cho

---

[13] Những trường hợp này lan rộng hàng loạt như North (1981, chương 1) đề cập khi thay đổi trong giá cả tương đối, thay đổi dân số, tai hoạ thiên nhiên, bộc phát chiến tranh và

phép họ cũng cố địa vị bằng cách loại bỏ đặc quyền của các thành viên khác của liên minh, mà sự hổ trợ của họ không còn cần thiết nữa cho việc sống còn của chế độ.

Tạo tính vĩnh cửu đòi hỏi những kết ước khả tín khác nhau mà lãnh đạo và liên minh cầm quyền có nhiều khích lệ phải tôn trọng thể chế và quyền luật định. Những động lực tạo ra do những kết ước khả tín có hàm ý những thể chế và quyền lợi không tùy thuộc vào bản sắc của các quan chức chính quyền hay những thành viên của liên minh cầm quyền. Khi lãnh đạo, các giới chức chính quyền hay các liên minh thay đổi, thì các thể chế nhà nước và quyền công dân vẫn tồn tại và các yếu tố thuộc về nhà nước pháp quyền có thể được duy trì.

Khi tính trường cửu là một khía cạnh mới nhất của nhà nước pháp quyền, tôi muốn nêu lên một vài dẫn chứng của khái niệm này. Thứ nhất, chúng ta xét đến tình trạng của bước chuẩn bị thứ hai, nhà nước vĩnh cửu, của nước Anh, trong thời kỳ Cách Mạng Vinh Quang vào năm 1688-9, đây là một trong số những nước chuyển động đầu tiên. Cuộc Cách Mạng này không phải chỉ là khuynh đảo nhà vua này và lập vị vua khác, mà cũng xét lại hiến pháp khi giới lãnh đạo Anh từng bị phân hoá giải quyết sự dị biệt lúc họ tranh đấu qua nhiều trong thế kỷ (kể cả nội chiến chua chát trong thập niên 1640, xử trảm nhà vua vào năm 1649, thành lập chế độ cộng hòa đại nghị nhưng thất bại, tiếp theo là sự hồi phục chế độ hoàng gia vào năm 1660). Lãnh đạo, dù bị phân hóa, giải quyết được một vài dị biệt bằng cách đặt ràng buộc cho quân quyền, người đứng đầu trong liên minh lãnh đạo, khi nào được phép hành sử. Trong trường hợp đặc biệt, luật của Quốc Hội và kiểm soát của Quốc Hội về thuế khóa - cả hai vấn đề được tranh cải trong suốt thế kỷ trước - trở thành bất khả xâm phạm. Thành quả Cách Mạng Vinh Quang

---

phát minh những kỹ thuật mới.
182

được coi như giải pháp về thuế lợi tức. Luật công bố là bất cứ vị vua nào xem thường luật của Quốc Hội có cơ nguy bị truất phế. Sự tương thuận mới tạo nên một kết ước khả tín về sự ràng buộc của nhà vua với luật lệ mới.

Dựa vào sự đe dọa của giới lãnh đạo cùng đoàn kết chống lại nhà vua, giải pháp Cách Mạng có một khía cạnh mới của nhà nước trường cửu. Những luật lệ của Quốc Hội ràng buộc nhà vua như là người đứng đầu trong liên minh cai trị nhà nước. Quan trọng hơn, giải pháp này ràng buộc tất cả các vị vua trong tương lai.

Các đại biểu Quốc Hội khi thương thuyết một giải pháp cách mạng thường nhìn lại quá khứ, cố tìm cách giải quyết các vấn đề của thế kỷ trước. Nhưng đặt nhà nước trong tính vĩnh cửu, những thay đổi thể chế có những hậu qua quan trọng hướng về tương lai.

Hậu quả của tính vĩnh cửu được nhận ra trong ba dẫn chứng quan trọng. Thứ nhất, khi chúng ta xét đến nợ công. Trước thời kỳ Cách Mạng Vinh Quang, nợ công là mối trao đổi cá nhân giữa nhà vua và người cho vay. Có quyền tối thượng và đứng trên luật pháp, nhà vua có tự quyền trả cho chủ nợ hay không. Nếu nhà vua muốn hạ thấp lãi suất, triển hạn hay không trả nợ, đó là quyết định kin đáo cá nhân. Hậu quả là nhà vua vay theo mức độ, người cho vay chỉ cho mượn trong qũy có giới hạn. Sau thời kỳ Cách Mạng, vấn đề nợ mới trở thành luật của Quốc hội. Về mặt pháp luật, điều này có nghĩa là thay đổi điều kiện nợ đòi hỏi có luật mới của Quốc Hội. Thí dụ như nhà vua tự ý đơn phương thay đổi điều kiện trả nợ, như không trả lãi suất, nhà vua sẽ vi phạm luật của Quốc hội. Luật mới tạo ra một cái giá quan trọng cho nhà vua khi muốn thay đổi điều kiện mượn nợ: coi thường luật pháp của Quốc Hội nhà vua có cơ nguy bị khuynh đảo. Tuy thế, luật mới thúc đẩy nhà vua tôn trọng luật pháp, trả nợ vua được tín nhiệm hơn. Khi trả nợ uy tín nhà vua tăng lên, mang kết quả là tín dụng cho chính quyền gia tăng gấp bội. Nợ công gia tăng trong thời gian ngắn (1689-97) từ 5% đến 40% so với TSLQG. Số nợ này cho phép Anh ngăn chận Pháp trong chiến tranh bắt đầu với Cách Mạng Vinh Quang, ngăn ngừa Pháp việc tái lập nhà vua thoái vị (và còn nhiều việc khác).

Điểm thứ hai và có lẽ là chủ yếu nhất trong nhà nước pháp quyền khi chúng ta xét đến nền tư pháp độc lập. Sự độc lập này là một thể chế khó khăn nhất cho các quốc gia sơ khai ngày nay thực hiện. Mặc dù một vài quốc gia đang phát triển công bố là nền tư pháp độc lập trong hiến pháp, chỉ một số ít quốc gia có thể duy trì được điều này và hầu hết các quốc gia đang phát triển thoả hiệp sự độc lập này khi tính độc lập này không phù hợp.[14] Thực vậy, các vị vua của triều đại Stuart vào thế kỷ XVII đã cách chức nhiều chánh án chống họ, nổi tiếng nhất là Bộ trưởng Tư Pháp Coke (1616-17) và Crew (1627). Hoàng gia chịu trách nhiệm cá nhân trong việc điều hành triều chính hằng ngày, vì thế mà họ trả lương cho chánh án. Khi chánh án phục vụ theo ý thích của nhà vua, các vị vua triều Stuart thường dùng quyền để tạo ảnh hưởng trong các phán quyết của chánh án. Cuối cùng, sự đe doạ bị đuổi việc tạo cho nhiều chánh án bất mãn. Sau thời kỳ Cách Mạng, các chánh án trở nên độc lập hơn đối với Hoàng gia. Năm 1701 Quốc Hội thông qua một đạo luật quy định bảo đảm tính độc lập của các chánh án đối với Hoàng gia. Từ đó tính vĩnh cửu bảo vệ độc lập tư pháp. Quốc hội, những đại biểu cho liên minh cầm quyền, tìm cách bảo vệ các chánh án bằng cách thông qua luật nhằm công khai công nhận sự độc lập của các chánh án

---

[14] Huy đông ảnh hưởng trong ngành tư pháp là đặc điểm chung tại các quốc gia sơ khai của thế giới đang phát triển hiện nay, kể cả Chavez tại Venezuela, cựu Tổng Thống Carlos Menem của Argentina, cựu Tổng Thống Pervez Musharraf của Pakistan, cựu Tổng Thống Indira Gandhi của Ấn độ và Putin của Liên Xô.

đối với Hoàng gia. Sự áp đặt của Hoàng gia đối với chánh án từ đây bị xem là vi phạm luật Quốc Hội và có nguy cơ bị khuynh đảo. Việc này làm cho chánh án càng độc lập hơn. Khi nghiên cứu về những biến cố, Klerman và Mahoney đưa ra bằng chứng thống kê cho thấy tầm quan trọng của đạo luật này.

Điểm thứ ba có ảnh hưởng quan trọng đến nhà nước trường tồn là tạo những tổ chức sống lâu dài. Những tổ chức này làm thịnh vượng đáng kể cho xã hội. Thí dụ tính trường cữu cho phép các công ty bảo hiểm tập trung quản lý được một số lượng lớn các loại nguy hiểm để làm giảm bớt bảo hiểm về nguy hiểm cho cá nhân và doanh nghiệp. Nó cho phép doanh nghiệp tập trung tư bản tạo các tổ chức đầu tư lâu dài hơn so với đời sống của các thành viên đối tác. Vì sự đối tác phải thương thuyết trở lại khi một đối tác viên từ trần, họ sẽ gặp nhiều phiền toái khi phải bắt đầu huy động một số vốn lớn từ những nhà đầu tư khác.

Nói chung, tính vĩnh cửu là chủ yếu trong tiến trình tạo ra một chân trời thời gian lâu dài cho xã hội. Như chúng ta biết rõ, triển vọng ngắn hạn tạo cho lãnh đạo những quyết định gây hậu quả thiệt hại kinh tế. Thiếu một chân trời lâu dài cản trở khả năng cho việc đầu tư trường kỳ, điểm chính cho tăng trưởng kinh tế dài hạn. Nói đơn giản hơn, những nhà đầu tư không thể có một viễn kiến và tạo những đầu tư lâu dài, nếu nhà nước không trường thọ và có triển vọng ngắn hạn. Một nhà nước không sống trường thọ sẽ tạo những tổ chức sống đoản thọ.

Do đó, tạo tính vĩnh cửu là đặc điểm chính nhà nước pháp quyền. Đó là một thành tố thiết yếu tạo nên nhà nước vượt qua luật lệ dựa trên cá nhân, nơi mà thể chế và chính sách của nhà nước sơ khai tùy thuộc vào bản sắc của liên minh cầm quyền và người lãnh đạo đất nước. Tạo sự vĩnh cửu đòi hỏi những kết ước khả tín để thể chế hoá những cơ chế chính trị và xã hội nhằm tạo

185

nên những khích lệ cho chính giới và người dân tôn trọng luật lệ. Việc này không chỉ dành cho chính giới hiện tại mà còn cho tương lai. Rõ ràng đây là phần chủ yếu của việc thoả mãn hai điều kiện về định nghĩa về nhà nước pháp quyền đã đề ra ở trên.

Bước chuẩn bị thứ ba, kiểm soát quân đội phải được cũng cố, đó chính là một điều kiện tiên quyết khác cho nhà nước pháp quyền. Thực vây, NWW lập luận rằng hai bước chuẩn bị khác không thể được duy trì nếu điều kiện thứ ba không thành tựu. Không kiểm soát quân đội chặt chẻ cho phép giới này tiếp cận những tiềm năng để hủy hoại những gì mà họ thích, nếu không nói họ làm gì mà họ thích, ít nhất là khi tình hình đem lại cho họ sự thắng thế. Đến khi nào mà loại can thiệp quân sự này có thể xãy ra, nhà nước pháp quyền không có giá trị. Nhưng giới chức có quyền sử dụng bạo lực có khả năng tránh luật, và nhà nước pháp quyền sẽ không hoàn chỉnh. Mặc dù đây là điều kiện quan trọng nhất trong ba bước chuẩn bị, nhưng chúng ta biết quá ít về bước chuẩn bị này.

Những ảnh hưởng

Sự thành hình nhà nước pháp quyền có liên hệ chặt chẻ với sự chuyển tiếp từ quốc gia sơ khai đến mở rộng tiếp cận. Mỗi bước trong ba giai đoạn chuẩn bị biểu hiện sự khởi đầu của chuyển tiếp là cần thiết cho việc thành hình nhà nước pháp quyền. Các quốc gia sơ khai có nhiều khó khăn trong việc thiết lập và duy trì những thể chế có khả năng duy trì nhà nước pháp quyền. Các quốc gia này không có khả năng phân phối phúc lợi dựa trên tiêu chuẩn khách quan. Thiếu tính trường cữu có nghĩa là nhà nước không có thể kết ước những chính sách lâu dài để có thể chuyển hoá sâu rộng về thể chế và chính sách, hoặc theo sau có những khuynh đảo thảm khốc, thí dụ như Chi Lê (1973), nhiều khủng hoảng tài chính trầm trọng của Argentina (2001) và Thái Lan (1997) hoặc những chuyển hoá lâu dài và

186

khôn khéo hơn tại Liên Xô, Zimbabwe, Venezuela, Kenya và Nam Phi hiện nay. Mỗi chuyển hoá phản ảnh sự thiếu vắng tính hằng cửu trong các quốc gia sơ khai này, cho phép giới lãnh đạo điều chỉnh mọi thể chế, chính sách và quyền lợi để nhắm duy trì sự ổn định chính trị, khi nhu cầu của các nhóm liên minh cầm quyền thay đổi (hoặc đôi khi chỉ thuần là tu chỉnh của sự ổn định chính trị, khi đối đầu những đe doạ của tình trạng bất ổn trầm trọng hơn). Những đảo lộn triệt để chính sách thường đi kèm theo, đó là những sự thay đổi làm thiệt hại cho đầu tư và kinh tế, nó cũng có thể kết liễu tự do dân chủ trong một sớm một chiều. Khi tất cả thường xãy diễn, những thể chế phác hoạ để phát huy nhà nước pháp quyền gây thiệt hại.

Tại sao luật lệ, quyền lợi luật định, và thể chế hổ trợ cho nhà nước pháp quyền tại các nước đã phát triển không thể du nhập vào các nước đang phát triển?

Hệ thống đặc quyền và đặc lợi tại các quốc gia sơ khai không tự nhiên mà phát sinh bởi vì người ta tham lam, gian ác hy tham nhũng. Thay vào đó, đặc quyền và đặc lợi phát sinh bởi vì đó chính là giải pháp cho vấn đề bạo lực. Đem đặc lợi cho cá nhân hay phe nhóm đầy quyền thế có cách tiếp cận với bạo lực thúc đẩy họ kết hợp với những thành viên khác của liên minh cầm quyền. Nếu so sánh với sự bất ổn, tất cả mọi thành phần trong xã hội được hưởng lợi khi ổn định tái lập.

Những nhà cải cách đến với thế giới chậm tiến với tất cả những thiện ý tốt đẹp, đó là những nhà kinh tế cổ vũ cho cải cách kinh tế, nhà đấu tranh dân chủ đề cao bầu cử và dân chủ, những nhà luật học ca ngợi cải cách luật pháp và những đặc quyền của công dân. Những nhà cải cách này lập luận rằng những cải cách mà họ đề xuất làm cho người dân cải thiện. Nhưng họ đã lầm. Lý do là vì những cải cách những thể chế và chính sách này đến từ một thế giới có hệ thống mở rộng tiếp cận. Để theo đuổi những chương trình của họ, họ phải tìm cách du nhập một phần của cách tiếp cận các thể chế trong các nước sơ khai mà không hiểu tại sao các quốc gia sơ khai có những cách tiếp cận khác nhau một cách có hệ thông, và đặc biệt các quốc gia này thất bại trong việc mở ra cách tiếp cận này.

Những cải cách này luôn thất bại vì hai lý do: động loạn và thiếu vững bền. Tôi sẽ lần lượt xét hai vấn đề này.

Những nổ lực cải cách thất bại khi tìm hiểu vai trò bạo lực trong khi tạo hình quốc gia sơ khai

Những nổ lực cải cách không quan tâm đến vấn đề bạo lực, hệ thống kinh tế và chính trị của các quốc gia sơ khai để giải quyết. Những hệ thống đặc quyền, đặc lợi và tiếp cận giới hạn không là chuyên chế, hệ thống này phục vụ mục tiêu đáng giá và thiết yếu, nếu phải quá tốn kém, đó là những phương tiện kiểm soát vấn đề bạo lực. Du nhập những thể chế có mở rộng tiếp cận, thí dụ như thị trường, bầu cử và hệ thống luật pháp, không thể tạo hệ thống mở rộng tiếp cận. Khuôn mẫu cải cách này đã được thử nghiệm hàng trăm lần và không thành công. Vấn đề là các cải cách này tìm cách phá bỏ hệ thống đặc quyền và cách tiếp cận giới hạn, chính thể mà các cải cách này đe dọa bạo lực và bất ổn. Đúng ra, thay vì đem lại tốt đẹp hơn như ý định của nhà cải cách, ngược lại, họ làm cho mọi người tồi tệ hơn.

Nghiên cứu về cải cách thị trường chúng ta thấy những đặc quyền trong thị trường đang có là do một phần trong một hệ thống đặc quyền rộng lớn hơn và những đặc lợi dành cho lãnh đạo là để họ có động lực từ bỏ bạo lực. Cải cách thị trường tháo gỡ những rào cản nhằm loại bỏ những đặc lợi. Cải cách cổ vũ mở rộng cách thâm nhập thị trường sẽ loại bỏ các đặc lợi này. Cả hai cải cách thay đổi những động lực duy trì sự hợp tác của lãnh đạo khi vó nguy cơ động loạn bộc phát, đặc biệt là trong thời kỳ khủng hoảng. Hiệu ứng tương tự cũng nãy sinh từ những cải cách bầu cử làm gia tăng cạnh tranh chính trị và cải cách luật lệ, đe doạ thay đổi mọi đặc quyền để làm cho xã hội đoàn kết hơn.

Vì những cải cách đe dọa xã hội với bất ổn, người dân trong xã hội này chống lại cải cách. Nghịch lý là không phải chỉ những người có hưởng lợi trực tiếp chống lại cải cách mà còn phải kể đến cả những người bị bóc lột bởi những người hưởng đặc lợi trong các nước sơ khai này. Lý do là vì thà bị bóc lột trong một xã hội bình yên còn hơn là sống trong hỗn loạn. Vì lý do này mà không có một thể chế với cách mở rộng tiếp cận, thí dụ như thị trường, dân chủ hay hệ thống luật pháp có thể du nhập trực tiếp vào các quốc gia đang phát triển khi còn trong tình trạng sơ khai. Đó chính là lý do tại sao, dù với hàng trăm tỷ đô la, với những thiện chí tốt đẹp nhất, và với những tư vấn phát triển tốt nhất từ các Ngân Hàng Thế giới, Quỹ Tiền Tệ Quốc Tế và Chương Trình Viện Trợ Phát Triển của Hoa Kỳ tương đối không thành đạt.[15]

Dân chủ và bầu cử được coi như là một cách kiểm soát chủ yếu chính quyền trong một hệ thống với cách mở rộng tiếp cận. Mặc dù một vài các quốc gia sơ khai trưởng thành duy trì bầu cử trong những thời kỳ chính, thí dụ như Argentina, Brazil, Chi Lê, Ấn Độ, Liên Xô và Venezuela, những cuộc bầu cử tại các nước này hầu như không kiểm soát được tham nhũng, lạm dụng của chính quyền, bảo vệ dân quyền, hoặc một cách khái quát hơn, thúc đẩy nhà nước pháp quyền. Thực vậy, các quốc gia này cản trở khả năng của đối lập cạnh tranh, thí dụ như tự do báo chí, giới hạn cách tiếp cận tới các tổ chức để các phe nhóm không tổ chức trong việc hỗ trợ chính đảng đối lập hay những ứng viên,

---

[15] Easterly (2001) đưa ra những đánh giá thảm thương về chương trình viện trợ phát triển và sự thất bại toàn bộ.

189

hoặc trực tiếp ngăn trở những ứng viên cạnh tranh (đôi khi họ phải vào tù).

Những người nghiên cứu về dân chủ chỉ bắt đầu tìm hiểu điều kiện dân chủ hoạt động trong một hệ thống mở rộng tiếp cận. Hầu hết các nền dân chủ mới thành hình thất bại, và chúng ta chỉ biết được một vài điều tại sao một vài nền dân chủ thành công trong khi hầu hết các nền dân chủ khác thất bại. Tuy nhiên, một điều kiện chung là tất cả mọi thể chế dân chủ thành công dường như đạt được việc giảm bớt một phần về xung đột chính trị. Lý do này thể hiện ở Chi Lê năm 1973, Tây Ban Nha năm 1936 hay Kenya năm 2007-8. Khi mức độ xung đột lên cao, quyền lợi của các nhóm đầy quyền thế bị đe doạ bởi chính quyền dân cử hợp pháp, nhóm này hỗ trợ cho các khuynh đảo hay các phong trào bạo động để phái hoại dân chủ. Tuy nhiên, những hiến pháp dân chủ giới hạn mức độ xung đột để làm cho dân chủ được sống còn, bởi vì hiến pháp ít tạo ra điều kiện cho khuynh đảo và bạo lực thành hình.

Một nguyên tắc tương tự áp dụng trong một cách khác, đôi khi còn được gọi là thành tích thảm thương, khi các quốc gia sơ khai khởi động việc cung ứng những sản phẩm công ích địa phương đáng giá, thí dụ cấp nước cho dân, việc này tạo ra chính quyền tùy thuộc vào mức độ yểm trợ của dân địa phương. Không hỗ trợ cho chính quyền họ không được cấp nước. Trong trường hợp này, dân có quyền tham gia vào bầu cử, nhưng không thể hành sử quyền tự do chọn lựa một cách trọn vẹn, vì chính quyền đe doạ trừng phạt nếu hỗ trợ cho đối lập. Trong một công trình nghiên cứu ở Mexico vào giữa thập niên 1990, chính quyền địa phương nhận trung bình 80% ngân sách từ trung ương, địa phương thất bại trong cuộc bầu phiếu cho Đảng đương quyền là Institutional Revolutionary Party, gọi tắt theo tiếng Tây Ban Nha là PRI, vì nhận từ một qũy một phần tư ít hơn. PRI dùng kỹ thuật tài trợ để lôi kéo cử tri hỗ trợ họ trong suốt một thời kỳ dài ngự trị trong chính trị của

Mexico (1930-2000). Tương tự như vậy, Rodriguez và Ward chứng tỏ rằng khi hai thị trưởng đối lập đầu tiên được bầu trong địa phương của Mexico vào năm 1983, họ bị cắt ngân sách đến 50%. Hệ thống này cùng lúc là thành tích nhưng thảm thương, vì buộc người dân, dù ủng hộ đối lập hơn, lại phải hỗ trợ cho chế độ đương quyền tham nhũng.

Trái lại, mở rộng tiếp cận sẽ cung ứng những sản phẩm công ích địa phương trên căn bản quyền công dân không thiên vị, không dựa trên căn bản hỗ trợ chính trị. Cung ứng dịch vụ khách quan làm hạ thấp mức độ quyền lực và ngăn ngừa chế độ đương quyền huy động dân chúng bằng cách không cung cấp những sản phẩm và dịch vụ công ích đáng giá. Vì thế mà những cuộc bầu cử tại các quốc gia sơ khai không hữu hiệu như tại các nước có mở rộng tiếp cận và các cuộc bầu cử này không đạt được lý tưởng dân chủ.

Thiếu tính trường cửu

Trọng tâm trong việc tạo lập nhà nước pháp quyền là xây dựng một quốc gia trường cửu mà những thể chế, luật lệ và chính sách không tùy thuộc vào bản chất của quan chức đương quyền hay liên minh cầm quyền. Vấn đề của các quốc gia sơ khai tại các thế giới đang phát triển là hầu hết không có tính trường cửu. Chúng ta hãy xét đến quốc gia sơ khai được thể chế hoá ở mức độ cao nhất, theo khung nghiên cứu của NWW thì đây là quốc gia sơ khai đạt được mức độ trưởng thành. Các quốc gia sơ khai trưởng thành có hiến pháp quy định rõ hệ thống phân quyền với bầu cử, pháp chế, tổng thống và nền tư pháp độc lập. Vấn đề là những thể chế không hoạt động như hiến pháp quy định hoặc có hệ thống mở rộng tiếp cận. Hầu hết các quốc gia sơ khai trưởng thành, thí dụ như Argentina, Brazil, Chile, Ấn Độ, Mexico, Liên Xô và Venezuela đã có kinh nghiệm về sụp đổ hiến pháp hay thay đổi các thể chế hiến định trong ba thập niên vừa qua. Thiếu một hệ thống mở rộng tiếp

191

cận tới các tổ chức có nghĩa là thiếu đi xã hội dân sự để hỗ trợ kiểm soát các giới chức chính trị. Lập pháp không thể kiểm soát hành pháp nếu không có nền tư pháp hoạt động – vì không có thể chế nào lập ra để chấp hành những ràng buộc của lập pháp dành cho hành pháp - các giới chức tư pháp những lạm của các quốc gia sơ khai cản trở hệ thống phân quyền.

Thiếu tính trường cửu phản ảnh việc không có những kết ước khả tín ràng buộc các giới chức chính trị tôn trọng những thể chế chính trị và những quyền lợi luật định mà họ bảo vệ. Khi các thể chế và các quyền này không còn phù hợp, các giới chức bỏ qua, lạm dụng hoặc huỷ bỏ các luật này, như tôi đã đề cập đến Liên Xô dưới thời Putin. Trong những năm gần đây, một số lớn các quốc châu Mỹ La tinh, kể cả Chavez của Venezuela và Tổng Thống Carlos Menem ở Argentina, đã thách thức những toà án tối cao của họ, hoặc là trực tiếp bằng cách xem thường các luật lệ, hoặc là cũng giống như các vị vua triều đại Stuart, cách chức các chánh án khi không phán quyết thuận lợi cho họ, hoặc đơn giản hơn, họ chèn ép các chánh án bất mãn để tìm cách có những luật lệ mà họ thích. Tổng Thống Ấn Độ đã làm như vậy trong thập niên 1970 và cũng có quá nhiều nhà lãnh đạo châu Phi làm tương tự.

Cùng với việc thiếu bước chuẩn bị cho các điều kiện khác, thiếu tính trường cửu tại các quốc gia sơ khai giải thích tại sao hầu hết mọi nỗ lực trong hơn bốn thập niên qua về việc du nhập thị trường, bầu cử và các thể chế tư pháp đã thất bại để kích hoạt cho thị trường, dân chủ và nền tư pháp độc lập tại các nước đang phát triển. Những cải cách này có thể kéo dài trong một vài năm, nhưng cải cách này không thể duy trì. Khi các quốc gia sơ khai này lâm vào tình trạng khủng hoảng, hiển nhiên, sẽ rơi vào thất bại.

Tôi xin trưng dẫn điểm này với việc thất bại của dân chủ. Thí dụ, nhà cầm quyền từ chối kết quả bầu cử

192

(hay họ lừa đảo để còn nắm quyền) chống đối việc nắm quyền bằng cách sử dụng bạo lực. Trong mỗi trường hợp này nhà nước pháp quyền không phục vụ như là luật pháp cơ bản của xã hội. Nhiều thí dụ khác là sự sụp đổ của nền Đệ Nhị Công Hoà Tây Ban Nha năm 1936 rơi vào nội chiến, khuynh đảo thảm khốc tại Chi Lê năm 1973 và gian lận bầu cử của PRI năm 1998.

Những biến động gần đây tại Kenya minh chứng điểm này. Nhiều quan sát viên nghĩ rằng Kenya đã thoát khỏi ngõ cụt, ra khỏi tình trạng độc tài tàn bạo của Daniel arap Moi để đạt được dân chủ qua hàng loạt các bước tiến từ đầu thập niên 1990 cho đến đầu thập niên 2000. Những tổ chức mới và xã hội dân sự phát triển. Hàng loạt các cải cách và tăng trưởng kinh tế theo sau để đến năm 2007 Kenya được xem như là biểu tượng hy vọng cho vùng Sub Sahara của châu Phi. Nhưng nhiều tiến bộ không đạt được sau những cuộc bầu cử vào cuối năm 2007. Một phần bởi vì sự bám quyền quá cao, đảng cầm quyền tổ chức bầu cử gian lận, từ chối nhượng quyền. Kết qủa là động loạn lan rộng.

Những tiến bộ của Kenya tiếp theo thoái hoá chứng minh vấn đề năng động của nhà nước pháp quyền, điểm đã nhấn mạnh trong chương này. Các quốc gia sơ khai có thể hiện qua những cải cách định kỳ, dân chủ và tăng trưởng kinh tế, nhưng vì thiếu tính cách trường cửu, nên có nghĩa là khi tình hình khó khăn hơn thì nhà cầm quyền hay kẻ cô thế dùng bạo lực, coi việc phá vỡ luật lệ như là phương tiện bảo vệ quyền lợi trước tình trạng đe doạ đang lan rộng. Duy trì nhà nước pháp quyền không có nghĩa chỉ thuần là việc lo cho luật pháp hôm nay, mà phải làm sao cho tính trường cửu và kết ước khả tín thành hình và để cho luật pháp được duy trì trong tương lai.

Làm sao phân biệt được các quốc gia sơ khai hiện nay với những chuyển tiếp nổi danh trong lịch sử?

Sự hiện diện của một hệ thống tiếp cận mở rộng trong thế giới đương đại làm thay đổi vấn đề phát triển và thành hình nhà nước pháp quyền. Điều hiển nhiên nhất là khi sự hiện hữu phong phú của hệ thống mở rộng tiếp cận đem lại sự hiểu biết về cách mà người ta có thể thành đạt những gì mà trong những thời kỳ chuyển tiếp trước đây thất bại. Nhưng nhiều tinh tế và nghịch lý hơn, sự hiện diện của một hệ thống tiếp cận mở rộng kết hợp với trào lưu toàn cầu hóa làm giảm đi những đòi hỏi về nhu cầu nhà nước pháp quyền tại nhiều quốc gia sơ khai ngày nay.

Lý do là vì giới lãnh đạo và giai cấp trung lưu có thể ủy nhiệm những kết ước khả tín về việc lập hệ thống tiếp cận mở rộng bằng cách nắm giữ các tài sản ngân hàng có hệ thống này hơn là giữ tại nhà; và khi đối tác với các công ty liên quốc, họ cho những đặc quyền để bảo vệ đầu tư như là một hình thức thu hút đầu tư quốc nội.

Kết luận

Đặc điểm của nhà nước pháp quyền - tạo tính chính xác và bình đẳng luật pháp để tránh sự lạm dụng chuyên quyền - đòi hỏi không phải là tinh thần thượng tôn luật pháp như là những lập luận cổ điển để nhấn mạnh, nhưng là những thành tố năng động để luật pháp được tôn trọng cho hiện tại và tương lai. Do đó, để duy trì nhà nước pháp quyền, nhà nước phải sống thọ, điều này có nghĩa là thể chế của nhà nước phải sống lâu hơn các quan chức tạo ra thể chế, từ đó mà bản sắc cá nhân của các quan chức không là vấn đề. Để có khả năng này cần đòi hỏi có một hình thức phù hợp của những kết ước khả tín, nó đem lại động lực khích lệ cho các quan chức tôn trọng thể chế này và các quyền lợi luật định mà họ bảo vệ, để cho việc thay đổi các quan chức không làm thay đổi quan trọng cho thể chế và các quyền luật định

Viễn tượng này trình bày các nước đang mở mang có nhiều khó khăn trong việc du nhập nhà nước pháp quyền. Hơn nữa, họ còn đề kháng quyết liệt những cố gắng để bảo đảm cho uy lực pháp quyền. Họ giải quyết vấn đề động loạn bằng cách bảo đảm đặc quyền và đặc lợi cho các thành viên đầy quyền thế. Họ thích ứng trước sự thay đổi tình thế bằng cách đổi cách phân chia đặc quyền. Thí dụ, có những thay đổi quan trọng trong trường hợp theo sau những khủng hoảng thường đòi hỏi những thích nghi triệt để trong độc quyền, thể chế và chính sách. Những thích nghi này thường đi kèm theo những bất ổn hay đe dọa động loạn. Chính quyền sụp đổ, khuynh đảo xảy ra, quyền lợi thay đổi, tài sản bị truất hữu, hiến pháp bị thay đổi hay không tôn trọng một cách độc đoán và chính sách thay đổi. Quốc gia sơ khai yểu tử. Việc thiếu tính trường cửu có nghĩa là những quốc gia này không có những kết ước khả tín cần thiết nhằm đem lại cho chính giới khích lệ tôn trọng luật hiến định, gây khó khăn trong việc duy trì quyền lợi và thể chế.

Ngay cả khi chấp nhận mọi quyền hiến định về dân chủ, phân quyền, quyền cá nhân, các quốc gia này không thể tạo một nhà nước vĩnh cửu để có thể duy trì những điều khoản này trong một quá trình dài. Vấn đề với phần lớn các cải cách là họ thử du nhập luật lệ, quyền lợi và thể chế từ một hệ thống tiếp cận mở rộng thẳng vào trong các quốc gia sơ khai. Những thử nghiệm này hầu hết đều thất bại, vì không thể thay đổi những cấu trúc cơ bản và những khích lệ của quốc gia sơ khai. Khi đối đầu với khủng hoảng, quốc gia sơ khai không thể nào tránh được những chuyển hoá khốc liệt để xét lại thể chế, luật lệ và chính sách, gây nhiều khó khăn trong việc xây dựng nhà nước pháp quyền.

Để đạt được uy lực pháp quyền, các quốc gia sơ khai phải bước vào thời kỳ chuyển tiếp từ hệ thống tiếp cận giới hạn qua đến mở rộng.[16] Điều này có nghĩa là đầu

195

tiên các quốc gia sơ khai mong manh phải đạt được tình trạng cơ bản, từ cơ bản để trưởng thành, rồi từ trưởng thành bắt đầu chuyển tiếp đi vào các bước chuẩn bị. Chỉ có giai đoạn phát triển này là quốc gia có khả năng tạo ra cơ sở cho tổ chức và thể chế cho nhà nước pháp quyền. Theo cách nhìn này thì kết luận ở đây là một ý kiến bi quan. Bài viết này đề xuất tạo ra nhà nước pháp quyền bằng cách tạo việc chuyển tiếp từ hệ thống tiếp cận bị giới hạn sang mở rộng, việc này quá khó khăn. Các quốc gia sơ khai đã chế ngự lịch sử và một phần lớn các quốc gia này đang tồn tại hiện nay. Dù hiện diện từ hơn 10.000 năm nay, chỉ có một số ít quốc gia sơ khai đã thành đạt trong việc chuyển hóa này, mà hầu hết tập trung tại châu Âu.

[1616] North và các tác giả khác (2007) đã triển khai sâu rộng các ý tưởng về sự chuyển tiếp này.

10

Các nước đang phát triển có nên du nhập thể chế pháp quyền của phương Tây không?

Niall Ferguson

Đỗ Kim Thêm dịch

(Lời người dịch) Nguyên tác Anh ngữ của bản dịch là The Landscape of Law, Chương III trong tác phẩm The Great Degeneration - How Institu-tions Decay and Economies Die, Allen Lane, 2012 của Niall Ferguson.

Tác giả đặt vấn đề là Trung Quốc và các nước chậm tiến dù có đủ loại luật lệ nhưng thể không áp dụng nghiêm minh vì thiếu một bối cảnh luật pháp thích hợp và để cải cách luật pháp cần học ở phương Tây. So sánh hai truyền thống luật La Mã và Anh ngữ, tác giả chứng minh hệ thống luật Anh ngữ là mô hình về thể chế pháp quyền thích hợp hơn, nhưng mọi sự cóp nhặt thiếu chọn lọc khôn ngoan sẽ phản tác dụng trong tiến trình du nhập.

Với The Great Degeneration Ferguson cảnh báo là thể chế của phương Tây đang tàn lụn vì bốn trụ cột nền tảng là dân chủ đại nghị, kinh tế thị trường, thể chế pháp quyền và xã hội dân sự không còn đứng vững mà suy trầm kinh tế, nợ công chồng chất, dân số lão hoá và thái độ vị kỷ của con người là nguyên nhân.

Do ưu thế địa lý, khí hậu và trình độ khoa học mà phương Tây đã lãnh đạo văn minh thế giới trên 1500 năm. Ngày nay dân chủ không còn dựa trên căn bản hợp đồng giữa người dân và chính quyền, không đem đến ổn định trong hiện tại và công bình cho thế hệ tương lai. Quy luật kinh tế thị trường chuyển biến cực kỳ phức tạp và không thể kiểm soát nên gây xáo trộn cơ chế vận hành và thiệt hại cho người tiêu thụ. Dù thể chế pháp quyền là để bảo vệ công bình xã hội, nhưng luật pháp trở nên quá chuyên môn và khó hiểu nên giúp cho các luật sư càng thêm thao túng tiền bạc, làm cho tranh tụng cực kỳ tốn kém và công lý là món hàng đắt giá. Xã hội dân sự không còn năng động cải cách, vì con người thờ ơ trước các biến chuyển thời cuộc và các nhóm lợi ích áp lực nặng nề hơn. Vì phương Tây lãng phí nhiều thời gian và năng lực nên mọi nỗ lực bị trì trệ và đã đến lúc nên cảnh tỉnh là cải cách càng bức thiết hơn bao giờ hết.

Niall Ferguson là giáo sư môn Lịch Sử Kinh tế và Tài Chính tại Đại Học Harvard. Ông nổi danh với những tác phẩm The Pity of War, The Rise and Fall of the American Empire và The Ascent of Money, A Financial

History of the World. Tuần báo Times sắp ông vào trong danh sách 100 trí thức có ảnh hưởng nhất hiện nay trên thế giới.

Nguyên bản Anh ngữ là một chương thanh phát thanh của The 2012 BBC Reith Lectures Radio 4. Tựa đề bản dịch là cuả người dịch.

***

„Vấn đề căn bản nhất mà chính phủ Trung Quốc phải đối phó là tình trạng không luật lệ. Trung Quốc không thiếu luật mà là thiếu về uy lực pháp quyền... Vấn đề xã hội không luật pháp sẽ là một thách thức quan trọng nhất mà giới lãnh đạo mới phải đối đầu khi họ được thành lập vào mùa thu này. Thực vậy, ổn định chính trị của Trung Quốc có thể tùy thuộc vào khả năng phát triển thể chế pháp quyền trong hệ thống đang hiện có.“

Đó là lời tuyên bố của Trương Quang Thành, một luật sư khiếm thị, người mà gần đây đã được phép rời Trung Quốc sang Hoa Kỳ du học sau khi đã thành công trốn thoát sự truy nã của Đảng Cộng Sản Trung Quốc. Hồ Duy Phương, một học giả luật khác ít được phương Tây biết nhưng lại có nhiều ảnh hưởng hơn ở Trung Quốc, nhận định thẳng thừng trong tiểu luận "Những bước đầu tiên của thuyết hiến định“ ấn hành vào năm 2003: „Bối cảnh luật pháp tại phương Tây đem lại mối tương phản kỳ thú và rõ rệt nếu so với tình hình luật pháp Trung Quốc, hé lộ sự thiếu nhất quán và tương xứng của hai hệ thống. Dù hệ thống hiện đại của Trung Quốc vay mượn từ phương Tây, mọi việc thường tiến hành trong các phương cách khác nhau giữa Trung Quốc và phương Tây.“

Đề tài mà tôi thuyết trình trong chương trình thứ ba của Reith là khung cảnh luật pháp. Tôi muốn đặt vấn đề là những nước đang phát triển như Trung Quốc có thể tiếp thu về thể chế pháp quyền của phương Tây được không. Tôi muốn đưa ra vài nghi vấn về suy đoán khả phổ biến là hệ thống pháp luật của phương Tây đang lành mạnh. Điều mà Trung Quốc cần làm là sao chép những kinh nghiệm tốt nhất của chúng ta, bất kể loại kinh nghiệm nào.

Nhưng đâu là ý nghĩa đích thực của thể chế pháp quyền? Trong một cuốn sách có cùng tựa đề, vị chánh án tối cao đã quá cố là Lord Tom Bingham đã quy định bảy tiêu chuẩn mà chúng ta phải xét đoán trong hệ thống luật pháp:

1. Luật pháp phải được tiếp cận, càng dễ hiểu càng tốt, rõ ràng và có thể tiên đoán được
2. Những vấn đề quyền luật định và trách nhiệm phải được giải quyết đúng cách bằng cách áp dụng luật pháp, không do những cách hành sử chuyên đoán.
3. Các loại luật pháp trong nước phải được áp dụng công bình cho tất cả mọi người, tránh mở rộng những khác biệt khách quan (thí dụ thiếu năng lực tinh thần) biện minh mọi sự phân biệt.
4. Các bộ trưởng và công chức các cấp phải hành sử thẩm quyền theo mục tiêu quy định trong sự thành tín, công bình, không vượt giới hạn của những quyền này.
5. Luật pháp phải mang lại sự bảo vệ phù hợp về tôn trọng nhân quyền.
6. Luật pháp cung ứng phương tiện để giải quyết các tranh tụng dân sự nhưng không tốn kém hay chậm trễ, trong sự thành tín mà các phe không thể tự giải quyết, và

7. Nhà nước cung ứng thủ tục tài phán công bình.

Môn lịch sử trong chương trình ban cử nhân của tôi tại Oxford dạy cho tôi là uy lực pháp quyền của Anh là kết quả của một tiến trình tiệm tiến về các quyết định tư pháp tại các toà án, phần lớn dựa trên các án lệ. Bây giờ tôi mới hiểu đúng ra đây là một quan điểm ngây thơ. Ronald Dworkin, một nhà lý thuyết lừng danh đương đại trong hệ thống luật Anh ngữ, giải thích trong tác phẩm Law´s Empire là đích thực có những nguyên tắc công bình và sòng phẳng làm cơ sở cho hệ thống luật pháp chung của Anh, ngay cả khi những nguyên tắc này không được điển chế như những nguyên tắc trong Hiến Pháp Hoa Kỳ.

Đằng sau việc vận hành luật pháp có hai vấn đề: sự liêm khiết của các chánh án và, trích theo lời của Dworkin, thì "lập pháp... xuất phát từ kết ước hiện nay của cộng đồng đến những kế hoạch nền tảng của đạo đức chính trị"

Hiện nay, nguồn gốc đạo đức của pháp luật chuyển sang những hậu quả kinh tế của nó mà đúng ra có thể xem là một bước tiến. Nhưng không phải như vậy. Ít sự thật nào được công nhận một cách phổ biến hơn là uy lực pháp quyền - đặc biệt khi uy lực này nhằm giới hạn bàn tay chụp giựt của nhà nước tham lam, vì đây là điều tốt cho tăng trưởng kinh tế cũng như công bình.

Theo Douglas North thì "khi xã hội thiếu khả năng phát triển việc chấp hành hợp đồng hữu hiệu và ít tốn kém thì đó là lý do quan trọng nhất về trì trệ lịch sử và kém phát triển hiện nay".

Thi hành hợp đồng do đệ tam nhân thực hiện là cần thiết để vượt qua mọi trì trệ của các đại lý tư nhân khi dịch vụ của họ có cách biệt về địa lý và thời gian. Chủ nợ thường sợ người vay không trả nợ khi vay. Các tác nhân tư như công ty giao hoán, tín dụng và trọng tài có thể lãnh thực hiện thi hành hợp đồng.

Nhưng theo North thì luôn luôn là: "việc thi hành hợp đồng do đệ tam nhân thực hiện có nghĩa làm cho nhà nước phát triển như cơ quan cưỡng chế có khả năng hữu hiệu nhằm theo dõi quyền tư hữu và thi hành hợp đồng."

202

Vấn đề là nhà nước không được lạm quyền - và do đó cần giới hạn quyền nhà nước. Avner Greif lập luận khi cơ quan thi hành hợp đồng thuộc về nhà nước, mà cơ quan lại lộ tin tức về địa điểm và giá trị các tài sản tư nhân, thì chính nhà nước hay các công chức phục vụ có thể tìm cách tước đoạt tài sản ấy.

Bởi thế, ở đâu mà nhà nước không bị luật pháp ràng buộc, thì ở đó những thể chế tư nhân lo chuyện chấp hành hợp đồng tạo an toàn hơn, như hệ thống mạng lưới các thương nhân Maghibi ở vùng bờ biển Địa Trung Hải vào thế kỷ XI, họ chỉ dựa trên mối ràng buộc của Do Thái giáo và quan hệ thân tộc. Cùng với các hiệp hội thời Trung cổ, các thể chế này thất bại khi có khuynh hướng đề ra những rào cản về thâm nhập thị trường và thiết lập những độc quyền mậu dịch, cản trở cạnh tranh và giảm bớt hiệu năng kinh tế. Đó là lý do tại sao thi hành hợp đồng tư nhân có khuynh hướng nhường bước cho nhà nước khi nền kinh tế trở nên phức tạp hơn. Nhưng tiến trình này tùy thuộc vào sự giới hạn việc sử dụng quyền cưỡng chế nhà nước, nhờ đó mà quyền tư hữu được tôn trọng.

Thượng tôn luật pháp đó chính là chức năng chủ yếu trong kinh tế học. Thực ra, tôn trọng quyền tư hữu còn quan trọng hơn nhân quyền.

Không phải hệ thống dân luật của Pháp, bắt nguồn từ truyền thống luật La Mã, cũng không phải hệ thống luật pháp của Đức và Bắc Âu là tốt đẹp, mà không nói đến hệ thống luật pháp của các nước không thuộc phương Tây.

Điều gì đã và đang làm cho hệ thống luật truyền thống Anh tốt đẹp hơn về phương diện kinh tế?
Trong một tiểu luận có ảnh hưởng sâu đậm vào năm 1997, La Porta, Lopez-de-Silanes, Shleifer và Visnhy lập luận rằng hệ thống luật của Anh tạo điều kiện rộng rãi để bảo vệ cho các chủ đầu tư và các chủ nợ. Kết

quả là dân có tiền thích đầu tư nhiều hơn và cho giới doanh nhân vay mượn nhiều hơn các giới khác Giới trung gian tài chính cao cấp có khuynh hướng gây tác động cho tỷ lệ tăng trưởng cao hơn.

Giống như một vài lập luận trong khoa học xã hội, lý thuyết về nguồn gốc của luật pháp này hàm ngụ một vài lối giải thích của lịch sử: Tại sao luật của Pháp rốt cuộc đưa tới tình trạng tồi tệ hơn Anh?

Vì hoàng gia Pháp thời trung cổ có quá nhiều chuyên quyết trong các đặc quyền hơn ở Anh. Vì về phương diện nội trị thì Pháp ít ổn định hơn Anh và về đối ngoại thì Pháp lại bị tổn thương nhiều hơn Anh. Vì Cách Mạng Pháp bất tín nhiệm giới chánh án, nên tìm cách cải biến họ như người máy, áp dụng luật theo như quy định và điển chế bởi giới lập pháp hay hoàng đế. Kết quả là ngay cả một hệ thống tư pháp và toà án dù ít độc lập hơn nhưng vẫn ngăn ngừa việc xét lại những hành vi hành chánh. Khi Pháp xuất cảng mô hình sang các nước thuộc địa Á Phi, kết quả càng tồi tệ hơn.

Lý thuyết về nguồn gốc luật pháp cũng đã có những ảnh hưởng lịch sử quan trọng đối với những hệ thống luật pháp không thuộc phương Tây. He Weifang lập luận rằng trong thời kỳ quân chủ chính phủ Trung Quốc quy định „không hề có việc phân quyền mà để cho các quan lại hành sử thẩm quyền toàn diện kể cả tam quyền căn bản mà cụ thể là hành pháp, lập pháp và tư pháp.“

Khổng giáo và Lão giáo bày bác vai trò các luật sư và kết án phương cách phản biện. Những thử nghiệm du nhập các yếu tố của hệ thống luật pháp Anh vào Trung Quốc bị thất bại. Khi triều đại nhà Thanh tham gia vào lĩnh vực mậu dịch khá muộn màng, nhà nước làm việc trong một phương cách phản tác dụng, đánh thuế quá mức các thương nhân, ủy quyền cho các tập đoàn độc quyền mà không thể tự kiểm soát hoặc uỷ quyền kiểm soát không hữu hiệu. Kết quả là tham nhũng tràn lan và thu hẹp kinh tế.

Trong những năm gần gần đây có những phản ứng dữ dội chống lại những giả thuyết về nguồn gốc luật pháp. Naomi Lamoureaux và các tác giả khác vạch ra rằng nền kinh tế Pháp có nhiều thành tựu tốt hơn, không phải ít nhất là về mặt tài chính, mặc dù không thuộc về hệ thống luật của Anh. Đối với tôi, nhược điểm trong lý thuyết này trở thành hiển nhiên, nếu như chúng ta chỉ nhìn vào tình trạng hệ thống pháp luật của Anh trong một thời kỳ để làm thí dụ, thì phải thấy là nền kinh tế này có nhiều tốt đẹp nhất, thí dụ thời kỳ cách mạng công nghiệp, khi mà Anh và các nước láng giềng vùng biển Celtic thay đổi triệt để về tiến trình lịch sử của kinh tế thế giới.

Đây là một vài mô tả đương thời về một tòa án của Anh vào thời ấy:

... Một vài thành viên chủ yếu của Luật Sư Đoàn tham gia vào một trong vô số trong các giai đoạn của một vụ kiện với nguyên nhân bất tận, tạo cho người khác bị sập vào bẫy của những án lệ khó khăn, dò dẫm ngập đầu về các chuyện chuyên môn, chạy theo chi tiết để chống lại trong chữ nghĩa và khi những người được phép tham dự làm ra vẻ chuộng công bình với những khuôn mặt nghiêm nghị.

Nhiều luật sư khác nhau tham gia trong một vụ tố tụng, có khi có hai hay ba luật sư trong nhóm thừa hưởng vụ kiện do người cha của mình, họ tạo nên cơ nghiệp do kiện tụng. Họ cấu kết nhau, đứng theo hàng giữa bàn đỏ của các viên lục sự và các áo thụng lụa với đủ loại giấy tờ từ hoá đơn, bảng trả lời, lời phản bác, lời khai có tuyên thệ, tài liệu tham khảo, giấy tờ hàng núi nhưng tốn kém và vô nghĩa sắp đống trước mặt họ.

205

Đó là Toà Tối Cao ... làm cho kiệt quệ tiền bạc, hết kiên nhẫn, can đảm, hy vọng, làm cho đầu óc quay cuồng và tâm can bấn loạn, không có một người khả kính nào trong giới này đưa ra lời báo động: "Anh hãy chịu đựng bất công xảy ra hơn là anh tới đây", thường thì họ không làm như vậy.

Người ta có thể chê trách Charles Dickens vì ông không công bình đối với luật giới trong thời của ông qua tác phẩm Bleak House. Dickens khởi đầu văn nghiệp bằng cách viết các bài tường thuật từ tòa án. Ông ta đã chứng kiến thân phụ mình bị vào tù vì nợ. Người viết tiểu sử ông xác nhận rằng ông biết rõ những gì ông đề cập đến. Các sử gia về hệ thống pháp luật của Anh vào thế kỷ XIX xác nhận chuyện này.

Đầu tiên chúng ta phải ghi nhận tầm vóc nhỏ bé của hệ thống. Vào cuối năm 1854 toàn bộ hệ thống tư pháp của Anh và Wales chỉ đếm được đúng 15 toà án.

Thứ hai, mãi đến năm 1855 có nhiều luật giới hạn khả năng doanh nhân lập ra doanh nghiệp trách nhiệm hữu hạn, một di sản của thời gian khi những nhà cổ vũ cho doanh nghiệp độc quyền như South See Compagny thành công trong việc nâng cao giá trị các cổ phần.

Thứ ba, trong một lĩnh vực quan trọng nhất trong thời kỳ cách mạng công nghiệp là đường sắt. Những công trình nghiên cứu gần đây tiết lộ rằng hệ thống luật của Anh và các luật sư của Anh đã gây những tác động tiêu cực sâu rộng. Các luật sư gây nhiều tiếng xấu khi làm người quảng cáo các cổ phần đầu cơ cho hoả xa, các chánh án bị công khai cáo buộc thủ lợi riêng và các luật sư của quốc hội có thủ thuật làm tiền bất chánh khi chấp thuận bán giấy phép cho mở những đường xe lửa mới.

Chúng ta phải làm gì với chuyện này? Có phải lịch sử phủ nhận luận đề về nguồn gốc luật pháp mà hệ thống luật pháp Anh đã thắng các hệ thống khác không? Không hẳn.

Mặc dù có những khiếm khuyết hiển nhiên về hệ thống luật pháp của Anh trong thời kỳ công nghiệp, vẫn có những bằng chứng hùng hồn mà luật có thể và đã thích ứng cho sự thay đổi thời gian, ngay cả có thể trong cách tạo thuận lợi và thích nghi trong tiến trình. Điểm này được minh chứng rõ rệt nhất khi tham khảo về tranh tụng trong năm 1854 của Hadley và Baxendale - được sinh viên khoa luật hai bên bờ Đại Tây Dương biết rõ.

Tranh tụng xảy ra giữa hai doanh nghiệp xay bột mì tại Gloucester là Joseph & Jonah Hadley với Pickford & Co, công ty vận chuyển ở Luân Đôn. Hadleys kiện Pickfords bồi thường toàn bộ tiền thiệt hại kể cả doanh thu vì việc giao hàng trễ để thay thế cho một trục máy xay bột thủ công. Không hề có chuyện trùng hợp là Pickfords hiện nay vẫn còn hoạt động mà Hadleys thì không.

Dù toà địa phương đã chuẩn y bản án như Hadleys thỉnh cầu nhưng toà phá án ở Luân Đôn đã không y án. Theo ý kiến của Richard Posner, chánh án người Mỹ và là một học giả về luật, thì vụ Hadley và Baxendale bao gồm nguyên tắc „khi nguy cơ thiệt hại chỉ có một bên của hợp đồng biết, thì phía bên đối tác không chịu trách nhiệm bồi thường khi thiệt hại xảy ra."

Về sau được biết đó là lời tuyên bố gốc của chánh án ở Assize, Sir Roger Crampton. Ông không bao giờ công nhận là khái niệm hệ thống luật của Anh tự thích nghi do một tiến trình liên tục phát triển tạo nên sự thay đổi tình hình khi xã hội thăng tiến.

Chắc chắn một điều đây không phải là phương cách của các chánh án toà phá án là các Nam Tước Alderson, Parke và Martin, nếu nói theo ngôn ngữ của các bình luận gia hiện nay thì họ „đem lại một nội dung mới về luật bồi thường thiệt hại". Khi Nam Tước Anderson lập luận :"Chỉ trong những tình trạng mà nguyên cáo thông báo cho bị cáo biết vào lúc mà hợp đồng ký kết là các cối xay bị hư. Nhưng không có thông tin về tình trạng đặc biệt là máy xay phải ngưng và doanh lợi thua lỗ do trì trệ trong việc giao trục máy". Do đó, thất thu doanh lợi không thể được cứu xét khi ước lượng thiệt hại. Khi đơn thuần đặt vấn đề, thì luật này để tạo thuận lợi cho doanh nghiệp lớn hơn các doanh nghiệp nhỏ - Nhưng thật sự đây là điểm không quan trọng. Vấn đề ở đây là lập luận của Nam Tước Anderson minh hoạ được hệ thống luật của Anh như là một trình tự tiến triển, một tiến trình mà Lord Goff mô tả tài tình trong vụ kiện Kleinwort Benson với Hội Đồng Thành Phố Luân Đôn vào năm 1999.

Khi một chánh án quyết định một vụ kiện mà ông thụ lý, ông phải dựa trên cơ sở những hiểu biết về luật khả thi. Việc này có nghĩa là ông khám phá những luật có thể áp dụng, nếu có thể, ông tìm ra những tiền lệ bắt nguồn từ những phúc trình hay những quyết định của toà án trước đây... Trong tiến trình quyết định vụ kiện đang xử lý, tùy theo trường hợp, ông có thể triển khai hệ thống luật trong khi cứu xét quyền lợi công lý, dù là trong quy luật tổng quát, ông làm việc này trong sự kết hợp chặt chẽ. Điều này có nghĩa là ông không chỉ hành động trong khuôn khổ của những tiền lệ quy định mà còn chú ý tới những thay đổi, coi thay đổi này như những tiến triển, luôn là những tiến bộ khiêm tốn, xem những nguyên tắc đang có và xem việc xẫy ra như là một phần phù hợp trong hệ thống luật chung.

Tôi tin rằng việc làm này đem lại một sự hiểu biết hữu ích về đặc tính tiến hoá đích thực của hệ thống luật Anh. Trong bài thuyết trình này, tôi muốn đề cập đến một vấn đề khác: Trong thực tế hiện nay, thể chế pháp quyền tại các nước phương Tây, đặc biệt tại các vùng nói tiếng Anh, tốt đẹp như thế nào? Tôi nhận ra bốn mối đe doạ.

Đầu tiên chúng ta phải đặt vấn đề quen thuộc là tự do dân sự bị mất dần trong một nhà nước có vấn đề an ninh quốc gia - một tiến trình mà thực ra chúng ta tính lui lại từ trăm năm trước từ lúc bùng nổ Thế Chiến Thứ Nhất và qua đến việc chuẩn y đạo luật 1914 Defence of the Realm Act. Những thảo luận gần đây về giam giữ tù nhân bị nghi ngờ khủng bố không đem điều mới lạ. Có một sự chọn lựa giữa tôn trọng nhân quyền theo luật và hàng trăm xác chết.

Mối đe doạ thứ hai hiển nhiên hơn mà người ta đặt ra là sự vi phạm của Luật châu Âu đối với hệ thống luật Anh trong khía cạnh luật dân sự, đặc biệt là những ảnh hưởng sâu rộng trong việc xác nhập Công Ước Âu Châu về Quyền Căn Bản và Tự Do 1953. Điều này được coi như là sự trả thù của Napoleon: hệ thống luật của Anh sẽ tuần tự chuyển hoá theo kiểu của Pháp.

Mối đe doạ thứ ba là tính phức tạp - và luộm thuộm - của luật thành văn ngày càng nhiều. Một vấn đề trầm trọng của Bắc Mỹ và Tây Âu khi việc khởi thảo luật lệ gây hỗn loạn tràn lan trong chính giới.

Mối đe doạ thứ tư, đặc biệt nhất thể hiện rõ tại Hoa Kỳ, là chi phí luật pháp tăng cao. theo Bản Tường Trình của Sở Quản lý Doanh Nghiệp Nhỏ Hoa Kỳ ước lượng khoảng 1,7 nghìn tỷ đô la hàng năm là chi phí phụ trội trong việc chấp pháp. Đứng đầu về chi phí này thuộc về hệ thống luật hình của Hoa Kỳ, theo Pacific Research Institute cho là chiếm khoảng 2, 2 % TSLQG năm 2003.

Người ta có thể lý giải về các số liệu này. Nhưng kinh nghiệm của tôi cho thấy có một chuyện tương tự: lập một doanh nghiệp mới tại các tiểu bang thuộc New England dính dáng đến nhiều luật sư và tốn nhiều chi phí hơn tại nước Anh. Những chuyên gia về cạnh tranh kinh tế, thí dụ như Michael Porter của Đại học Kinh tế Harvard, định nghĩa vấn đề bằng cách bao gồm các khía cạnh như khả năng của chính quyền thông qua những luật lệ hữu hiệu, bảo vệ tác quyền sở hữu vật chất và trí tuệ, không tham nhũng, hiệu năng của một khung pháp luật, kể cả hệ thống tài phán với phí tổn thấp và nhanh chóng, dễ dàng trong việc thiết lập doanh nghiệp và các luật lệ hữu hiệu và có thể tiên đoán được.

Bằng chứng cho thấy là Hoa Kỳ hiện nay đang chịu nhiều thiệt hại thuộc về lĩnh vực cạnh tranh thể chế, điều này không những tìm thấy trong những công trình gần đây của Porter mà còn trong trong Bảng Chỉ Số Cạnh Tranh Toàn Cầu của tổ chức World Economic Forum, và đặc biệt là của Executive Opinion Survey. Tài liệu khảo sát này bao gồm 15 biện pháp liên hệ đến thể chế pháp quyền, xếp hạng từ bảo vệ quyền tư hữu đến kiểm soát tham nhũng và kiểm soát tội phạm băng đảng.

Một sự kiện đáng ngạc nhiên, dù ít khi được công nhận, là trong số 15 biện pháp này Hoa Kỳ bị chấm điểm tệ hơn Hong Kong. Theo Bảng Chỉ Số của Heritage Foundation`s Freedom, Hoa Kỳ đứng hàng thứ 21 trong Bảng Chỉ Số không tham nhũng, sau Hong Kong và Singapore.

Có lẽ bằng chứng thuyết phục nhất là của Ngân Hàng Thế Giới về Lãnh Đạo Toàn Cầu. Theo tài liệu này thì từ năm 1966 Hoa Kỳ chịu xuống dốc về phẩm chất lãnh đạo trong ba lĩnh vực: hiệu năng chính quyền, phẩm chất luật lệ và kiểm soát tham nhũng.

So sánh với Đức và Hong Kong thì Hoa Kỳ tụt hậu hơn nhiều. Một điều an ủi là Anh không bị suy tàn như vậy trong lĩnh vực phẩm chất thể chế.

Nếu thể chế pháp quyền, định nghĩa một cách rộng rãi, đang suy vi tại Hoa Kỳ thì ở đâu là nơi tốt hơn? Gần đây tôi nghiên cứu một tài liệu hữu ích của Ngân Hàng là Bảng Chỉ Số Tăng Trưởng Thế giới, để tìm hiểu xem nước nào của châu Phi là khá theo các khía cạnh:

1. Phẩm chất của hành chánh công quyền
2. Khuôn khổ cho luật kinh tế
3. Quyền tư hữu và cai trị dựa trên luật pháp
4. Quản lý khu vực công
5. Tính minh bạch, trách nhiệm giải trình và chống tham nhũng trong khu vực công.

Trong 20 nước đứng đầu trong các nền kinh tế đang phát triển có 4 nước hay nhiều hơn lọt vào tiêu chuẩn này là Burkino Faso, Ghana, Malwi và Rwanda.

Với một cách khảo hướng khác tôi xem trong tài liệu tường trình về đối tác kinh tế của IFC từ năm 2006 và tìm xem trong các quốc gia đang phát triển về cách giảm bớt số ngày để hoàn tất hồ sơ trong 6 loại thủ tục sau đây: xin đăng ký doanh nghiệp, xin giấy phép xây cất, xin đăng ký tài sản, trả thuế, nhập cảng hàng và thi hành hợp đồng.

Những nước châu Phi đạt được thành tựu này là Nigeria, Gambia, Mauritius, Botswana và Burundi. Những quốc gia đang trỗi dậy đang đi đúng hướng này là Azerbaijan, Croatia, Iran, Malaysia và Peru. Tôi nói rằng riêng đối với Iran thì tôi sẽ ngưng đầu tư vào nước này trong năm nay.

Ngược lại, Trung Quốc đạt được mức tăng trưởng đáng ngạc nhiên mà không có thể chế luật pháp tốt đẹp và không có cải thiện nhiều trong lĩnh vực này. Tuy nhiên, một vài học giả lập luận nếu Trung Quốc hiện nay không chuyển tiếp vào thời kỳ có thể chế pháp quyền thì sẽ phải còn ở mức thể chế tụt hậu làm giới hạn tăng trưởng trong tương lai.

211

Trường hợp chống tham nhũng của Bạc Lai Hy tại Trùng Khánh minh chứng được Trung Quốc tiến bộ trong việc áp dụng uy lực pháp quyền.

Như Hồ Duy Phương vạch ra rằng các chánh án của Trùng Khánh đã hành sử như một cánh tay nối dài của Bạc, chấp nhận việc tống tiền, bỏ qua thủ tục điều tra chéo. Từ nhiều năm nay Hồ Duy Phương cổ vũ cho nền tư pháp độc lập, trách nhiệm của Quốc Hội Nhân Dân, đặc biệt là trong lĩnh vực đánh thuế, tự do báo chí và thay đổi quy chế Đảng trở thành một thực thể chinh trị hợp pháp có đăng ký, chịu trách nhiệm trước pháp luật, kể cả những quyền luật định hiện nay nhưng vô nghĩa theo điều 35 Hiến Pháp của Trung Quốc.

Đối với một số trong chúng ta, những người đang sống tại phương Tây, nơi mà luật sư thường dường như trở thành nhóm lợi ích mà họ mong đợi, thì đương đầu với các luật sư là chuyện lạ khi họ nhắm vào việc thay đổi cực đoan. Tuy nhiên, hiện nay, nếu tính vào năm 2007 thì luật sư Trung Quốc chỉ có đúng khoảng 150.000, họ là lực lượng chủ yếu làm phát triển nhanh chóng khu vực công tại Trung Quốc. Những thăm dò gần đây cho thấy rằng họ quan tâm mạnh mẽ đến cải cách chính trị và bất mãn sâu xa với tình trạng chính trị hiện nay.

Khi đọc những lời tuyên bố sau đây của một luật sư tỉnh Hồ Nam buộc chúng ta phải nhớ lại thời các luật sư là giới tiên phong trong sự thay đổi trong thế giới nói tiếng Anh.

"Uy lực pháp quyền là khởi điểm cho dân chủ, quyền luật định là tiền đề cho thể chế pháp quyền, bảo vệ quyền luật định là nguyên ủy của các quyền lợi và luật sư là giới tiên phong cho việc bảo vệ quyền luật định".

Trường hợp Bac Hy Lai trong năm nay là một trong những dấu hiệu cho thấy những phần tử trong nội bộ Đảng Cộng Sản nghe được những lập luận này.

Trong một diễn văn gần đây tại Thẩm Quyến, Zhang Yansehng, Tổng Thư Ký Ủy Ban Khoa Học Phát triển và Cải Cách Quốc Gia, lập luận, tôi xin trích, "chúng ta phải thay đổi dựa trên uy lực pháp quyền", ông nói thêm, " nếu cải cách này không lan toả, Trung Quốc rơi vào tình trạng hỗn loạn trầm trọng, những vấn đề nguy ngập".

Điều mà chúng ta không biết được là khi Trung Quốc thử nghiệm du nhập những khái niệm về uy lực pháp quyền sắp tới có thành công hơn trong quá khứ hay không. Với lý luận thuyết phục, Hồ Duy Phương cảnh báo những cóp nhặt ngây ngô của hệ thống luật pháp Anh hoặc Hoa Kỳ.

Trong tác phẩm "Giác Mộng Đêm Hè" của Shakespeare ông có viết một cách tha thiết: "Người đã biến thành khỉ, và người khác thét lên, Xin chúa phù hộ cho anh, anh đang bị thay đổi".

Việc du nhập hệ thống luật phương Tây vào Trung Quốc cũng giống như vậy. Hệ thống luật của Anh khi du nhập vào Trung Quốc có thể giống như chuyện tệ nhất, một trò khỉ hay nếu không cũng là chuyện ngu ngốc.

Giống như tổ chức con người trong chính trị hoặc là lý do săn đuổi theo nền kinh tế thị trường, bối cảnh luật pháp là một thành phần trong việc thiết lập thể chế mà chúng ta đang sống. Giống như một cảnh trí đích thực, thể chế là sản phẩm có tính hữu cơ, một sản phẩm của một tiến trình lịch sử chuyển động chậm chạp - một loại địa chất học của luật pháp.

Nhưng đây cũng là một khung cảnh theo ý nghĩa của Brown: nó có thể được cải thiện. Và đó cũng có thể tạo nên chuyện đáng sợ, ngay cả trở thành một sa mạc, bằng các áp đạt quá vội những mô hình ảo tưởng. Chúng ta có thể hình dung ra những khu vườn phương Đông tại Anh và những khu vườn Anh tại phương Đông. Dĩ nhiên, cũng có những thành tựu mức độ của việc du nhập này.

Một khu vườn khi đã xanh tươi có thể trở thành khô cằn qua tiến trình tự nhiên. Marcus Olson thường lập luận qua thời gian tất cả mọi hệ thống chính trị không chống nổi sự sơ cứng, phần lớn do những hoạt động thủ lợi của các nhóm lợi ích. Có lẽ đó là điều mà chúng ta thấy đang xẩy diễn hiện nay tại Hoa Kỳ. Người Mỹ có thể khoe là hệ thống của họ là chuẩn mực cho thế giới, Hoa Kỳ là tượng trưng cho uy lực pháp quyền. Nhưng ngày nay chúng ta thấy thao túng của các luật sư, đó là chuyện khác biệt. Chắc chắn một điều là không có sự trùng hợp ngẫu nhiên khi khi đa số nghị sĩ và dân biểu là luật sư. Như tôi đã lập luận trong bài thuyết trình này, thì hệ thống này phải cải cách như thế nào, khi đã có quá nhiều mục nát trong hệ thống này, trong cơ quan lập pháp, trong cơ quan điều tiết và chính ngay trong hệ thống luật pháp. Đó là vấn đề.

Câu trả lời mà tôi sẽ lập luận trong bài thuyết trình cuối cùng trong chương trình Reith là là cải cách, dù trong thế giới Anh ngữ hay Trung Quốc - phải đến từ một lĩnh vực ngoài phạm vi các thể chế công quyền. Nó phải đến từ tổ chức dân sự, nói vắn tắt, nó đến từ chúng ta là những người dân.

11

Tinh thần thượng tôn luật pháp tại Việt Nam

Vấn đề

Luật pháp là một hệ thống quy định trật tự xã hội, mà cụ thể là giải quyết các tranh chấp, đề ra các hoạt động hợp pháp, hợp pháp hoá về hình thức và nội dung các quyết định của cơ quan nhà nước, tạo những kế hoạch chung cho mọi sinh hoạt và trừng phạt những vi phạm luật pháp. Nếu mọi người cùng ý thức tuân thủ và chính quyền thực hiện tốt được các chức năng kiểm soát thì luật pháp trở thành phương tiện đem lại hội nhập và bình an cho xã hội. Đây là một khái niệm mà cũng là lý tưởng mà mọi người mơ ước.

Với một lạc quan dè dặt chúng ta tin là có một thiểu số người đang và sẽ không vi phạm pháp luật, vì họ được thụ hưởng đạo đức tôn giáo và giáo dục gia đình và mối quan hệ giữa đạo đức cá nhân và xã hội này vẫn còn nằm truyền thống văn hoá của người Việt. Ý thức chấp pháp của một thiểu số đáng vinh danh này cũng là khởi điểm để chúng ta cùng suy luận về một cho tương lai: Nếu cá nhân ý thức giá trị của luật pháp và phát triển thành một loại văn hoá để tuân thủ, thì hiệu ứng lan toả sẽ tạo thành tinh thần thượng tôn luật pháp cho xã hội.

Vậy tinh thần thượng tôn luật pháp là gì, nó đến từ cá nhân hay xã hội, và ai có thể tác động làm phát triển và trong những điều kiện nào, đó là những chủ đề sẽ được thảo luận sau đây.

Thuật ngữ

Khoa luật có ba phạm vi chủ yếu. *Thứ nhất* liên hệ đến các phạm trù triết học, bàn tổng quát về lý thuyết, thí dụ như khái niệm công bình, dân chủ, nhân quyền, tự do và phân phối. Phương cách tiếp cận này nhằm đề ra mục tiêu theo đuổi và lý giải tại sao phải làm luật mà không đi sâu vào chi tiết kỹ thuật lập pháp.

Thứ hai là thực hiện chính sách lập pháp. Làm luật là nhằm đề ra những quy phạm để áp dụng trong xã hội,

216

đó là các luật mang hình thức và nội dung cấm đoán. Luật pháp được soạn thảo theo trình tự và kỷ thuật quy định thành văn bản ghi rỏ thủ tục và nội dung để giải quyết vấn đề cụ thể.

Thứ ba là mô tả và giải thích tác dụng cuả luật pháp trong thực tại xã hội, mà người Việt có thói quen diễn đạt là đưa luật pháp đi vào cuộc sống, một khiá cạnh nghiên cứu thuộc về xã hội học luật pháp, công việc chủ yếu của các nhà tội phạm học, tâm lý trị liệu và tâm lý xã hội học. Qua phương cách tiếp cận này thì tìm hiểu về hiệu năng cuả luật pháp dựa trên kinh nghiệm chấp pháp là mục tiêu và tinh thần thượng tôn luật pháp là phương tiện.

Tinh thần thượng tôn luật pháp là một thuật ngữ được sử dụng rộng rải trước đây và không liên hệ đến nhà nước pháp quyền, một khái niệm chỉ có sau ngày Đổi Mới và đang gây nhiều tranh luận hiện nay mà có hai chủ điểm là nội dung và dịch thuật cần phân biệt.

Về *nội dung* thì nhà nước pháp quyền (*Rechtsstaatsbegriff*) là một học thuyết thuộc luật hiến pháp của Đức nhằm đề cao tính cách tối thượng của hiến pháp và luật pháp mà chính nhà nước cũng phải tuân thủ. Liên Xô đã vận dụng và dịch thành *Pravovoe gosudarstvo*. Việt Nam khi đổi mới đã du nhập cuả Liên Xô và cải biên thành *nhà nước pháp quyền xã hội chủ nghiã* (NNPQXHCN), vì vẫn kiên định tiếp tục theo đuổi con đường XHCN. Do bối cảnh này mà thành hình khái niệm.

Trên *lý thuyết*, Đảng xây dựng nhà nước chuyên chính của liên minh công nông và tầng lớp trí thức, quản lý và phát triển nền kinh tế thị trường theo định hướng XHCN. Pháp chế XHCN là một công cụ mà Đảng dùng để lãnh đạo toàn diện nhà nước và tam quyền phân lập chỉ là phối hợp và phân công trong nội bộ.

Khi *dịch thuật* NNPQXHCN, Việt Nam lại dùng *Rule of Law* của Anh ngữ để diễn đạt, một khái niệm nằm trong một bối cảnh văn hoá, lịch sử và truyền thống khác hẳn. *Rule of Law* là một học thuyết trong luật học, không phải là một quy phạm luật pháp cụ thể, không có định hướng ý thức hệ chính trị hay là một công cụ cho nhà nước, mà là phương tiện kiểm soát và phải được tất cả tôn trọng, kể cả Đảng cầm quyền. *Rule of Law* là có thể tạm dịch là *tinh thần thượng tôn pháp luật* hay *uy lực pháp quyền*. Thuật ngữ này phạm vi riêng biệt thuộc xã hội học luật pháp.

Để tìm hiểu vấn đề tinh thần trọng pháp, tiểu luận này sẽ thảo luận về mức độ vi phạm luật pháp cuả cá nhân qua khảo hướng xã hội học luật pháp.

Các mức độ vi phạm của cá nhân

Mỗi xã hội đều có những cấu trúc khác nhau và tạo ra một loại giá trị hay mục tiêu chung. Luật pháp là một loại giá trị văn hoá nằm trong khuôn khổ chung của xã hội và sự phát triển nhân cách cá nhân là do giáo dục gia đình và xã hội tạo thành. Tùy theo từng giai đoạn phát triển xã hội mà cá nhân đề ra những giá trị khác nhau và coi là mục tiêu riêng để theo đuổi. Luật pháp là giá trị chung vừa là phương tiện thực hiện riêng, nên mục tiêu và phương tiện phải nằm trong khuôn khổ mà xã hội cho phép, nghiả là phải hợp pháp.

Muốn thành công, bất kỳ loại thành công nào và trong bất kỳ trong xã hội nào, người ta cần phải xác định mục tiêu trong hoàn cảnh nhất định, tìm ra phương tiện thích hợp nhưng hợp pháp và nỗ lực thực hiện. Nếu thành công hay thất bại là một tiêu chuẩn đánh giá cho xã hội và cá nhân, thì kết quả này đều có quan hệ mật thiết đến luật pháp,vì luật pháp cho phép và tạo phương tiện. Do đó, các nhà tội phạm học bàn đến một số thái độ đặc trưng về tinh thần trọng pháp của cá nhân.

218

Một người sinh ra trong một gia đình có quyền thế trong xã hội, được học hành đầy đủ, có đủ thông minh và quen biết nên mọi thăng tiến cá nhân, nghề nghiệp, gia đình và xã hội đều dễ dàng. Thành công sẽ giúp cho cá nhân chấp nhận mọi giá trị xã hội trong đó có khuynh hướng tôn trọng luật pháp vì họ không có lý do bất mãn xã hội và cá nhân. Trong hoàn cảnh ngược lại, người thất bại sinh ra oán trách thân phận và bất mãn xã hội. Chuyện tuân thủ luật pháp có phần phức tạp hơn vì tùy theo mức độ cảm nhận mà sẽ có bốn loại phản ứng khác nhau:

Một là một số người thất bại có thể lập luận cứu cánh biện minh phương tiện, dùng mọi phương cách, kể cả vô đạo đức và phạm pháp để đạt mục tiêu cuả mình. Khuynh hướng của giới này cho là tuân thủ luật pháp sẽ không đạt mục tiêu. Giết người đoạt của làm phương tiện hưởng thụ và mua bằng và chạy chức để đạt danh vọng là thí dụ quen thuộc.

Hai là khi chấp nhận thất bại, một số khác lại từ bỏ mục tiêu theo đuổi và cố tìm một phương thức thích nghi nào đó cho riêng mình dù là giả tạo hay tạm thời. Không phạm pháp để mưu tìm thành công, nhưng khi họ tuân hành luật pháp, nếu có, chỉ là một vấn đề hình thức, vì không đến từ thực tâm nhận chân giá trị cao cả của luật pháp.

Ba là một số khác lại có thái độ chống đối giá trị xã hội, một phản ứng nhằm từ bỏ mọi ràng buộc trong thực tại và tìm quên trong những phương thức khác mà người nghiện rượu và ma túy là thí dụ. Đối với họ, luật pháp không có giá trị thiết thực cho cuộc sống.

Bốn là loại thái độ đối nghịch với ba thái độ trên. Dù bị thất bại, nhưng với nghị lực, một số người có thái độ chống đối và có ước mơ làm cách mạng để thay đổi cá nhân và xã hội. Họ bất mãn thường trực chính quyền

219

và đòi hỏi thay đổi chính sách hay luật lệ. Hình thức nổi loạn bạo động hay biểu tình chống đối ôn hoà là những biểu hiện thường thấy.

Tựu chung, tinh thần thượng tôn luật pháp là phản ứng phức tạp của từng cá nhân và diễn biến khác nhau trong từng giai đoạn, tùy thuộc vào mức độ thành công hay thất bại, nhưng quan trọng nhất làm khởi điểm cho tinh thần này là sự thay đổi tâm lý và trí thức.

Điều kiện tâm lý cá nhân

Ý thức về giá trị luật pháp là một cảm nhận cá nhân mà ba điều kiện cần thiết cho sự hình thành như sau.

Tránh hậu quả trừng phạt

Nếu không chấp hành luật giao thông thì chết và bị thương là hậu quả có thể xãy ra và không đóng thuế đầy đủ và đúng lúc thì khi bị phát hiện sẽ bị tiền nộp phạt nặng hơn. Thí dụ này cho thấy ý thức về mức độ thiệt hại khi vi phạm luật pháp là chính, tránh hậu quả cuả trừng phạt là chuyện mà không ai muốn xãy ra. Cá nhân tuân thủ luật pháp là một quyết định thuần lý theo quan điểm kinh tế, một sự cân nhắc lợi hại cụ thể và không quan tâm về giá trị cao cả trong luật pháp.

Tuân theo thái độ tập thể

Thái độ đa số sẽ ảnh hưởng đến quyết định cá nhân, kể cả tuân thủ pháp luật. Một vấn đề quen thuộc trong gia đình, trường học hay tập thể là con người có thói quen bắt chước người khác. Làm không giống ai sẽ gây nhiều ngờ vực và khó chịu, một điều cấm kỵ và không muốn mình bị cô lập trong sinh hoạt chung. Không hẳn theo quyết định kinh tế, nhưng người ta bắt chước người khác vì theo quán tính, môi trường, noi gương theo tập thể hay để duy trì mối quan hệ với tập thể. Trưởng thành trong xã hội đen thì cá nhân không có gương tốt nào để tuân thủ luật pháp và vấn đề giá trị luật pháp không thể đặt ra.

Cảm nhận giá trị.

Cảm nhận luật pháp có một nội dung đúng đắn và phương tiện chính đáng cho riêng mình và là giá trị cao cả chung cho xã hội có thể là một ý thức cá nhân mang thái độ độc lập. Theo quan điểm này, tuân thủ luật pháp không vì sợ bị trừng phạt, theo quyền lợi phe nhóm, thành công hay thất bại, không đến từ áp lực, tăng uy tín hay giảm thiệt hại cá nhân, mà cảm nhận giá trị là khởi điểm cho ý thức.

Điều kiện trí thức cá nhân

Tránh hậu quả bị thiệt hại kinh tế, tùng phục giá trị của tập thể và cảm nhận giá trị là những thái độ tâm lý nội tại, ngoài ra cá nhân còn cần đến điều kiện trí thức như là kiến thức, ý thức và đạo đức về luật pháp để thể hiện tinh thần trọng pháp.

Kiến thức về luật pháp.

Kiến thức là khởi điểm cho ý thức và có kiến thức về luật pháp thì mới ý thức để tuân thủ luật pháp. Trình độ dân trí và quan trí đã được thảo luận nhiều, nhưng có ba lý giải cho sự tụt hậu hiện nay.

Một là do kết quả của giáo dục từ nhiều thế hệ. Luật giới là hạt nhân để giới thiệu giá trị của luật pháp, nhưng lại bị đào thải bởi tình thế và thời gian. Với quan điểm chuyên chính vô sản và trường Đảng quan trọng hơn trường Luật nên miền Bắc không đào tạo luật giới trong suốt thời kỳ chiến tranh và sử dụng luật giới do thực dân để lại để phục vụ chế độ. Đến khi hoà bình tái lập, luật giới miền Nam không thể phát huy kỷ năng vì muốn được yên thân và đóng cửa trường Luật là một nhu cầu để xây dựng XHCN cho cả nước.

221

Từ ngày Đổi Mới, mở rộng thị trường là chuyện cải cách sinh tử, thay đổi luật pháp không là nổ lực ưu tiên để tìm ra giá trị nội tại của luật pháp, mà nhằm đáp ứng nhu cầu của tình thế và chủ yếu là theo nguyện vọng của doanh giới và các định chế tài trợ, một sự gieo cấy gấp rút các mô hình luật pháp ngoại lai và là giai đoạn khởi đầu trong công cuộc xây dựng. Đến nay, các công trình nghiên cứu về NNPQXHXN chỉ là một giáo trình dành cho sinh viên, không hơn và không kém, do nhu cầu nghiên cứu không được quan tâm đúng mức và thành quả không có hiệu ứng lan toả.

Suốt nhiều thế hệ hệ thống giáo dục không có một tinh thần trọng pháp và không đào tạo những nhà văn hoá và nhà luật học có tầm vóc quốc gia và quốc tế, nên tụt hậu kiến thức luật pháp của toàn xã hội là tất yếu.

Hai là đặc điểm của luật học, một lĩnh vực ngày càng phức tạp và chi phối mọi sinh hoạt xã hội. Tình trạng này các nước đều gặp phải và Việt Nam cũng không thể khác hơn. Lập luận chung đều công nhận là luật pháp có nhiều nhưng không ai hiểu rỏ, nên việc tìm hiểu một lĩnh vực chuyên đề là không cần thiết, kể cả luật giới.

Ba là mất niềm tin về giá trị cuả luật pháp là một thực tế trầm trọng hơn. Đa số cho là luật pháp không cần thiết để giải quyết tranh chấp mà quyền lực, thân tộc và tiền cuả có thể mua luật và làm luật có lợi cho mình, một phương tiện nhanh nhất khi hữu sự. Do đó, nâng cao kiến thức luật pháp của cá nhân không được quan tâm.

Dù có những chiến dịch đề cao „Sống và làm việc theo pháp luật" và nổ lực phổ biến những tin tức mới về sự thay đổi luật pháp, thực tế thì chỉ là phong trào nhất thời, một hình thức để đưa Nghị quyết của Đảng đi vào cuộc sống, nên nó không đem lại ý thức sâu xa về giá trị tự tại cuả luật pháp. Một nền giáo dục tự do, nhân bản và khai phóng sẽ mang lại kiến thức này và thành quả phải được tính bằng nổ lực cuả nhiều thế hệ để trở thành ý thức.

Ý thức về luật pháp.

Các nhà tâm lý học phân biệt có hai khái niệm khác nhau trong đời sống tâm lý con người: ý thức và cảm giác. Các luận điểm này cũng được các nhà xã hội học luật pháp áp dụng để lý giải về tinh thần thượng tôn pháp luật.

Ý thức luật pháp là một diễn trình tâm lý, do đào tạo quy mô mà ra, có tính thuần lý vì do lý trí hướng dẫn và được đãi lọc qua thời gian. Học vấn và kinh nghiệm giúp nâng cao trình độ lý luận và khả năng phán đoán về tính hợp pháp của vấn đề. Kinh nghiệm về văn hoá luật pháp sẽ tạo một loại trực giác bén nhạy để tìm ra một lý giải ban đầu cho vấn đề và ý thức là phương tiện rà soát lại trực giác nhằm tìm ra giải pháp đúng đắn hơn. Qua thời gian, ý thức về luật pháp sẽ tạo nên một thái độ chung đối với pháp luật, một loại trách nhiệm cá nhân đối với xã hội, đôi khi được gọi là đạo đức. Cũng có trường hợp người hiểu luật nhưng không để tuân thủ mà tìm phương cách né tránh hậu quả vì tư lợi.

Ngược lại, cảm giác hay trực giác là những đột biến trong tư duy, có thể do phong trào hay biến cố tác động, nhưng cần kiểm chứng vì có thể không thuần lý. Tinh thần thượng tôn luật pháp đến từ ý thức về luật pháp hay bức xúc trước các bất công xã hội?

Bức xúc do cảm xúc từ lương tâm, một loại trực giác, một tâm trạng vừa bất bình về hiện tình và lại là hy vọng về một sự thay đổi trong tương lai. Đối với nhà tâm lý học đây là một phản ứng nhất thời, nhưng đối với luật giới lại là một tình huống làm cơ sở để so sánh và tìm cách thay đổi qua các quy phạm luật pháp mới.

223

Thực ra, tinh thần thượng tôn luật pháp là một tổng hợp của suy luận trí thức và trực giác, cả hai tác động vào nhau trong một thực tế xã hội sinh động và không ai có thể lường trước được kết quả. Cảm xúc nhất thời dù là biểu hiện giai đoạn, nhưng lại là khởi đầu cần thiết, có thể gây vang động và đôi khi thắng thế hơn ý thức về luật pháp. Theo lý thuyết thì hai bất công xã hội quan trọng nhất gây nhiều tranh luận là công bình trong phân phối và trao đổi. Nhưng hiện nay học giới phương Tây có khuynh hướng cổ vũ cho công bình trong cơ hội và công bình trong thủ tục, hình thức tối thiểu để thực thi công bình trong thực tế.

Hegel minh chứng là ý thức về luật pháp là một lối diễn đạt về tinh thần lý trí khách quan và bức xúc theo công lý tự nhiên khó kiểm chứng bằng lập luận. Luật giới lập luận rằng phản ứng trước bất công là cần thiết nhưng chưa đủ và ý thức luật pháp với luận chứng khoa học khách quan sẽ thuyết phục hơn. Điều kiện để ý thức này thành hình và phát triển chỉ có ở các nước có dân chủ thực sự, vì đó chính là nơi mà các quyền đóng góp ý kiến về thay đổi luật pháp của người dân được tôn trọng. Ý kiến đa số này định hướng cho học giới và chính giới thực hiện lập pháp. Từ đó mà người dân có khuynh hướng tuân theo luật pháp vì mình là tác giả.

Phức tạp hơn khi đặt ý thức luật pháp trong mối quan hệ với tinh thần dân tộc. Đa số có khuynh hướng theo quy luật tự nhiên, một cảm xúc chung và mơ hồ, để chống bất công hơn là một ý thức luật pháp theo tinh thần thuần lý. Luật giới dè dặt hơn khi lập luận là cảm xúc bất công dễ bị nhà cầm quyền lợi dụng, nên cần rà soát xem ai có đủ quyền thế để huy động các bức xúc được thể hiện trong thực tế để nhận xét. Phản ứng của xã hội đen và thờ ơ của chính quyền cho thấy là bức xúc tự phát không thể tạo giá trị lâu dài cho luật pháp mà chỉ mang đến bất ổn thường trực cho xã hội. Do đó,

224

hy vọng còn lại cho sự phát huy tinh thần trọng pháp là do đạo đức cá nhân.

Đạo đức về luật pháp.

Một số nhà đạo đức học phương Tây cho là với tinh thần đạo đức tổng quát về luật pháp là đủ, không cần kiến thức chuyên môn và ý thức luật pháp. Cụ thể hơn, người dân coi hệ thống luật pháp như một máy vận hành mà công nhân sử dụng trong công nghiệp, có nghĩa là chỉ biết sử dụng máy khi cần và kêu cứu sửa chữa khi máy không chạy. Tùy theo trình độ tuổi tác, giáo dục và mức độ thông tin người ta có thể sử dụng máy một cách khác nhau, mức độ áp dụng về cách vận hành của guồng máy luật pháp cũng tương tự. Điều kiện tiên quyết là dân chúng tin máy sẽ chạy, một giá trị chung cho sinh hoạt xã hội và phù hợp với công lý mà trong Anh ngữ gọi chung là *general sense of justice.*

Khái niệm tổng quát về công lý này khá mơ hồ nhưng là một khởi điểm cho hy vọng. Khi tìm đến xã hội thì mỗi cá nhân đều có cảm xúc riêng, xem mình là một cá thể yếu đuối trong xã hội, một loại tự ti mặc cảm, luôn cần đến xã hội. Xã hội là một chỗ dựa mà công bình là một hy vọng của tất cả mọi người về sự chung sống hài hoà. Ngoài cảm xúc còn có lương tâm. Lương tâm cá nhân hiểu đơn giản là một loại tiếng lòng trước vấn đề đạo đức mà mặc cảm tội lỗi là một thí dụ điển hình vì sự trừng phạt không đến từ luật pháp hay dư luận.Tự kiểm là tư phê bình là một thước đo quen thuộc của người Việt trong sinh hoạt tập thể, nó giúp cá nhân tự thể hiện mình trong sinh hoạt xã hội và tạo thành lương tâm chung.

Có hai đề tài công bình được người Việt thảo luận sôi nổi, một là những người đóng góp xương máu trong chiến tranh không được đãi ngộ xứng đáng trong thời bình và hai là nhiều thành tựu trong sự nghiệp Đổi Mới không được phân bổ tương xứng theo nổ lực đóng góp. Còn tự kiểm thì ai cũng biết là một hình thức tha thứ cho nhau trong tinh thần chín bỏ làm mười cuả nội bộ và không đủ giá trị để trở thành lương tâm tập thể.

Tại phương Tây các lập luận về đạo đức cá nhân khó thuyết phục được luật giới. Họ phê bình là đạo đức là do sự phát triển nhân cách, thuộc về lĩnh vực đạo đức học, giáo dục và tâm lý xã hội học hơn là luật học. Do đó, các kiểm nghiệm không thể là cơ sở khách quan để đề ra chính sách luật pháp thích hợp. Gần đây, những khám phá mới thuộc hoạt động nảo bộ cuả các nhà thần kinh bệnh học và tâm lý trị liệu đã làm thay đổi về chính sách về hình sự, đặc biệt xét lại khung hình phạt đối với các phạm nhân mang trọng tội.

Điều này khác hẳn với bối cảnh văn hoá Việt Nam, nơi mà đạo đức và luật pháp không có một biên giới rỏ rệt mà sự phân biệt chỉ dành cho học giới nhiều hơn trong công luận. Văn hoá, tôn giáo, truyền thống phương Đông, đạo lý ở đời và bổn phận là một loại văn hoá tổng hợp góp phần quan chính trong việc phát triển nhân cách, tư duy, kể cả nghĩã vụ đối với pháp luật. Người Việt coi ý thức trách nhiệm của cá nhân đối với gia đình và xã hội như một phạm vi tổng hợp trong một tinh thần liên đới, một loại ý thức cộng đồng và gia đình mạnh hơn quyền lợi cá nhân. Trách nhiệm đối với luật pháp và hy sinh của cá nhân trước lợi ích tập thể trở thành truyền thống. Khi đặt vấn đề tinh thần này nằm trong phạm vi đạo đức cá nhân và xã hội thì được người Việt dễ dàng chấp nhận hơn người phương Tây. Do đó, đạo đức cá nhân, trong chừng mực nhất định, sẽ nâng cao tinh thần trọng pháp.

Đạo đức nhà nước

Luật giới phương Tây không quan tâm đạo đức nhà nước vì theo quan điểm *Rule of Law* nhà nước cần phải có trách nhiệm giải trình theo luật pháp, một loại trách nhiệm chính trị không dựa theo quan điểm đạo đức. Ngược lại, các nhà đạo đức đã tìm cách đề ra những phương thức ứng xử cho từng loại vấn đề chuyên biệt thành một mô thức đạo đức đồng thuận có giá trị hướng dẫn cho cá nhân (người tiêu thụ), tổ chức (doanh nghiệp, ngân hàng), hay xã hội (bảo vệ môi sinh).

Phương Tây hiện nay đang gặp nạn suy thoái kéo dài, tham nhũng lan rộng, giá trị dân chủ và luật pháp bị lạm dụng. Ngoài ra, các vấn đề như chống khủng bố, kiểm soát thị trường tư bản tài chính và giải quyết nợ công cần những biện pháp mạnh, hữu hiệu và nhanh chóng. Nhưng vì thủ tục phức tạp, thảo luận bị chuyên môn hoá và giải pháp tìm ra lại là thoả hiệp chính trị tạm thời trong một cơ chế ngắn hạn, đôi khi quá chậm trễ, nên không thể đem lại một căn bản đạo đức nhà nước với giá trị phổ quát trong khi đạo đức của Thiên Chúa giáo không còn chiếm ưu thế trong sinh hoạt chính trị như trong quá khứ. Do đó, công luận đòi hỏi nhà nước cần một trách nhiệm chung và tinh thần đạo đức của một nhà nước thế tục, hơn là theo đạo đức tôn giáo để đáp ứng tình thế. Nghịch lý vẫn còn là vấn đề phải giải quyết.

Thực ra, một biện pháp nhanh chóng và không dân chủ không luôn luôn có nghĩa là hữu hiệu, đó là điều kiện cần nhưng chưa đủ. Ngược lại, các nước chậm tiến không có cơ sở nghiên cứu với kỹ năng chuyên môn cao độ và thiết chế hạ tầng cần thiết, nên duy ý chí chính trị không thể đem lại giải pháp tốt đẹp. So sánh mức độ tín nhiệm và đạo đức của các vua quan thời phong kiến với hoàn cảnh hiện nay là thiếu thực tế. Các nước Á Đông vừa không có kinh nghiệm quản lý nhà nước hiện đại và không muốn áp dụng trách nhiệm giải trình theo luật định mà thường dựa vào truyền thống văn hoá và thành công trong lịch sử để lập luận, mà trường hợp Việt Nam là một thí dụ.

227

Lịch sử Việt Nam chứng minh là đạo đức nhà nước phong kiến đã ăn sâu vào tâm khảm của dân chúng. Tinh thần đạo đức cuả vua quan đã gây được lòng trung quân ái quốc của dân chúng và là tấm gương sáng về đạo đức nhà nước. Tìm sự đồng thuận để giải quyết vấn đề hệ trọng của đất nước không quá phức tạp như ngày nay.

Qua thời gian và tình thế mà đạo đức nhà nước trở thành đạo đức cách mạng. Người Việt cho rằng sự thay đổi khái niệm này là cần thiết vì truyền thống luân thường Khổng Mạnh phải phù hợp với tình huống đấu tranh giải phóng dân tộc và giai cấp. Ý niệm cần, kiệm, liêm, chính, chí công vô tư, công bộc cho dân, hy sinh vì đại cuộc rất dễ thu phục lòng người trong hoàn cảnh bấy giờ.

Thời kỳ toàn cầu hoá và sau ngày Đổi Mới, giá trị về đạo đức cách mạng không còn phù hợp để làm một khuôn khổ thảo luận về truyền thông đạo đức của đất nước. Từ năm 2008 Việt Nam đã triển khai khái niệm đạo đức công vụ trong sinh hoạt hành chính. Về nội dung, khái niệm này cũng không thể mang luận chứng mới lạ, mà là tiếp nối tinh thần công bộc xưa củ trong bối cảnh kinh tế thị trường. Thực ra, đây là một giáo trình cho sinh viên, nên giá trị thuyết phục trong công luận bị hạn chế. Giá trị đạo đức, cũng như giá trị văn hoá khác, cần rất nhiều thời gian để được dân chúng công nhận và áp dụng. Đạo đức công vụ chỉ là một khởi đầu nên chưa đi vào cuộc sống để trở thành đạo đức nhà nước.

Kết luận

Cá nhân và nhà nước phải tuân thủ luật pháp để duy trì trật tự xã hội. Một nền văn hoá giaó dục trọng pháp sẽ làm giảm đi vi phạm của cá nhân. Thay đổi hiến pháp, tôn trọng chủ quyền nhân dân và cải thiện đạo đức nhà nước sẽ đem lại niềm tin về giá trị của luật pháp. Đạo đức cá nhân, tôn giáo, truyền thống giáo dục gia đình, trong chừng mực nhất định, vẫn còn có thể tạo nên nền tảng cho sự tuân thủ. Đó là những chủ đề đã thảo luận trong tiểu luận này và chỉ là những lý giải thuần lý thuyết, hy vọng sẽ có những công trình khác nghiên cứu nghiêm túc hơn và đem lại nhiều thực chứng để bổ sung.

12

Vai trò của Toà Bảo Hiến trong việc xây dựng nhà nước pháp quyền tại các nước Đông Âu

Vấn đề

Các nước Đông Âu đã du nhập mô hình dân chủ phương Tây và kinh tế thị trường của chủ nghĩa tư bản. Để tổ chức bộ máy nhà nước hiệu năng và bảo đảm mọi tự do về sinh hoạt chính trị, kinh tế và xã hội cho toàn dân, các nước này cũng tạo cơ sở cho một nhà nước pháp quyền. Hiện nay, việc thay đổi Hiến pháp và hệ thống pháp luật tại các nước Đông Âu cho phù hợp với việc phát huy dân chủ, tôn trọng nhân quyền và nền kinh tế thị trường đã hoàn chỉnh.

Trong nỗ lực xây dựng nhà nước pháp quyền vào thời kỳ chuyển tiếp, các nước này phải giải quyết với vô số vấn đề mà một trong những cải cách đặc biệt nhất là xây dựng Toà Bảo Hiến, một thể chế hoàn toàn xa lạ, vì hệ thống pháp luật chuyên chính vô sản không có kinh nghiệm và chuẩn bị thích hợp cho nỗ lực này.

Nhưng Toà Bảo Hiến tại các nước Đông Âu được hình thành và tổ chức ra sao, có chức năng gì và đóng góp nào trong việc xây dựng nhà nước pháp quyền, đây là đề tài mà tiểu luận sau đây sẽ giới thiệu để góp phần thảo luận trong việc thay đổi Hiến pháp Việt Nam.

Thủ tục đề cử

Hiến pháp các nước Đông Âu quy định về thủ tục khá chi tiết và khác nhau ở từng nước. Tựu chung, các cơ quan hiến định tối cao có thẩm quyền đề cử chánh án mà vai trò quốc hội là quan trọng nhất. Theo thông lệ quốc tế Toà Bảo Hiến có khoảng từ 9 đến 12 chánh án, nhưng tại Slowakei đã quy định là 13 và Séc và Ba lan là 15 và tại Liên Xô là 19. Tại Rumanien, vì theo mô hình của Pháp, nên thượng viện, hạ viện và tổng thống có quyền đề nghị 1/3 số chánh án. Tại Bungary vì không có hệ thống lưỡng viện nên 4 trong số 12 chánh án sẽ do đại hội đồng các toà án tối cao và toà hành chánh tối cao để cử. Tại Séc tổng thống có quyền bổ nhiệm 15 chánh án nhưng phải thông qua thượng viện. Tại Litauen tổng thống, quốc hội và chủ tịch toà án tối cao có quyền đề cử 1/3 chánh án.

Trước hết tên tuổi các ứng viên phải được công bố qua báo chí và một ủy ban quốc hội sẽ chuyên trách việc này, sau đó ủy ban sẽ báo cáo chung quyết lên quốc hội để quyết định. Tại Rumanien các tiểu ban và văn phòng thường trực quốc hội có quyền đề cử chánh án. Ủy ban chuyên môn sẽ tiếp nhận danh sách này và chuyển tiếp để quốc hội quyết định. Tại Slowenien tổng thống kêu gọi dân chúng đề cử chánh án, khi người được đề cử chấp nhận sự đề cử thì tổng thống sẽ cứu xét danh sách và ông cũng có quyền đề cử những ứng viên khác. Tại Hung thủ tục tuyển chọn cũng tương tự. Một ủy ban chuyên trách tại quốc hội gồm có đại diện của các tiểu ban và tuyển chọn theo thủ tục đa số với tỷ lệ 2/3.

Vai trò của các đảng chính trị cũng quan trọng trong thủ tục đề cử. Trên 200 đảng đã được tự do đi vào hoạt động trong thời kỳ chuyển tiếp, nhưng sinh hoạt chính đảng tại các nước này còn quá yếu vì không đề ra được những chương trình hành động quy mô và thu hút công luận. Cho nên ảnh hưởng của Đảng Cộng Sản vẫn còn quan trọng hơn các đảng khác, kể cả trong việc đề cử ứng viên.

Sau khi Toà Bảo Hiến được thành lập thì toàn thể các chánh án bầu ra chức vụ chủ tịch toà và đại diện chủ tịch toà. Tại Rumanien, Slowenien và Hung các chức vụ này có nhiệm kỳ 3 năm, sau khi mản hạn sẽ được bầu lại và do tổng thống bổ nhiệm.

Có bốn tiêu chuẩn chính để chọn lựa chánh án là quốc tịch, tuổi tối thiểu, trình độ chuyên nôn và tác phong đạo đức. Tại Slowenien và Slowakei tuổi tối thiểu quy định là 40 trong khi tại Hung là 45. Vấn đề khó khăn nhất là trình độ chuyên môn vì đa số các chánh án toà án nhân dân theo hệ thống xã hội chủ nghiả nên trình độ nhận thức về các vấn đề dân quyền, dân chủ và kinh tế thị trường còn hạn chế. Đây là một nan để trong việc để cử người có thực tài. Tại Ba lan đã có những chương trình tạo ngắn hạn dành cho các loại chánh án toà án nhân dân này.

Nhiệm kỳ của chánh án trung bình là 7 năm như tại Slowakei, nhưng là 9 năm tại Bungary, Litauen, Ba lan, Rumanien, Slowenien và Hung. Chánh án không được quyền tái ứng cử mà chỉ có tại Bungary, Slowekei, Séc và Hung cho ngoại lệ.

Chánh án có quyền miễn truy cứu về trách nhiệm hình sự và hưởng quyền tự do ngôn luận khi hành sự. Khi bị bắt quả tang phạm pháp hay có đơn xin hủy bỏ quyền bải miễn thì ngoại lệ này sẽ không còn hiệu lực. Tại Ba lan, thủ tục này sẽ do 2/3 các chánh án của Toà Bảo Hiến quyết định nhưng tại Séc phải có sự đồng thuận của thượng viện.

Cơ cấu tổ chức

Nhìn chung mô hình về cơ cấu tổ chức Toà Bảo Hiến đã theo hẳn Đức và Áo. Pháp gây rất ít ảnh hưởng ngoại trừ tại Rumanien.

Về mặt tổ chức phân quyền trong nội bộ thì Toà Bảo Hiến của Đức có hai bộ phận là đại hội đồng (Plenum) và hội đồng xét xử chuyên trách (Senate). Slowakei, Séc và Hung đã theo mô hình này. Đại hội đồng của toà có nhiệm vụ giữ gìn sự thống nhất trong ngành tư pháp và án lệ cũng như có vai trò lảnh trách nhiệm chánh trị chung. Rumanien chỉ theo thể thức đại hội đồng và không có hội đồng xét xử chuyên trách. Tại Ba lan ngoài đại hội đồng chánh án còn có các ban xét xử chuyên mộn. Đại hội đồng chỉ chuyên trách các vụ tranh tranh chấp thẩm quyển giữa các cơ quan hiến định và các vụ kiện có màu sắc chính trị. Hội đồng xét

233

xử luôn thay đổi theo từng chuyên đề hay do phân công. Tại Slowakei, Senat chỉ có nhiệm vụ duy nhất là một ủy ban tiên thẩm vấn đề tranh tụng để quyết định có nên đưa ra đại hội đồng xét xử hay không.

Các nhà lập hiến tại các nước Đông Âu xem Toà Bảo Hiến là cơ quan hiến định tối cao và hưởng sự tự trị trong thủ tục thiết lập ngân sách và vấn đề hành chính nội bộ.

Thẩm quyền xét xử

Kiểm soát tính hợp hiến

Có hai loại thẩm quyền xét xử tùy theo thời điểm nên được gọi là tiên kiểm và hậu kiểm. Thẩm quyền tiên kiểm của toà là kiểm soát tính cách hợp hiến của các đạo luật trước khi được ban hành. Ba lan, Hung và Rumanien đã theo thủ tục này giống như Pháp. Các hiệp ước quốc tế trước khi được quốc hội phê chuẩn cũng có thể bị xét tính vi hiến, nhưng sau khi đã phê chuẩn, các ràng buộc về mặt pháp lý đã thành hình thì vấn đề cứ xét tính vi hiến không còn có thể đặt ra. Tại Ba Lan vấn đề này không được luật hiến pháp đặt ra cho đến năm 1997. Tại Bungary, Litauen, Rumanien, Séc và Hung toà còn có thẩm quyền cứu xét tính cách hợp hiến của mọi biểu quyết hay hành vi của chính phủ hay quốc hội, dù không phải là luật, nhưng khi hậu qủa của các quyết định này có ý nghĩa quan trọng về phương diện chính trị.

Thực tế cho thấy xét tinh cách hợp hiến của một đạo luật là một vấn đề bắt buộc mà đôi khi có nhiều ý nghĩa chính trị hơn là pháp luật. Tại Ba lan chỉ có tổng thống mới có độc quyền đề nghị xin cứu xét tính cách hợp hiến của một đạo luật hay một hiệp ước quốc tế. Tại Hung thủ tục cũng tương tự. Tại Rumanien vấn đề thẩm quyền rộng rải hơn khi các cơ quan hiến định kể cả toà án tối cao cũng có quyền đề nghị xin cứu xét tính hợp hiến của một đạo luật.

Hiến pháp các nước Đông Âu còn cho phép toà xét tính cách hợp hiến của các văn bản dưới luật. Đây là một thuật ngữ của chế độ củ và còn được quen sử dụng cho đến ngày nay. Các văn bản dưới luật là các văn kiện hành chánh do cơ quan hành pháp ban hành mà hiệu lực chỉ là để diễn giải và áp dụng các đạo luật do quốc hội đã ban hành. Thật ra, đây là một các loại văn kiện lập quy theo ý nghiả kỷ thuật của luật hành chánh. Do đó, dù không là lập pháp, nó cũng bị cứu xét tính hợp hiến. Hệ thống luật pháp của chủ nghiả xả hội không minh định tam quyền phân lập với lý do là phân công nội bộ của Đảng, nên vấn đề kiểm soát tính lập quy theo thủ tục luật hành chánh không được đặt ra đúng mức. Đây là một sai lầm về khái niệm mà không ai quan tâm. Khi dịch khái niệm các văn bản dưới luật sang Anh ngữ thì học giới lại dịch là by law. Đây lại là một sai lầm khác trong dịch thuật, vì by law được luật giới phương Tây hiểu là những luật do cơ quan điạ phương đặt ra, trong khi các văn bản dưới luật tại Đông Âu thường do các cơ quan hành chánh trung ương soạn thảo. Sự sai lầm này vẫn còn tiếp tục và tạo nên nhiều ngộ nhận cho học giới cho khi đối chiếu.

Thẩm quyền hậu kiểm của toà có khác hơn tiên kiểm ở điểm là tính hợp hiến của một đạo luật sau khi luật đã ban hành, có hiệu lực áp dụng và phát sinh tranh chấp trong một tình trạng cụ thể. Hầu hết các Toà Bảo Hiến tại Đông Âu đều có thẩm quyền hậu kiểm này và được mở rộng khác nhau tùy từng nước.Tại Bungary tổng thống, bộ trưởng, và 1/5 đại biểu quốc hội, toà án hành chánh tối cao, toà phá án, chưởng lý (người đứng đầu ngành thẩm phán công tố) của bộ tư pháp có quyền xin cứu xét tính hợp hiến của một văn bàn dưới luật. Tại Ba lan thẩm quyền này dành cho tổng thống, thủ tướng, bộ trưởng, 50 dân biểu hoặc 30 nghị sĩ, chủ tịch viện kiểm soát kế toán, toà án hành chánh tối cao, tổng công đoàn và đại diện nghề nghiệp hay tôn giáo đều được hưởng tố quyền này. Tại Séc tố quyền tuỳ thuộc vào tính cách tiền kiểm hay hậu kiểm. Quyền xin tiên kiểm do tổng thống, 41 dân biểu hay 17 nghị sĩ đề xuất. Trong trường hợp hậu kiểm chỉ cần lãnh đạo hành pháp, hoặc 25 dân biểu hay 10 nghị sĩ là đủ số xin cứu xét. Đặc biệt nhất là chính toà bảo hiến cũng có quyền tự khởi động để xét lại tính vi hiến các văn bản dưới luật này khi thấy cần thiết.

Về kỷ thuật pháp lý thì mô hình của Áo trong thủ tục hậu kiểm tinh vi hiến là hoàn chỉnh nhất tại châu Âu, nên hầu như các nước Đông Âu đều noi theo. Toà án trong khi xét một vụ tranh chấp thực tế thấy nghi ngờ về tính vi hiến của một đạo luật sẽ ngưng xử và có quyền đề xuất xin xét tinh hợp hiến của đạo luật này trước khi áp dụng. Quyền thượng cầu này dành hầu hết cho tất cả các toà án thông thường, không phân biệt cấp độ. Nhưng Bungary, Ba lan quy định rỏ hơn là chỉ có toà án cao cấp mới có thẩm quyền này. Riêng Slowenien thì chưởng lý của bộ tư pháp, ngân hàng quốc gia và cơ quan kiểm soát kế toán trung ương cũng có quyền thỉnh cầu này.

Tranh chấp của các cơ quan nhà nước về thẩm quyền do hiến pháp phân nhiệm

Toà Bảo Hiến đảm nhận xét xử các việc tranh tụng giữa các cơ quan nhà nước liên quan đến các thẩm quyền do hiến pháp quy định. Về mặt cơ cấu tổ chức của các cơ quan nhà nước thì có hai hình thức là trung ương và địa phương, nên còn được gọi là thẩm quyền hàng ngang và hàng dọc. Tại Séc và Hung sự phân biệt theo lãnh thổ hành chánh tự trị hay phân cấp trung ương hay địa phương không là tiêu chuẩn đặt ra vì toà là cơ quan độc nhất xét xử các loại tranh chấp các vấn đề này. Thuật ngữ của các nước Đông Âu dùng đôi khi có khác nhau vì có nơi gọi là cơ quan trung ương, có nơi gọi là cơ quan nhà nước, tổ chức trung ương, cơ quan hiến định trung ương, nhưng nếu hiểu theo thuật ngữ cuả luật giới phương Tây thì đây là các cơ quan công quyền được hiểu chung là quốc hội, tổng thống, chính phủ và toà án.

Vấn đề tranh chấp thẩm quyển của các cơ quan có thể phát sinh trên hai trường hợp khác nhau, thuần về lý thuyết hay do tranh chấp trong thực tế. Trường hợp thứ nhất xảy ra khi phát hiện được một cơ quan tự ý vượt quyền do hiến pháp quy định, trường hợp thứ hai khi có tranh chấp thẩm quyển giữ hai cơ quan mà toà phải xét thẩm quyển thuộc về cơ quan nào.

Slowenien, Séc và Hung quy định minh thị về thẩm quyền của toà để giải quyết các tranh chấp thẩm quyển về các cơ quan hành chánh tự trị địa phương. Việc tranh chấp giữa toà án và cơ quan nhà nước khác cũng được toà Slowenien, Slowenien, Séc và Hung đều có minh thị quy định, trong khi các nước khác coi loại tranh chấp này là thứ yếu.Tranh chấp về thẩm quyền giữa cơ quan trung ương và địa phương ít có ý nghia chánh trị trong thời kỳ chuyển tiếp.

Vi phạm dân quyền và nhân quyền của cơ quan nhà nước

Một trong những yếu tố thúc đẩy cho sự thay đổi chế độ tại Đông Âu là ý thức của người dân trước các vấn đề vi phạm nhân quyền, dân quyền, quyền công đoàn và quyền tự do kinh tế. Khi ý thức của người dân đã đủ mạnh để đòi hỏi nhà nước thực thi các quyền này, thì các hình thức đấu tranh bất bạo động đã chuyển biến làm cho các chế độ này cáo chung.
Trong chế độ mới Toà Bảo Hiến trở thành một định chế tư pháp cao nhất của một nhà nước pháp quyền đang hình thành để bảo vệ nhân quyền và nhân quyền. Tố quyền của người dân là một thành tựu nổi bật của cuộc cách mạng luật pháp vì các nước chuyên chính vô sản trước đây chỉ long trọng tuyên bố chuẩn nhận về mặt

237

hình thức các quyền này mà lại không có luật thủ tục tương tự để bảo vệ người dân trong thực tế. Người dân từ nay có quyền thỉnh cầu toà bảo hiến cứu xét tính cách vi hiến của một đạo luật hay một biện pháp bất công của nhà nước.

Rumanien, Slowake, Slowenien, Séc và Hung đã mở rộng tố quyền cho người dân khi có tranh chấp. Tại Ba lan lúc đầu có dè dặt hơn, nhưng sau khi thay đổi hiến pháp vào năm 1997 cũng đã chấp nhận tố quyền này. Một thuận lợi khác cho người dân là vì các nước Đông Âu đều là thành viên của Liên Âu và bị ràng buộc pháp lý với hiệp ước của châu Âu về nhân quyền, nên cho dù không có tố quyền trực tiếp trước toà án quốc gia, người dân có được hưởng tố quyền trực tiếp trước Toà nhân quyền thuộc châu Âu.

Các tố quyền cá nhân có nhiều loại hình thức khác nhau. Tại Slowenien quy định là cá nhân có tố quyền chống lại mọi quyết định, biện pháp hay các hành vi khác của toà án hay các cơ quan nhà nước hay các cơ quan hành chánh tự trị. Luật Séc ghi rỏ chỉ có các quyết định hay các hành vi các cơ quan nhà nước vi phạm quyền căn bản của người dân đã có hiệu lực pháp mới được toà cứu xét. Hành vi của nhà nước phải được hiểu là các cơ quan hành pháp và tư pháp. Thông thường cá nhân thỉnh cầu toà xác nhận là quyền tự do căn bản của mình bị vi phạm. Qua đó toà đề ra phương thức áp dụng luật cho phù hợp với hiến pháp.

Tại Slowenien, Slowakei và Séc vấn đề cứu xét tố quyền của cá nhân trước toà có phần phức tạp hơn vì lẻ các hành vi bị coi là vi phạm của các cơ quan nhà nước và toà án chỉ có giá trị gián tiếp cho việc xét tính cách hợp hiến của một đạo luật. Trước hết toà án xét xem là các tố giác của cá nhân có đủ giá trị để xét xử hay không trước khi đưa ra vấn đề cứu xét tinh hợp hiến của việc tranh chấp. Mục đích của việc tiên kiểm này là để tránh tình trạng hỗn loạn vì sẽ có quá nhiều người dân đòi sửa hiến pháp và giảm gánh nặng cho toà án.

Đặc biệt nhất là tại Rumanien nơi mà mọi người dân trong một tranh chấp pháp luật tại một toà án thông thường có tố quyền xin xét tính vi hiến của một đạo luật được áp dụng trong việc phát sinh tranh chấp. Toà đang giải quyết tranh tụng bắt buộc phải trình quan điểm lên Toà Bảo Hiến để xin chung quyết trước khi tiếp tục xét xử.

Tại Ba lan vấn đề này có nghiêm khắc hơn sau khi hiến pháp được sửa đổi vào năm 1997. Tố quyền của cá nhân trước Toà Bảo Hiến chỉ chấp nhận cứu xét vấn đề khi quyết định của toà án đã có hiệu lực cưỡng chế hay một hành vi chung quyết của cơ quan hành chánh. Dựa vào hiệu lực cưỡng chế này thì toà mới xét tính cách vi hiến theo nguyện vọng của người dân.

Tố quyền nêu trên chỉ liên hệ đến một hành vi trong trường hợp cụ thể, nhưng tại Hung đã có một tiến bộ vượt bực khi cho phép bất kỳ người dân nào cũng có quyền xin xét tính vi hiến của một đạo luật. Tại Ba Lan và Séc thì hạn chế hơn khi luật chỉ cho phép xét lại các luật nội dung. Ngược lại vấn đề này không được đặt ra tại Slowenien và Slowakei.

Thời hạn để khởi động tố quyền tại các nước Slowakei và Ba lan là 2 tháng, trong khi Slowenien và Séc quy định là 60 ngày. Tại Hung các việc cứu xét không liên hệ đến tranh chấp thực tế thì không ghi thời hạn. Nhìn chung vấn đề thời hạn để khởi kiện tại các nước Đông Âu kéo dài hơn tại Tây Âu.

Hiện nay chỉ có Slowenien và Séc chính thức công nhận thủ tục tố quyền được quy định theo Công ước quốc tế về dân quyền và quyền chính trị ban hành vào ngày 16. 12. 1966. Hậu quả của sự công nhận này là sau khi toà quốc tế xác nhận vấn đề vi phạm, toà Slowenien và

Séc phải có trách nhiệm cứu xét hậu qủa pháp lý của vấn đề.

Luật bầu cử

Trước đây luật bầu cử không quan trọng vì quan điểm mác xít phê bình là luật bầu cử chỉ là hình thức lường gạt và mua bán của giai cấp tư sản và vi phạm vào nguyên tắc dân chủ nhân dân, nên cách tốt nhất để giải quyết vấn đề là Đảng cử và dân bầu.

Ý niệm này đã thay đổi triệt để trong thời kỳ chuyển tiếp. Từ nay Toà Bảo Hiến có thẩm quyền giải quyết các tranh chấp về tình cách hợp pháp của các cuộc bầu cử quốc hội và các cơ quan nhà nước khác. Tại Slowenien thì Toà Bảo Hiến là cơ quan xác định kết quả bầu cử quốc hội và hội đồng dân cử địa phương. Tại Séc, Hung và Bungary toà còn xét đến hồ sơ cá nhân của các ứng viên về điều kiện ứng cử. Tại Bungary, Litauen và Rumanien toà còn có thẩm quyền xem xét kết quả việc bầu cử tổng thống. Rumanien đã ảnh hưởng Pháp trong các luật thủ tục này, nên quy định khá chi tiết từ theo dõi tiến trình bầu cử và tuyên bố xác nhận kết quả. Tại Rumanien, Slowakei và Hung toà có quyền kiểm soát việc thực hiện các cuộc trưng cầu dân ý.

Thủ tục bãi nhiệm các chức vụ dân cử

Thủ tục bãi nhiệm tổng thống được quy định trong hiến pháp các nước Bungary, Litauen, Slowakei và Slowenien, khi tổng thống vi phạm luật hiến pháp và các tội nghiêm trọng khác. Rumanien và Séc quy đinh cụ thể hơn khi tổng thống phạm tội phản quốc. Tại Bungary toà có thẩm quyền trong các thủ tục bải nhiệm phó tổng thống, tại Slowenien toà có quyền này đối với thủ tướng và tại Litauen toà có quyền này đối với đại biểu quốc hội.

Các tổ chức chính trị

Các Toà Bảo Hiến các nước Đông Âu đã theo mô hình của Đức trong cách giải quyết các vấn đề sinh hoạt đảng phái và các tổ chức chính trị. Tại Bungary, Ba lan, Rumanien, Slowenien và Séc toà có thẩm quyền tuyên bố về tính cách hợp pháp và hợp hiến của đảng hay tổ chức chính trị. Quyết định của toà có hai hình thức. Theo hình thức thứ nhất như tại Slowakei và Séc thì toà án thông thường có thẩm quyền cứu xét vấn đề và phải có tố quyền xin cấm hoạt động thì toà mới cứu xét. Tại Bungary, Ba lan, Runamien và Slowenien thì chính Toà Bảo Hiến có thẩm quyền chuyên quyết. Tại Rumanien chỉ có chủ tịch thượng viện và hạ viện mới có tố quyền này. Tại Bungary, Ba lan và Slowenien thì thủ tục khởi tố giống như thủ tục cứu xét tinh vi hiến.

Giải thích luật pháp

Toà Bảo Hiến là cơ quan tối cao có trách nhiệm giải thích luật hiến pháp và các luật khác.
Hành pháp và lập pháp có quyền xin toà giải thích. Riêng tại Ba lan thì cơ quan đại diện theo dõi các vấn đề dân quyền cũng có được quyền này.

Các thẩm quyền khác

Ngoài ra toà còn có một số thẩm quyền khác như xét các tranh chấp liên quan thẩm quyền của các cơ quan hành hành và toà án, các tranh chấp thuộc phạm vi hành chánh tự trị địa phương. Một loại thẩm quyền đặc biệt khác mà chỉ có ở Hung lả khi quốc hội bất động trong công tác lập pháp khi có nhu cầu đòi hỏi hay đã được hiến pháp ủy nhiệm thì toà xét cứu xét tính vi hiến của sự thụ động này.

Vai trò của Toà Bảo Hiến trong tiến trình xây dựng nhà nước pháp quyền

241

Nếu sự sụp đổ chế độ ở nước Đông Âu là một cuộc các mạng triệt để và đã đem lại cho đất nước một sinh khí năng động, thì hiến pháp mới cũng mang đến cho các cơ quan nhà nước một cơ cấu và trách nhiệm mới, mà Toà Bảo Hiến là một thí dụ điển hình, vì toà đã đóng một vai trò quan trọng để đáp ứng với nguyện vọng của dân chúng là được sống trong một nhà nước pháp quyền và được luật pháp bảo vệ. Những thành tựu của định chế này trong tiến trình chuyển đổi hơn hai mươi năm qua và những thách thức còn lại cho tương lai có thể tóm lược như sau.

Toà Bảo Hiến tại Bungary hoạt động rất yếu trong những năm đầu tiên của buổi giao thời, không những vì trình độ chuyên môn mả còn vì tranh chấp giữa hai thế lực củ và mới trong nội bộ của toà không giải quyết tận gốc. Toà luôn giữ thái độ dè dặt trước vấn đề nhạy cảm chính trị, nên không được tín nhiệm của người dân. Qua một thời gian dài toà đã vượt qua nhiều thử thách và thể hiện dần được tinh thần độc lập tư pháp trong các quyết định. Đến năm 1996 toà trở thành một thành viên của hội nghị về soạn thảo hiến phán châu Âu. Uy tín của toà có tăng lên qua thời gian gần đây trước những vấn đề nguyên tắc pháp quyền và dân chủ. Hiện thời tố quyền của người dân trước các vi phạm nhân quyền và dân quyền vẫn còn hạn chế.

Toà Bảo Hiến Ba lan sau khi đi vào hoạt động đã giữ vai trò quan trọng trong tiến trình chuyển hoá chính trị của của đất nước. Qua hệ thống án lệ và thành tích hoạt động, toà đã chứng tỏ là một định chế có uy tín chính trị và khả năng giải quyết vấn đề chuyên môn. Ngay cả trong thời còn chế độ chuyên chính vô sản, đôi khi toà đã bày tỏ được tính độc lập trong các quyết định liên quan đến chính trị. Trong những năm 1990-97 toà đã thụ lý hon 300 tranh tụng, trong đó có 60 vụ liên quan đến giải thích luật pháp. Các quyết định này đã lả một cơ sở vững vàng cho việc xây dựng nhà nước pháp quyền và thực thi công lý trong thời kỳ chuyển tiếp. Thay đổi hiến pháp và luật về việc xây dựng Toà Bảo Hiến vào năm 1997 đánh dấu một chuyển hướng quan trọng trong tiến trình này. Luật mới quy định về tổ chức Toà Bảo Hiến được thay đổi theo hai nguyên tắc: thích nghi về vai trò và thẩm quyền của toà trước những nhu cầu đổi mới đòi hỏi và phát huy những thành tựu trong thời kỳ chuyển tiếp. Hệ thống án lệ của toà là một nền tảng để tiếp tục triển khai, đặc biệt tư thế độc lập của toà trước các cơ quan hiến định khác được định hình và tôn trọng, nhờ thế mà toà gây được tín nhiệm trong học giới và dân chúng. Đặc biệt nhất là sau năm 1997 tố quyền của người dân trong các vi phạm về dân quyền và nhân quyền được toà công nhận. Hiện nay vấn đề còn tồn đọng là các mối quan hệ giữa toà thông thường và toà bảo hiến. Toà thông thường có quyền xét đến tính cách vi hiến của một đạo luật nhưng trong mức độ nào vẫn còn là vấn đề cần được xác minh. Tựu chung, sự thay đổi hiến pháp và luật về tổ chức toà bảo hiến đã tạo điều kiện thuận lợi cho việc phát triển nhà nước pháp quyền mà Ba Lan đã thành công trong thời kỳ chuyển tiếp.

Toà Bảo Hiến tại Hung được coi là nổi bật đặc sắc nhất trong tiến trình chuyển đổi theo ý nghĩa cao đẹp nhất của judicial activism của luật giới phương Tây. Ngay sau khi chế độ sụp đổ thì toà đã tự cho mình một vai trò quan trọng trong sự chuyển tiếp, không đợi đến có tố quyền của cơ quan hay dân chúng mà toà mới khởi động. Toà đã đóng góp đáng kể trong việc giải quyết các vấn đề bất công trong quá khứ, thí dụ như trong nỗ lực hoàn trả quyền tư hữu của nông dân trong việc cưỡng chiếm đất đai trong thời kỳ tập thể hoá. Bất đồng cách giải quyết của quốc hội, toà đề xuất phải giải quyết các vấn đề hoàn trả hay bồi thường trên căn bản luật riêng biệt, minh danh các trường hợp sai phạm cụ thể và không thể thông qua thủ tục thỉnh cầu tại quốc hội, trong khi nông dân lại có nhiều tiếng nói và có thể gây được ít nhiều áp lực hơn trong chính quyền.

243

Trong việc đem lại công lý cho trước oan sai về luật, toà yêu cầu quốc hội không tạo tiền lệ nguy hiểm nhằm trả thù các cán bộ đảng viên của chế độ củ vì mục tiêu chính trị, vì toà dựa trên nguyên tắc bất hồi tố của hình luật. Toà theo dỏi lảnh vực truyền thông và nhân danh tự do báo chí mà yêu cầu chính quyền từ bỏ kiểm soát truyền thông. Toà đã tích cực hoạt động trong một khuôn khổ hiến pháp mới nên mọi quyết định được công chúng hoan nghinh và được tôn trọng là một thành phần đối trọng có tầm vóc với chính quyền và quốc hội.

Hiện nay khuynh hướng can thiệp của toà trở nên dè dặt hơn so với trước đây, bắt đầu thiên về hoàn chỉnh các học thuyết và án lệ hơn và ít can thiệp trực tiếp vào các vấn đề nóng bỏng chính trị nên được gọi là judicial self-restraint. Thống kê từ 1990- 2004 cho thấy toà nhận thấp nhất là 1098 hồ sơ trong năm 1994 và cao nhất là 2302 vào năm 1991, vượt quá khả năng làm việc của toà. Mối quan hệ của Toà Bảo Hiến và các toà thông thường còn là một đề tài cần được xác minh vì có hai quan điểm khác nhau giữa sự phân nhiệm theo hiến pháp hay phân công nội bộ khi cứu xét. Hầu hết các quyết định của toà án được hành pháp thi hành. Thời gian gần đây có nhiều tranh chấp giữa hành pháp và Toà Bảo Hiến về các quyết đinh liên quan đến vấn đề kinh tế gây nhiều bất lợi cho hành pháp. Toà thường bị hành pháp phê phán là thiếu thẩm quyền chuyên môn trong các vấn đề phức tạp do nền kinh tế thị trường phát sinh.

Toà Bảo Hiến Slownien đã có ảnh hưởng quan trọng trong sinh hoạt chính trị, không chỉ tựu chung nhằm giải quyết các vấn đề còn tồn động trong quá khứ mà cố làm sáng tỏ về giá trị của hiến pháp mới. Khó khăn của toà là xét các văn bàn dưới luật để phù hợp với khuôn khô luật hiến pháp. Dù nguyên tắc tam quyền phân lập được xác minh nhưng trong thực thể còn có quá nhiều vi phạm vì hai lý do một là trình độ kỹ thuật lập pháp và lập quy cũa hành pháp còn quá thấp và hai là khả năng kiểm soát của toà cũng không thể đáp ứng kịp thời. Đến nay khái niệm về cơ sở hành chánh địa phương và thẩm quyền vẫn xưa được xác minh, đây là những vấn đề trong thể chế hành chánh của nhà nước Nam Tư củ để lại. Ngược lại, Toà Bảo Hiến của Slowakei bắt đầu thể hiện tính độc lập của mình đối với hành pháp và quốc hội. Điểm nổi bật là tố quyền đã mở rộng cho người dân trước các vi phạm về nhân quyền và dân quyền. Toà đã bắt đầu áp dụng chuẩn mực theo án lệ về nhân quyền cua Toà châu Âu ở Strassborug, nhưng việc thích nghi trong trong giải thích và áp dụng là một vấn đề khác cho việc xây dựng nhà nước pháp quyền trong tương lai.

Toà Bảo Hiến tại Séc đã bắt đầu hoạt động từ năm 1993. Toà không những là một cơ quan tối cao trong bộ máy nhà nước mà được người dân coi như là một định chế bảo vệ dân quyền và nhân quyền trước mọi vi phạm và tạo niềm hy vọng về sự an toàn luật pháp. Luật về thẩm quyền Toà Bảo Hiến được tu chỉnh rất nhiều lần để phù hợp với tình thế đòi hội, đặc biệt là để gia nhập vào cơ quan Liên Âu. Thay đổi quan trọng nhất vào năm 1991 tại Séc là khi quy đinh mối quan hệ thẩm quyền giữa toà thông thường và Toà Bảo Hiến. Khi có nghi ngờ về tinh vi hiến của một đạo luật, toà thông thường không được phép tự quyết định mà phải thỉnh cầu Toà Bảo Hiến giải thích vấn đề vi hiến trước khi quyết định trường hợp cụ thể, đặc biệt nhất là khi liên quan đến các vi phạn nhân quyền hay các hiệp ước quốc tế. Vấn đề lý thuyết này đã được quy định, nhưng áp dụng trong thực tế như thế nào còn phải cần thời gian chứng nghiệm.

Toà Bảo Hiến tại Rumanien đã không đem lại nhiều thành tựu như người dân mong đợi vì tính độc lập của toà không được đảm bào, mặc dù qua thời gian thẩm quyển của toà được mở rộng hơn so với trước đây. Thống kê cho thấy từ năm 1992-2005 toà đã cứu xét

4600 vụ tranh tụng mà xét tính vi hiến đã chiếm đến 4259. Tỷ lệ thắng các vụ xét vi hiến chỉ đạt được 6% cho thấy là quá ít so với tỷ lệ ở các nước Tây Âu. Khi giải quyết tranh chấp giữa quốc hội và hành pháp về các vấn đề tiên kiểm cho thấy toà có khuynh hướng thân hành pháp. Các quyết định này đã tạo bất bình trong đối lập và công luận. Khác với Ba Lan, hệ thống án lệ hiện nay tại toà Rumanien chưa là một đóng góp quan trọng trong việc xây dựng pháp quyền tương lai.

Thành tích của Toà Bảo Hiến tại Litauen không có gì là đặc sắc trong những năm đầu tiên và những khó khăn trong buổi giao thời không khác như các nước khác. Nổi bật nhất là Toà đã chung quyết thủ tục truất phế tổng thống Rolands Paksas vào năm 2004 vì đã vi phạm nghiêm trọng luật hiến pháp. Đây là một tranh cải chính trị lớn nhất giữa quốc hội và tổng thống về giá trị hiến pháp ở Litauen. Một điểm son trong thành quả của Toà Bảo Hiến khi xác định vị vi phạm này và áp dụng thủ tục bài miễn để thể hiện tinh thần nhà nước pháp quyền.

Kết luận

Kinh nghiệm của các nước Đông Âu trong tiến trình chuyển đổi là một bài học thực tế sinh động cho Việt Nam, vì lẻ cả hai cùng một theo quan điểm chung về luật Mác xít và các vấn đề mà các nước Đông Âu đã giải quyết thành công cũng sẽ là các vấn đề mà Việt Nam phải đang giải quyết: vai trò lãnh đạo của Đảng, quyền sở hữu toàn dân, kinh tế thị trường, tôn trọng các nhân quyền và dân quyền, tổ chức bộ máy nhà nước hiệu năng với tam quyền phân lập. Đây là những khởi điểm chung trong việc xây dựng nhà nước pháp quyền.

Tuy giống nhau về hệ thống nhưng các nước Đông Âu và Việt Nam vẫn còn có những dị biệt cơ bản. Đông Đức có Tây Đức và Đông Âu có Tây Âu gần gủi về địa lý cũng như hậu thuẩn về chính trị. Cùng sự hỗ trợ hùng hậu nhưng cũng có những áp lực về chính trị của Tây Âu mà Đông Âu không có những chọn lựa khác hơn. Cái giá mà Tây Âu phải trả trong việc tài trợ các chương trình cải cách luật pháp tại Đông Âu là 11 tỷ Euro để Đông Âu có những thành tựu như ngày nay. Khi các nước Đông Âu chấp nhận nền kinh tế thị trường của chủ nghĩa tư bản, thì Việt Nam quyết tâm xây dựng nền kinh tế thị trường theo định hướng chủ nghĩa xả hội. Đó là sự khác biệt và cũng là thách thức cho Việt Nam, vì phân biệt những thành tựu nào của Đông Âu có thể áp dụng cho Việt Nam sẽ là một loại nan đề khác.

Chúng ta hy vọng rằng Việt Nam sẽ quan tâm hơn kinh nghiệm của Đông Âu trong việc định hình cho Toà Bảo Hiến Việt Nam để cho người Việt được sống trong sự an toàn pháp luật của một nhà nước pháp quyền văn minh.

.

III

Kết luận

1

Vấn đề Tu chỉnh Hiến Pháp

Các kinh nghiệm quốc tế lý thuyết và thực tế về nhà nước pháp quyền trình bày trong tuyển tập này không thể được coi một khuôn mẫu tuyệt vời để có thể áp dụng vào hoàn cảnh Việt Nam, nhưng tìm hiểu học hỏi va chon loc những tinh hoa này là một khởi đầu cần thiết cho việc xây dựng nhà nước pháp quyền. Nổ lực này cần nhiều công sức của nhiều thế hệ tiếp nối triển khai. Tác giả hy vọng rằng tuyển tập này là một đóng góp khiêm tốn đã đem đến tư duy mới lạ cho độc giả để có cơ sở so chiếu với kinh nghiệm sẳn có của Việt Nam. Nhân dịp này tác giả cũng xin đề xuất một ý kiến trong việc tu chỉnh Hiến pháp để thay lời kết luận.

Các khuyết điểm của Hiến pháp đã được thảo luận quá nhiều để góp ý. Do đó, ở đây sẽ không bàn thêm chi tiết các vấn đề quen thuộc này, mà chỉ nhìn lại trong khuôn khổ lý thuyết và thực tế của nhà nước pháp quyền để đề xuất một giải pháp cho tu chỉnh hiện nay.

Chúng ta đang ở đâu?

Giải pháp thứ nhất cho là tu chỉnh phải phù hợp với nhu cầu tự hoàn thiện của cơ chế. Do đó, cần duy trì Đảng quyền để cho mọi sinh hoạt chính trị sẽ tuần tự chuyển hoá trong an hoà và việc thay đổi triệt để bằng cách soạn thảo Hiến pháp mới là không cần thiết. Điều kiện cần có là nâng cao ý thức về trọng pháp qua giáo dục và khái niệm về NNPQXHCH triển khai sâu rộng hơn. Đảng sẽ đem lại giải pháp cho Hiến pháp, nên cần ủng hộ Đảng và góp ý trong khuôn khổ mà Đảng đề xuất. Thành tựu tiệm tiến là một triển vọng khả thi.

Giải pháp thứ hai chủ trương đột phá hơn. Tu chỉnh không thể cải thiện các lỗi hệ thống vì không có tác dụng triệt để và lâu dài mà du nhập những mô hình ngoại lai để thay thế là giải pháp. Nguyên tắc tam quyền phân lập, xác định vai trò Đảng quyền trong hệ thống chính trị đa nguyên và đa đảng và phát huy tinh thần thượng tôn luật pháp là những biện pháp cụ thể.

250

Các nhà đấu tranh cho dân chủ trong nước và hải ngoại tin rằng Đảng là vấn đề mà mô hình Hiến pháp các nước phương Tây là giải pháp, nhưng họ không đủ khả năng huy động sự đồng thuận của Đảng.

Đảng chống đối có nhiều lý do. Một là, hoàn cảnh của Việt Nam với thí dụ về truyền thống đấu tranh Cách mạng, liên tục của lịch sử và thành tích Đổi Mới. Hai là, Hiến pháp với mô hình theo các nước phương Tây sẽ không bảo đảm được sự vận hành. Đề cao giá trị văn hoá Á Đông trong sinh hoạt chính trị là một đề tài gây nhiều tranh luận và không đem lại một giải pháp, Ba là trình độ dân trí là không phù hợp.

Dù tiệm tiến hay đột phá, tu chỉnh hay soạn mới, cả hai giải pháp đều tùy thuộc vào thiện chí của chính quyền, dân chúng và học giới. Khi dân góp ý để sửa đổi Hiến pháp trong khuôn khổ của Đảng, thì những ý kiến táo bạo trong vấn đề Đảng quyền lại không được Đảng phản biện lập luận dựa trên khái niệm pháp luật mà xử lý dựa theo quyền lực chuyên chính và suy thoái đạo đức. Khi dân thỉnh nguyện ngoài hệ thống, thiểu số này thể hiện tinh thần can đảm đáng khâm phục, nhưng lại bị phê bình là không thể xác minh được thẩm quyền đại diện, vì không có thống kê chính xác. Chứng minh khoa học về nhu cầu thay đổi Hiến pháp là nhiệm vụ của học giới, nhưng lại là vấn đề nhạy cảm chính trị và họ không được phép tiến hành. Dù thành tâm đóng góp của học giới là có thực, nhưng hiệu năng bị nghi ngờ.

Chúng ta phải làm gì?

Hiện nay, khái niệm NNPQXHCH chưa đủ sức thuyết phục. Tất cả các khó khăn về khái niệm sẽ được làm lại trên một căn bản mới khi một khế ước nguyên thủy hình thành. Chúng ta muốn tự đặt mình trong khuôn khổ của luật Hiến pháp để giải quyết các vấn đề chung sống nhưng không có một khế ước nguyên thủy theo ý nghĩa cao đẹp nhất của một **contrarius originarius** trong lý thuyết luật học, một vấn đề nền tảng cho Hiến pháp. Khi khế ước nguyên thuỷ là một vấn đề ưu tiên, thì các nguyên tắc hiến định trở thành vấn đề kỷ thuật có thể sẽ được giải quyết sau. Đó là điểm mà ý dân và ý Đảng còn có thể gặp nhau trong một giới hạn nhất định. Khi học giới biết được căn bản này thì họ sẽ đóng góp hữu hiệu hơn để giải quyết vấn đề khái niệm hiến định.

Ý Đảng? Chuyện dễ hiểu vì đã thể hiện rõ. Không một Đảng cầm quyền nào, kể cả tại các nước dân chủ, lại muốn tự bỏ địa vị cai trị. Ở Việt Nam có khác hơn, vì theo quan điểm lịch sử mà Đảng muốn cầm quyền toàn diện và triệt để, trong khi một chế độ chính trị chỉ đem lại một giải pháp tạm thời cho các vấn đề xã hội. Thiện chí của Đảng được suy đoán nhiều, nhưng vũ khí của Đảng hôm nay là lập luận của lý trí dựa trên khái niệm pháp luật để thuyết phục, một hình thức tự khai sáng và vận dụng. Đảng phải tạo thu hút hơn bằng lập luận và thuyết phục dân chúng trên cơ sở hợp tác và đối thoại. Nếu Đảng đem lại giải pháp, thì chính danh sẽ thêm ngời sáng.

Ý dân? Không ai có khả năng để trả lời câu hỏi này thoả đáng. Đảng tự hào thu phục nhân tâm khi dựa vào thành tích đấu tranh giải phóng và Đổi Mới, nhưng hiện nay Đảng không chứng minh được về niềm tin của dân vào sự lãnh đạo của Đảng với phương pháp thăm dò dư luận. Người bất đồng chính kiến thấy mình là thiểu số; bi quan này thiếu cơ sở, khi ý thức về bất công xã hội càng ngày càng nhiều, mà chính họ không thể xác định được mức độ. Đã đến lúc ý kiến của toàn dân trước vấn đề hệ trọng của đất nước cần được tìm hiểu, luận chứng và trình bày công khai với các phương pháp khoa học khả tín; một chuyện dễ làm, xảy ra hàng tuần và hằng tháng tại các nước phương Tây, nhưng chưa hề có tại Việt Nam. Hiển nhiên các ý kiến hiện nay không phải là của tất cả 90 triệu dân Việt, vì nếu có là đa số thì cũng cần được kiểm chứng khách quan.

Nếu chúng ta nghiêm khắc với chính mình thì chúng ta phải nhận ra rằng đã đến lúc đất nước cần có một khế ước nguyên thủy làm nền tảng cho sự chung sống, một nguyên ủy cho mọi chuyển động tương lai của xã hội. Triển vọng duy nhất mở ra cho Việt Nam hôm nay phải là một cuộc trưng cầu dân ý theo phương cách khách quan để xác định lòng dân, một tiền đề cho mô hình tương lai của Hiến pháp, kết quả này phải tùy thuộc vào trưng cầu dân ý.

Hợp tác của dân chúng đòi hỏi có ý thức về giá trị sử dụng thẩm quyền lập hiến. Những chuyển biến gần đây cho thấy ý thức về vai trò luật Hiến pháp thay đổi nhiều so với trước đây, mà kết quả góp ý là thí dụ. Dĩ nhiên, khi dân chúng ý thức rằng Đảng là vấn đề mà dân chúng là giải pháp thì trưng cầu dân ý là một cơ hội lịch sử để toàn dân tham gia đem lại giải pháp này. Trong chiều hướng này, chúng ta được phép hy vọng là mức độ tham gia sẽ cao hơn bao giờ hết.

2

Tỉnh thức để dân chủ hoá

Vô cảm là trở lực trong hiện tại

Trước hiện trạng tụt hậu của đất nước, Việt Nam đang cần cải cách toàn diện về đất nước và con người, mà bốn trụ cột chính làm nền tảng để xây dựng cho tương lai là dân chủ đại nghị, kinh tế thị trường, thể chế pháp quyền và xã hội dân sự. Việt Nam đang cần có những con người không những thích tìm hiểu và yêu mến các giá trị mới mà còn thiết tha xây dựng thể chế mới làm tác nhân chuyển hoá. Nếu đa số người Việt có kiến thức mới, ý thức mới và động lực khích lệ đóng góp, thì sẽ có chuyển biến cho đất nước. Nhưng thái độ vô cảm hiện nay của chính quyền và đa số người dân là trở lực chính.

Do chế độ toàn trị tận dụng các chính sách tuyên truyền về một ý thức hệ giả tạo và mọi phương thức khủng bố toàn dân, nên vô cảm trước các vấn đề vẹn toàn lãnh thổ, tồn vong dân tộc, chính thống của chế độ và bất công xã hội trở thành một thái độ "khôn ngoan" cho nhiều người.

Nhạy cảm sai lầm trong quá khứ.

Nhạy cảm là một sự thay đổi từ nội tâm trước một giá trị chung. Dù tiềm tàng trong cá nhân, nhưng lòng dâng hiến cho một lý tưởng cao đẹp sẽ thúc đẩy làm cho cảm xúc xã hội hình thành và duy trì. Nhạy cảm chính trị có ý nghĩa quan trọng trong lịch sử.

Thí dụ như trước đây, Đảng đã nói rằng vì lòng tự hào là dân tộc anh hùng nên Việt Nam sẵn sàng chống Mỹ thay cho Liên Xô và Trung Quốc; vì yêu thương miền Nam ruột thịt bị Đế quốc Mỹ và tay sai kềm kẹp mà miền Bắc đấu tranh giải phóng. Đó là hai khẩu hiệu tuyên truyền đầy tình cảm. Thời gian lắng động và lịch sử sang trang đã chứng minh là các hãnh diện này làm hao tốn nhiều máu xương oan uổng cho bao thế hệ.

Ngày nay, tình thế đổi thay, Đảng cũng cần có cảm xúc mới để mở lối: bài Hoa hay thân Mỹ lại là những mơ ước có ảnh hưởng đến chính trị đối ngoại trong tương lai của người Việt. Thực ra, thương yêu nhau trong tình tự dân tộc một cách lành mạnh đáng lý ra phải là một cảm xúc trân quý cần có để phát huy thành một nguồn lực chuyển hoá cho đất nước.

Gần đây, phong trào dân oan đòi công lý ngày càng lan rộng. Nhưng thương tâm trong nghịch cảnh hay tự thiêu để phản đối đã không đem lại một giải pháp bồi thường thoả đáng cho nạn nhân, mà cũng không tìm ra được điều chính yếu cần phải có, đó là một hệ thống luật pháp công minh và tinh thần trọng pháp của người dân và chính quyền.

Tác nhân chuyển hoá trong tương lai

Nguyên ủy cho các chuyển động trong tương lai là Việt Nam cần có các tác nhân chuyển hoá và nhưng rất khó tìm ra giới tiên phong này.

Vì muốn tiếp tục độc quyền lãnh đạo nên Đảng sẽ không dại gì mà khởi xướng thay đổi. Đảng cũng không muốn người dân có ý thức về giá trị dân chủ mà còn quy kết ai kêu gọi dân chủ là thế lực phản động và suy thoái đạo đức. Bầu cử tự do không xảy ra vì chế độ Đảng cử dân bầu nên không tác động. Khi 3 triệu 5 Đảng viên tập trung nguồn lực để lo giải quyết động loạn xã hội nhất thời và bảo vệ đặc quyền và đặc lợi cho thân tộc, nên đã và sẽ không còn sức mà lo về một trào lưu chuyển hoá lâu dài để xây dựng cho một nhà nước vĩnh cửu. Khi đa số Đảng viên tin là còn Đảng còn mình, thì thiểu số có ý thức dân chủ cũng không thể thay đổi quan điểm của lãnh đạo và đa số. Kinh nghiệm Đông Âu cho thấy là các Đảng viên không thể chủ động trong tiến trình chuyển đổi mà là toàn dân. Chúng ta tiếp tục tin tưởng giao phó sinh mệnh dân tộc cho 3 triệu 5 Đảng viên là một sai lầm.

Vì lo sợ là sẽ hỗn loạn hơn và cuộc sống sẽ khó khăn hơn mà đa số dân chúng không muốn có thay đổi triệt để chế độ. Dân oan đòi công lý là chỉ muốn bồi thường thoả đáng và công nhân biểu tình là để đòi hỏi thay đổi điều kiện làm việc tốt đẹp. Do đó, cho đến nay dân chủ hoá không phải là mục tiêu đấu tranh chính và cũng không có phong trào đấu tranh trực diện và toàn diện.

Trong giai đoạn mà các phong trào đối kháng và xã hội dân sự đang được hình thành, một thiểu số khả kính có ý thức về dân chủ và can đảm lên tiếng, nhưng lại không có nhân sự và chương trình để thu hút đa số. Thỉnh thoảng có một vài thỉnh nguyện thư, nhưng không đủ khích động để dân chúng tham gia đông đảo và để nhà nước quan tâm giải quyết. Vì không đủ tư thế để đối thoại như tại Đông Âu, Miến Điện hay Á Rập, nên nhà nước không xem thương thảo với họ là giải pháp.

Thuận lợi nhất hiện nay là cư dân mạng ngày càng quan tâm nhiều hơn các vấn đề nóng bỏng; phương tiện truyền thông xã hội ngày càng đa dạng giúp cho việc truyền bá thông tin đấu tranh nhanh chóng hơn. Nhưng làm sao để các lực lượng đầu tàu trong không gian ảo này mạnh và chừng nào mạnh để bước vảo đấu tranh trong thế giới thực thì không ai biết.

Phương Tây và người Việt hải ngoại quan tâm đến chuyển hoá, nhưng không thể lo hết mọi chuyện nội bộ như dân chủ, nhân quyền và lãnh thổ. Tố cáo Việt Nam vi phạm nhân quyền có tác dụng nhất định trên bình diện quốc tế, vì đã có những thương lượng trong một vài trường hợp cá biệt, nhưng kết quả đổi chác ngoại giao lại làm giảm hiệu năng cho phong trào đấu tranh chung và không cải thiện toàn hệ thống. Vi phạm nhân quyền tại Syria trầm trọng hơn Việt Nam và quốc tế không ai can thiệp, thì hy vọng Mỹ trực tiếp can thiệp mạnh bạo hơn tại Việt Nam trong tương lai là thiếu thực tế.

Nhiều nhà đấu tranh kỳ vọng là nếu nội tình của Trung Quốc suy vi hay nếu Việt Nam chịu chấp nhận các ràng buộc để tham gia TPP, thì Việt Nam có ngay dân chủ. Lạc quan này thiếu cơ sở. Dân chủ là một vấn đề tự ý thức và dân chủ hoá là một nỗ lực trong một tiến trình lâu dài và sâu rộng, cho nên dân chủ không phải là quà tặng của Trung Quốc hay do áp lực của TPP mà có. Trung Quốc không có mặt hàng dân chủ trong thị trường nội địa để tặng. Mối liên hệ nhân quả trực tiếp trong các nhượng bộ về thoả hiệp mậu dịch với sự hình thành trào lưu dân chủ của Việt Nam là điều không thể xác định, cho dù những hoảng loạn bất lợi cho chính quyền có thể xãy ra. Hai hy vọng này là sai lầm.

Ý thức về dân chủ là nguồn lực

Có lập luận cho rằng đa số người Việt đang có ý thức về dân chủ và nhiều nhạy cảm để đóng góp cho tiến trình chuyển hoá. Thực tế bi quan hơn, khi các nguy cơ về nâng cao dân trí và chấn hưng dân khí chưa được giải quyết. Vì giáo dục suy tàn và thiếu nỗ lực khai sáng cá nhân nên không có thay đổi văn hoá chính trị để tạo điều kiện thuận lợi cho trào lưu mới. Trung bình thì một người Việt không đọc đến một cuốn sách trong một năm; về lĩnh vực tư tưởng chính trị thì số lượng sách loại này in ra là 500 bản để bán cho 90 triệu dân, thì không thể tìm ra sự đồng thuận mới của toàn dân về các giá trị dân chủ cho tương lai.

Vì đã sống 40 năm trong một chế độ toàn trị nên thế hệ hậu chiến ít có ý thức về khái niệm dân chủ và chưa có kinh nghiệm sống với chế độ dân chủ. Đa số lại không có đủ năng động để tự khai sáng và không có dịp so sánh, nên cũng chưa có thể làm quen và mến yêu các giá trị dân chủ và có động lực khích lệ để đòi hỏi dân chủ.

Do đó, giá trị mới chưa thành hình trong khi giá trị cũ không còn nữa. Khi bế tắc này còn kéo dài, thì bịnh vô cảm chính trị của dân chúng sẽ còn trầm trọng hơn. Liệu liều thuốc bài Hoa và thân Mỹ có làm cho cơn bịnh trầm kha này thuyên giảm không, chưa ai đoán được.

Tỉnh thức thương yêu là hành trang khởi đầu

Nếu dân chủ hoá là một chuyến viễn du mộng tưởng của toàn dân, vì ý thức về các giá trị dân chủ chưa có, thì liệu chúng ta có nên hy vọng là tỉnh thức của lãnh đạo và dân chúng may ra sẽ tạo một hành trang khởi đầu để dân chủ hoá được không.

Bằng tỉnh thức, Đảng sẽ thấy là chuyện không muốn sẽ phải đến: do tham nhũng và bất lực nội tại của chế độ toàn trị mà tiến trình tự hủy phát sinh là kết quả tất yếu. Đảng không thể tìm phép lạ nơi Hoa Kỳ hay Trung Quốc để thoát hiểm cho Đảng mà chính là sức mạnh dân tộc sẽ làm cho Đảng hồi sinh. Nhưng Đảng không còn một phương sách khả thi để mưu sinh cho dân, trong khi Đảng cũng đã không thể lý giải được cơ chế Kinh tế Thị trường và Nhà nước Pháp quyền theo định hướng XHCH và hoàn thiện đường lối này cho đến cuối thế kỷ XXI. Đảng cũng không thể tiếp tục nhân danh đạo đức cách mạng trong quá khứ mà dùng bạo lực đàn áp dân lành để duy trì chế độ hiện nay. Đảng và nhà nước cần có nhiều can đảm hơn để nhìn thẳng vào tình trạng tụt hậu của đất nước.

Nhờ thế, từ nay, lãnh đạo có ý thức trách nhiệm hơn để tìm lại chính danh và tín nhiệm. Chuyển biến cụ thể cần có nhất trong hiện nay là lãnh đạo sẽ không còn ác với dân, hèn với giặc, nghi ngờ mọi người là thù địch, lo sợ mất độc quyền lãnh đạo bất nhân và lo mất của bất chánh.

Bằng tỉnh thức về tình tự dân tộc, tấm chân tình, lòng tương kính, tinh thần hiếu hoà và trọng pháp, người dân sẽ không còn dùng bạo lực để tự ban phát công lý để giải quyết các tranh chấp trong gia đình, học đường

259

và xã hội. Chuyển hoá này sẽ làm mọi người gắn bó nhau để cùng xây dựng một hạnh phúc chung trong một xã hội bình ổn. Khi người dân có kiến thức mới sẽ can đảm hơn để thảo luận với chính quyền nhằm nhận ra các điều kiện đem lại hoà bình và thịnh vượng cho đất nước, mà cụ thể là các giá trị của dân chủ đại nghị, kinh tế thị trường, thể chế pháp quyền và xã hội dân sự.

Mọi vấn đề hiện nay có thể sẽ được giải quyết một phần nào khi có sức mạnh dân tộc mà sự hiểu biết của toàn dân, đồng thuận chính trị với nhà nước và quyết tâm chuyển hướng của cả hai là chính. Đường lối thực tiễn là thay đổi hiến pháp dân chủ, nâng cao đạo đức và giáo dục, tăng trưởng kinh tế, tôn trọng trí thức và pháp luật, thực thi nhân quyền và dân quyền và bảo vệ thiên nhiên.

Nếu không nhận ra được cơ hội cuối cùng này để khẩn trương hành động thì lần đại bại này của dân tộc sẽ là vĩnh viễn, vì đại hoạ Bắc thuộc cũng không còn cho phép Đảng và nhà nước được phép cai trị như hiện nay và thế hệ tương lai sẽ lãnh chịu mọi hậu quả của việc nô lệ tự nguyện và lãnh trả nợ của quốc tế.

Dân chủ hoá không phải là một tư tưởng rỗng tuếch mà là một nhiệm vụ do chính toàn dân giải quyết dần dần để tiến gần tới mục tiêu. Chúng ta hy vọng là khoảng cách sẽ thu ngắn hơn để đạt được những tiến bộ này. Nhưng hy vọng hàng đầu là trào lưu dân chủ hoá sẽ tiến nhanh và tiến mạnh hơn trước khi tiến trình Hán hoá kết thúc.

Tỉnh thức lòng yêu thương trong tình tự dân tộc và cùng giúp nhau nhận chân các giá trị nền tảng để dân chủ hoá là một hành trang khởi đầu. Tinh thần khai minh sẽ giúp chúng ta nhận ra các lý tưởng này nhưng còn tìm cách áp dụng nó là một thách thức trong thực tế. Kiên trì khai sáng để chuyển hoá thái độ vô cảm của

chính quyền và người dân nhằm xây dựng một thể chế chính trị mới cho
Việt Nam là nỗ lực trường kỳ của chúng ta.

3

Tỉnh Thức Về Dân Quyền
Để Tránh Hoạ Diệt Vong

Hiện trạng

Nếu ĐCSVN thức thời tận dụng các tiềm lực của miền Nam đúng mức và chuyển hướng đúng lúc, thì sau khi thống nhất, Việt Nam đã có một vận hội mới để xây dựng thành một quốc gia dân chủ, phú cường và văn minh.

Nhưng đến nay, thời gian qua đã quá đủ để chứng tỏ là ĐCSVN chỉ còn biết dùng bạo lực trấn áp để bảo vệ chế độ và không còn đủ sức để giải quyết các vấn đề sinh tử cho đất nước. Cụ thể là nợ công tràn ngập và thất thoát ngân sách làm cho kinh tế nội địa bế tắc, đất nước cạn kiệt môi sinh, suy đồi đạo đức, lạc hướng giáo dục, vi phạm nhân quyền, bất ổn xã hội, tất cả làm tình hình ngày càng trầm trọng hơn. Gần đây nhất là tổ chức khủng bố tại hải ngoại vừa làm ô danh ngoại giao với phương Tây vừa tiếp tục lừa dối dân chúng.

Khi đại hoạ Bắc thuộc là thực tế, thì các hy vọng phát huy dân chủ, tăng trưởng kinh tế và công bình xã hội chỉ còn là ảo vọng: Tổ quốc đang lâm nguy là hiện trạng báo động.

Nguyên nhân

Ai tạo ra các thảm họa hiện nay cho đất nước? Đảng hay dân chúng? Cả hai.

Đảng?

Đảng chi phối toàn bộ mọi sinh hoạt của đất nước với mô hình:"Đảng lãnh đạo nhà nước, quản lý nhân dân, làm chủ đất nước". Cơ chế chính trị này mang quá nhiều tác hại.

Một là, hiệu ứng của Mật ước Thành Đô đã thể hiện khi Đảng phải dâng đất và biển cho Tàu để có hỗ trợ chính trị. Hiện nay, Đảng phải tìm cách thân Mỹ để tìm chính danh, nhưng Mỹ không quan tâm Việt Nam đúng mức và cũng không có phép lạ làm chuyển biến nội tình.

Hai là, ĐCSVN biến Việt Nam thành một nền kinh tế trọng thương bất phú, tư bản thân tộc và xã hội thị trường. Đảng không cần chứng minh có khả năng lãnh đạo và đáng được hưởng thành quả tương xứng. Chuyện lạ nhất thế giới là Đảng viên không bị truy tố theo pháp luật khi sai phạm mà chỉ kỷ luật và xử lý nội bộ; thậm chí có trường hợp mà cả nước không ai dám gọi đích danh phạm nhân và còn ca ngợi là người tử tế.

Giải pháp trước mắt là tận diệt tham nhũng. Lý giải này đúng một phần về nguyên nhân và sai là về thực hiện: biện pháp không triệt để vì chỉ là để thanh toán các phe nhóm tranh ăn lẫn nhau, luật lệ không nghiêm minh và tài sản bất chánh của lãnh đạo đã theo con cháu ra ngoại quốc từ lâu. Chống tham nhũng là quan trọng nhưng giữ gìn sự toàn vẹn lãnh thổ và tồn vong của dân tộc trở thành sinh tử hơn bao giờ hết.

Dân chúng?

Quyền dân tộc tự quyết là thiêng liêng, tối thượng và bất khả xâm phạm, nhưng toàn dân chưa bao giờ có cơ hội và đủ can đảm hành sử quyền này. Hội nghị Diên Hồng là một trường hợp duy nhất trong lịch sử. ĐCSVN chưa bao giờ hỏi toàn dân muốn gì để giải quyết các vân đề trọng đại của đất nước. Đâu là lý giải cho thực trạng này?
Một là độc tôn Đảng quyền. Đảng khám phá ra được hai chữ "Nhân Dân" và nhờ thế Đảng định đoạt thay cho toàn dân, nắm trên và ngoài hệ thống pháp luật. Việc phát động các cuộc đấu tranh chống Pháp và Mỹ là Nghị quyết của Đảng; người dân không có cơ hội bày tỏ chính kiến trong các Tuyên ngôn Độc Lập, Hiệp định Genève và Paris; quyền phúc quyết của người dân theo thủ tục hiến định không ai đặt ra.

264

Hai là vi phạm thẩm quyền lập hiến. Việt Nam chưa bao giờ có một Hiến Pháp thể hiện đúng theo ý chí chung sống của toàn dân và là một khuôn mẫu quy phạm chung cho toàn xã hội, mà chỉ là một bản sao Nghị Quyết của Đảng về những đường lối đấu tranh.

Hiến Pháp có xác định thẩm quyền lập hiến là chủ quyền của nhân dân, nhưng lại đề cao vai trò tối thượng của Quốc Hội, một cơ chế Đảng cử dân bầu và không phân định rõ phạm vi. Tất cả quyền lực của Nhà nước đều thuộc về nhân dân nhưng người dân không thể thực hiện quyền này trong thực tế, vì phải thông qua Quốc Hội và Hội đồng Nhân dân. Quốc Hội là cơ quan duy nhất có quyền lập hiến và lập pháp và chỉ có Quốc Hội mới quyền sửa đổi Hiến Pháp.

Hiến Pháp không minh thị thẩm quyền phúc quyết, đó là một sự thiếu nhất quán trong quy định quyền lực của nhân dân. Hiến Pháp không phát huy đúng mức quyền làm chủ của nhân dân vì cho phép Quốc Hội không thực hiện trưng cầu dân ý, một lỗi hệ thống. Đây là hai đặc thù nhưng cũng là một nghịch lý cho đất nước.

Tại sao người dân lại chấp nhận như vậy? Phải chăng là vì các biện pháp đàn áp của Đảng thành công đến độ dân phải khuất phục? Phải chăng người dân chỉ còn có di cư, vượt biên hay hạ cánh an toàn là giải pháp? Phải chăng người dân không còn sức lực và cơ hội đấu tranh và chỉ sống trong tinh thần nô lệ tự nguyện? Không ai có thể trả lời các câu hỏi về sức mạnh dân tộc một cách thoả đáng.

Giải pháp

Để đất nước có thể khởi đầu cho một kỷ nguyên mới, chúng ta hãy tỉnh thức và phải đòi quyền dân tộc tự quyết để buộc Đảng phải trả quyền này.

265

Để đạt được mục tiêu, chúng ta nên can đảm hơn để sống trong sự thật, sống tự do trong một đất nước không tự do, dám đối kháng đòi ĐCSVN phải tạo ra những giá trị mới cho Hiến Pháp. Đó là điều kiện khởi đầu. Tại sao? Vì chúng ta muốn là tự đặt mình trong khuôn khổ của luật Hiến Pháp mới.

Việt Nam hoàn toàn không có một khế ước nguyên thủy giữa người dân và chính quyền theo ý nghĩa của một contrarius originarius trong lý thuyết Luật học, một vấn đề nền tảng cho Hiến Pháp. Vì thế, chính quyền không thể giải quyết các vấn đề chung sống xã hội và dân chúng không thể thoát khỏi tình trạng vô luật lệ. Khế ước nguyên thuỷ là một vấn đề khái niệm ưu tiên.

Hiện nay, khái niệm NNPQXHCH không đủ sức thuyết phục, khái niệm về chuyên chính vô sản đã bị chôn vùi; khái niệm thế lực phản động cũng không phù hợp trào lưu dân chủ hoá; những khái niệm về đối lập, quyền tư hữu và tự do báo chí tư nhân cũng không được chấp nhận. Khi toàn dân nói lên được là mình muốn gì và Đảng phải đồng tình thì kết quả này sẽ trở thành vấn đề kỹ thuật cho các nguyên tắc hiến định và có tác dụng hình thức căn bản khởi đầu cho một Hiến Pháp tự do (constitutio libertatis). Tất cả các khó khăn về khái niệm sẽ được làm lại khi một khế ước nguyên thủy hình thành. Điểm chính là lòng dân đủ mạnh để ý Đảng phải tuân theo; nhưng cả hai còn có thể gặp nhau không? Có thể có trong một giới hạn nhất định, đó là lòng yêu nước.

Tình thế đổi thay, lòng yêu nước ngày nay phải khác xưa và có một nội dung cảm xúc mới, đó là toàn thể phải biết nổi giận trước hiểm hoạ diệt vong, khinh bỉ thái độ hèn với giặc và ác với dân, đồng cảm với bất hạnh của người cô thế, tìm hiểu, mến yêu và bảo vệ những giá trị phổ quát và cao cả của Hiến Pháp tự do mà nguyên tắc dân chủ đại nghị, tam quyền phân lập,

266

tôn trọng thực thi nhân quyền và dân quyền và bảo vệ thiên nhiên là các giá trị mới.

Ý Đảng?

Theo quan điểm lịch sử, Đảng muốn cầm quyền toàn diện, triệt để và muôn đời. Cho dù các biến động tại Liên Xô và Đông Âu sau 1989 là một phản chứng lịch sử, nhưng Đảng không thay đổi các lập luận bảo vệ và không muốn tự bỏ địa vị cai trị. Đảng chưa phân biệt được một sự thật đơn giản: dân tộc là vĩnh cửu, không phải là chế độ chính trị.

Thực tế cho thấy mọi chế độ chính trị thịnh rồi suy, chỉ có thể đem lại một giải pháp tạm thời cho các vấn đề của đất nước. Quan trọng nhất là Luật Hiến Pháp sẽ làm nền tảng cho các nguyên tắc tổ chức chính quyền và xã hội. Khi uy lực nghiêm minh của pháp quyền loan toả và tinh thần trọng pháp của chính quyền và dân chúng lên cao, đó là cơ sở để làm ổn định cho việc phát triển chính trị dân chủ.

Lòng dân?

Có hai phạm vi khác nhau cần phân biệt, đó là nhân quyền nguyên thuỷ là bẩm sinh và lòng mong muốn của người dân sống trong một chế độ chính trị. Lòng dân mong gì trong thực tế? Muốn sống đời tự do đích thực hay nô lệ trong chế độ độc tài?

Tỉnh thức thân phận là vấn đề kiến thức; tìm lại tự do của chính mình đã mất nhằm xác định ý muốn để hành động là vấn đề quyết tâm. Bất phục tùng của người dân không phải là sử dụng bạo lực mà là không còn muốn hỗ trợ cho bạo quyền tiếp tục cai trị.
Kinh nghiệm về lòng dân của miền Nam trước 1975 còn đó. Dân chúng hỗ trợ cho MTGPMN thường là bao che cho thân nhân tập kết theo Cộng sản hoặc muốn yên thân mà thờ ơ trước các biến chuyển của thời cuộc. Đa

267

số dân chúng không ý thức là họ làm suy yếu miền Nam trước hiểm hoạ xâm lăng của Cộng Sản. MTGPMN còn móc nối được một thành phần mới hoạt động tích cực hơn được gọi chung là ăn cơm Quốc Gia thờ ma Cộng Sản. Họ trực tiếp hay gián tiếp làm việc cho MTGPMN trong tinh thần chống Mỹ cứu nước.

Trong khi cấu trúc của chính quyền VNCH còn phôi thai và cần nhiều thời gian và nỗ lực để xây dựng, nhưng giới lãnh đạo lại không tìm ra một khái niệm phù hợp để có thể đấu tranh chính trị với đối phương. Ý thức về một thể chế cộng hoà và dân chủ cũng chưa được phổ biến qua chương trình giáo dục công dân. Tình trạng chung là bất ổn chính trị liên tục tạo ra chính phủ không đoàn kết; bộ máy hành chánh quá nặng nề, sinh hoạt công quyền đều lệ thuộc vào tham nhũng, phân hoá chính trị là vì tinh thần kỳ thị địa phương và dị biệt tôn giáo; tất cả các yếu tố này làm xã hội ung thối và gây thuận lợi cho Cộng sản thành công.

Ngày nay, dù có thuận lợi là được trang bị vũ khí tối tân, nhưng ĐCSVN đang thất bại trong việc thu phục nhân tâm với nhiều lý do tương tự. Lòng dân thì chưa tỏ ra quyết liệt với Đảng mà thái độ thần phục Bắc triều của Đảng đã phơi bày. Tất cả các yếu tố này gây thuận lợi cho tiến trình Hán hoá. Lịch sử thương đau của sự sụp đổ miền Nam đang lập lại trong một bối cảnh mới với quy mô cả nước và tốc độ trầm trọng hơn. Nếu muốn sống vô cảm và chờ đợi hạnh phúc giả tạo do bạo quyền bố thí, thì người dân sẽ không thể thoát đời nô lệ. Sự chọn lựa này là khẩn thiết hơn vì hiểm hoạ Bắc thuộc là không xa. Nhưng tất cả kết quả chỉ còn là các suy đoán

Suy đoán?

Đảng tự hào thu phục nhân tâm khi dựa vào thành tích đấu tranh giải phóng và Đổi Mới; thế hệ tham chiến tự hào là từ ngày có Đảng đã một lòng một dạ đi theo

Đảng; thế hệ hậu chiến trưởng thành và đồng tình cho các thái tử Đảng tiếp tục lãnh đạo đất nước.

Thiểu số đã có một số góp ý sửa đổi trong sự dè dặt thường lệ hoặc với tất cả thiện chí. Đóng góp này dù rất đáng được trân trọng nhưng không gây tiếng vang vì tiếp tục chấp nhận duy trì nguyên trạng vô luật pháp. Các phản biện cũng không phải là chung quyết của tất cả dân Việt, nên chưa phải là một khởi điểm cho tiến trình cải cách triệt để.

Dù ý thức về bất công xã hội càng tăng, người bất đồng chính kiến thấy mình là thiểu số; vì họ không thể xác định được mức độ. Hiện nay, niềm tin của dân chúng về sự lãnh đạo của Đảng không còn. Đã đến lúc Đảng không thể suy đoán thiếu cơ sở mà cần xét lại xem lòng dân đích thực muốn gì, đó là một mệnh lệnh của thời đại.

Các phương pháp thăm dò lòng dân về nguy cơ diệt vong là không được phép. Ý kiến của toàn dân trước vấn đề hệ trọng của đất nước cần được tìm hiểu, luận chứng và trình bày công khai với các phương pháp thăm dò dư luận một cách khoa học khả tín; đó là một chuyện dễ làm, xảy ra hàng tuần và hằng tháng tại các nước phương Tây, nhưng chưa hề có tại Việt Nam.

Làm gì?

Nguyên ủy cho mọi chuyển động tương lai của đất nước là cần xác định lòng dân, một tiền đề theo phương cách khách quan cho mô hình tương lai của Hiến Pháp. Ở đây, điều kiện khả thi cần có là tỉnh thức của Đảng và dân chúng.
Tỉnh thức của Đảng?

Có nhiều suy đoán về các chuyển biến, nhưng không ai có thể biết chính xác. Vũ khí của Đảng hiện nay không còn là độc quyền ban phát chân lý của Ban Tuyên Giáo

269

và bạo lực của Công An mà là lập luận của lý trí dựa trên khái niệm pháp luật để thuyết phục, một hình thức mà Đảng tự khai sáng và vận dụng.

Trong bối cảnh mới, Đảng phải tự diễn biến hoà bình, tạo thu hút hơn bằng cách chấp nhận thảo luận là một trò chơi mới và đồng ý với kết quả luật chơi khi tham dự. Đảng cần lập luận và thuyết phục dân chúng, không phải chỉ đem hết sức ra mà đấu đá nội bộ đến chết người và tàn ác với dân như là thế lực thù địch mà hãnh diện gọi là dân chủ vạn lần hơn các nước phương Tây, một thực tế thương đau hơn là khi hèn với giặc mà ca ngợi là hợp tác toàn diện.

Đảng là người đầy tớ của nhân dân, đại biểu trung thành của giai cấp, có thành tích trong chiến tranh chống Mỹ và Đổi Mới, tất cả các thành tích này không bảo chứng cho Đảng có khả năng lãnh đạo đất nước trong thời kỳ hiện đại. Lập luận này cũng không phải là khái niệm pháp luật có thể tạo ra sự đồng thuận của dân chúng về hình thức cai trị và chính danh cho một nhà nước pháp quyền.

Tỉnh thức của dân chúng?

Toàn dân phải có ý thức về việc sử dụng quyền dân tộc tự quyết. Đây là chuyện xa vời vì đa số luôn xem cơm áo là thực tế quan trọng nhất; quyền lực, thân tộc và tiền là phương tiện tốt nhất để giải quyết mọi tranh chấp; nếu luật pháp là không cần thiết trong đời sống hằng ngày, thì việc sử dụng thẩm quyền lập hiến không thể đặt ra. Họ có lý do để thờ ơ về vai trò của luật pháp.

Cảm nhận giá trị về dân quyền là kết quả của một nền giáo dục tự do, nhân bản và trọng pháp, nó mang lại kiến thức và trở thành ý thức cho người dân. Nhưng lạc hướng giáo dục nên chỉ làm ngu dân, các tác dụng khai dân trí không thể đạt được.

Ngược lại, một thực tế sinh động khác đang xảy ra: các cuộc biểu tình của dân oan đòi công lý, bảo vệ lãnh thổ, biển đảo, ngư dân, sáng tỏ những cái chết do bạo lực công quyền trở thành bức thiết hơn bao giờ hết. Đó là những tín hiệu khởi đầu cho một sự bất ổn thường trực, làm cho động loạn xã hội trầm trọng hơn mà chính quyền sẽ không thể giải quyết.

Ở đây, phải kể đến các phương tiện truyền thông xã hội đang nối kết mạng lưới thông tin hiện đại. Tuy là trong thế giới ảo, nhưng cộng đồng mạng là tác nhân tạo nên một hệ thống thông tin trung thực và nhanh chóng cho đa số. Tác dụng của các chương trình khai dân trí và xướng nhân quyền làm kiến thức và ý thức của dân chúng được nâng cao; phản ứng của xã hội dân sự có hiệu ứng làm thay đổi chính sự nhiều hơn so với trước đây, mà kết quả các góp ý, thỉnh nguyện, giải ảo và phản hồi trong và ngoài nước là thí dụ.

Dù tỉnh thức của dân chúng có trong mức độ, nhưng cũng khó xác định chiều hướng và tốc độ chuyển biến toàn xã hội dân sự thành một triển vọng khả tín.
Ai mang lại giải pháp?

Bạo lực của Đảng quyền hay sức mạnh mềm của xã hội dân sự, ai sẽ thắng ai? Trước mắt, không ai biết được vì trận chiến vừa khởi đầu. Nhưng thành tích đấu tranh bất bạo động của Mahatta Ghandi là một biểu tượng. Tình hình của Việt Nam ngày nay không thể phức tạp hơn Ấn Độ trước đây.Trong các tranh luận về việc Đảng muốn gì và dân muốn gì, thì các lập luận này của cả hai phải cùng tuân thủ theo lý trí trong tinh thần trọng pháp. Đảng không thể giữ mãi độc quyền ban phát chân lý và toàn dân luôn vô cảm trước hoạ diệt vong của giống nòi.

Nếu dân chúng là vấn đề mà Đảng có thể đem lại giải pháp, thì chính danh của Đảng thêm ngời sáng. Thay vì thuần phục Tàu và chờ Mỹ thả tín hiệu, Đảng nên có can đảm hỏi lòng dân đang muốn gì, đó là vấn đề. Ngược lại, khi dân chúng ý thức rằng sẽ đem lại giải pháp cho đất nước thì mức độ tỉnh thức sẽ cao hơn và việc đòi hỏi trả lại dân quyền là một cơ hội lịch sử để toàn dân tham gia.

Triển vọng

Lịch sử của đất nước là sự phát triển tất yếu của tinh thần dân tộc. Bao thế hệ thử nghiệm tiến trình phát triển này, họ hãnh diện đã đổ máu xương nhưng phát hiện ra là lạc đường lịch sử; họ lầm lẫn vì bị lừa đảo mà cái gian dối và độc ác đã chiến thắng và cuối cùng toàn dân tộc đại bại. Dù nhận trách nhiệm cho tương lai của đất nước, đa số thuộc thế hệ hậu chiến tiếp tục quên đi sự vô cảm của người dân miền Nam trước năm 1975, lại tiếp tục vô cảm trước thảm hoạ diệt vong.

Đảng đã tước đoạt quyền dân tộc tự quyết và không tận dụng các cơ hội để canh tân đất nước và con người; toàn dân chưa bao giờ có ý thức hành sử dân quyền. Cả hai đã cùng gây thảm hoạ và đến nay đều chưa thể hiện đúng mức các nỗ lực tất yếu để chuyển hoá cho đất nước. Dân đang muốn gì và làm gì, Đảng còn có khả năng lãnh đạo được ai và đất nước rồi sẽ đi về đâu? Đó là các vấn đề sôi bỏng cần thảo luận để giúp chúng ta nhận ra các điều kiện thay đổi đất nước lạc hướng và con người lạc hậu.

Thay đổi vai trò của Đảng và Hiến Pháp không là mơ ước hàn lâm hoang tưởng mà là một khảo hướng thực tiễn. Nhận chân các giá trị này là vấn đề tỉnh thức hiện trạng và thực hiện là vấn đề quyết tâm chuyển hướng.

Việt Nam đang cần có một cuộc tái khởi động lịch sử, dù là đã quá muộn màn. Đã đến lúc toàn dân cùng nhau: Hãy Tỉnh Thức Về Dân Quyền: Dân phải đòi và Đảng phải trả để tránh hoạ diệt vong

Tài liệu tham khảo

1.Khái niệm về Luật pháp theo quan điểm của Herbert Lionel Aldolphus Hart

Coleman, Jules, *Hart s Postscript, Essayon the Postcript to the Concept of Law*, Oxford University Press, 2011.

Dworkin, Ronald, *Justice for Hedgehogs*, Harvard University Press, 2011.

Dworkin, Ronald, Hart Postscrip and the Character of Political Philosophy, *Oxford Journal of Legal Studies*, 24: 1 (2004) 1-32.

Fuller, Lon L., *The Morality of Law*, Yale University Press, 1977.

Hart, Herbert Lionel Adolphus, *The Concept of Law*, Clarendon Law, Oxford University Press, 2012.

Postema, Gerald, Coordination and Convention at the Foundation of Law in *Journal of Legal Studies* Vol. 11, No. 1 (January 1982), pp. 165-203.

Raz, Joseph, *Practical Reason and Norm*, Oxford University Press, 1999.

Shapiro Scott J., *Legality,* Harvard University Press, 2010.

2. Khái niệm nhà nước pháp quyền của Pháp

Bacot, G., *Carre de Malberg er l origine de la distinction entre souverainete du peuple et souverainete nationale*, Paris, CNRS, 1985

Boutlet, Didier, *Vers l Etat de droit la theorie de l Etat et du droit*, L Hartmattan, Paris, 1991.

Chevalier, Jacques, *L État de Droit*, Montschrestien, Paris, 2010.

Grote, Rainer, Rule of Law, Etat de Droit and Rechtsstaat – The Origins of the Different National Traditions and the Prospects for their Convergences in the Light of the Recent Constitutional Developments in Christian Starck (ed.) *Constitutionalism, Universalism and Democracy A Comparative Analysis*, Baden Baden, Nomos 1999.

Heuschling, Luc, *Etat de droit, Rechtsstaat, Rule of Law,* Paris, Dalloz, 2002.

Laquièze, Alain, État de Droit and National Sovereignty in France in Pietro Costra, Danilo Zolo, *The Rule of Law History, Theory and Criticism*, Springer 2007, 261-292.

Pech, Laurent, Rule of Law in France in Randall Peerendall Asian Discourse of Rule of Law: *Theories and Implementations of Rule of Law in Twelves Asian Countries, France and the US,* Routlege Curzon 2004, 79-112.

Redor, M. J., *De l´État legal à l´État de droit, L´évolution des conceptions de la doctrine publiciste francaise 1879-1917*, Paris, Economica, 1992.

Böckenförde, Ernst-Wolfgang, Entstehung und Wandel des Rechtsstaatsbegriffs in: *Staat, Gesellschaft, Freiheit. Studien zur Staatstheorie und zum Verfassungsrecht*. Frankfurt am Main: Suhrkamp, 1976.

3. Khái niệm nhà nước pháp quyền của Đức

Böckenförde, Ernst-Wolfgang, *Staat, Verfassung, Demokratie. Studien zur Verfassungstheorie und zum Verfassungsrecht*. Frankfurt am Main: Suhrkamp, 1991.

Gozzi, Gustavo, Rechtsstaat and Individual Rights in German Constitutional History in: Pietro Costra, Danilo Zolo, *The Rule of Law History, Theory and Criticism*, Springer 2007, 237-261.

Krommers, Donld P., *The Constitutional Jurisprudence of the Federal Republic of Germany*, Duke University Press, 1997.

Schmidt Aßmann, Eberhard, Der Rechtsstaat, in: J. Isensee, P. Kirchhoff, *Handbuch des Staatrechts*, Müller, 1995, 541-612.

Sobota, K., *Das Prinzip Rechtsstaat, Verfassungs und verwaltungsrechtliche Aspekte,* Tübingen, Mohr Siebeck, 1997.

Stahl, F. J., *Die Philosophie des Rechts*, (1878), Hildesheim, Olms 1963.

4. Khái niệm Rule of Law của Anh

Barbington, A.,*The Rule of Law in Britain from the Roman Occupation to the Present Day,* Chichester: Barry Rosse 1978.

Costra, Pietro; Zolo, Danilo, *The Rule of Law History, Theory and Criticism,* Springer 2007.

Cosgrosve R. A., *The Rule of Law: Abert Venn Dicey,* Victorian London, Macmillian, 1980.

Dicey A. V., *Introduction to the Study of the Law of the Constitution*, Indianapolis, Liberty, Fund, 1982.

Flathman, Richard, Liberalism and the suspect Enterprise of political Institutionalism: The case of the Rule of Law in Shapiro, Ian, *The Rule of Law*, New York: New York University Press, 1994.

Santoro, Emilo, The Rule of Law and the "Libertìes of the English": The Interpretation of Albert Venn Dicey in: Costra, Pietro; Zolo, Danilo, *The Rule of Law History, Theory and Criticism*, Springer 2007, 153-200.

Shapiro, Ian,The Rule of Law, New York: New York University Press, 1994.

von Hayek, Friedrich, *The Road to serfdom*, Chicago: University of Chicago Press, 1994.

5. Khái niệm Rule of Law của Hoa kỳ

Akerman B., *We The People, Foundations*, The Belknap Press of Harvard University Press, 1991.
Casalini, Brunella, Popular Sovereignty, the Rule of Law and the Rule of Judges in the United States in Pietro Costra, Danilo Zolo *The Rule of Law History, Theory and Criticism*, Springer 2007, 201-236.

Peerendall, Randall, *Asian Discourse of Rule of Law: Theories and Implementations of Rule of Law in Twelve Asian Countries, France and the US*, RoutledgeCurzon, 2004.

Peerendall, Randall, Varieties of rule of law: an introduction and provisional conclusion in Asian Discourse of Rule of Law: *Theories and Implementations of Rule of Law in Twelve Asian Countries, France and the US*, RoutledgeCurzon 2004, 1-55

Tahamana, Brian Z., Rule of Law in the United States in Randall Peerendall

Asian Discourse of Rule of Law: Theories and Implementations of Rule of Law in Twelve Asian Countries, France and the US, RoutledgeCurzon 2004, 56-78

Petitt, P., *Republicanism A Theory of Freedom and Government*, Oxford Clarendon Press, 1997.

Bailyn B., *The Ideological Origins of the American Revolution*, Cambridge University Press, 1967.

Dworkin, R. , Freedom Law, The Moral Reading of the American Constitution, The Belknap Press of Harvard University Press, 1996.

Dworkin, R., Law Empire, The Belknap Press of Harvard University Press, 1986.

Elster J, and Slagstad (eds.), *Constitutionalism and Democracy*, Cambridge University Press, 1997.

6. Khái niệm Hiến Pháp Cộng Hoà của Immanuel Kant

Immanuel Kant *„Zum Ewigen Frieden, Ein Philosophischer Entwurf"*, Königberg, bey Friederich Nicovius, 1795, được in lại trong „Die Kritiken", 2008, Zweitausendeins, Frankfurt am Main, 1099-1112.

Höffe, Otfried (Hrsg.), *Immanuel Kant, Zum ewigen Frieden*, Klassiker Auslegen, Akademie Verlag, 1995.

Höffe, Otfried, *Demokratie im Zeitalter der Globalisierung*, München, C. H. Beck, 1999

Wolfgang Kersting
"Die bürgerliche Verfassung in jedem Staate soll republikanisch sein" in: Immanuel Kant, Zum Ewigen Frieden, herausgegeben von Otfried Höffe, Akademie Verlag, Berlin, 1995

Wolfgang Kersting
Wohlgeordneter Freiheit, Immanuel Kant, Rechts- und Staatsphilosophie, 3. Auflage, mentis, 2007

Oliver Eberl; Peter Niesen
Immanuel Kant, Zum Ewigen Frieden, Kommentar, Suhrkamp Studienbibliothek Taschenbuch, 2011
Đỗ Kim Thêm
Con Đường Dẫn Đến Hoà Bình Thế Giới Qua Sự Kết Hợp Hai Quan Điểm Của Immanuel Kant Và Phật Giáo - Tham Luận VESAK 2014
https://thuvienhoasen.org/a19527/tham-luan-vesak-2014-cua-do-kim-them

Đỗ Kim Thêm
Với Hiến pháp mới, Việt Nam ít hy vọng thay đổi
https://www.danluan.org/tin-tuc/20131205/do-kim-them-voi-hien-phap-moi-viet-nam-it-hy-vong-thay-doi

Đỗ Kim Thêm
Thất vọng về bản Hiến pháp mới của Việt Nam
https://www.danluan.org/tin-tuc/20131111/do-kim-them-that-vong-ve-ban-hien-phap-moi-cua-viet-nam

7. Khái niệm về thẩm quyền lập hiến của toàn dân

Böckenförde, Ernst-Wolfgang, Demokratie als Verfassungsprinzip in J. Isensee, P. Kirchhoff, *Handbuch des Staatrechts*, Müller, 1995, 429-495.

Böckenförde, Ernst-Wolfgang, Die verfassunggebende Gewalt des Volkes. Ein Grenzbegriff des Verfassungsrechts *in Staat, Gesellschaft, Freiheit.*

Studien zur Staatstheorie und zum Verfassungsrecht.
Frankfurt am Main: Suhrkamp, 1976.

Böckenförde, Ernst-Wolfgang, *Recht, Staat, Freiheit.*
Studien zur Rechtsphilosophie, Staatstheorie und
Verfassungsgeschichte. Frankfurt am Main: Suhrkamp,
1991.
Möller, Hauke, *Die Verfassungsgebende Gewalt des*
Volkes in der Schranken der Verfassungsrevision, Eine
Untersuchung zu Art. 79 Abs. 3 GG und zur
verfassungsgebenden Gewalt nach dem Grundgesetz
Berlin, Dissertation. De, 2004.

Loughlin, Martin / Walker Neil, *The Paradox of*
Constitutionalism: Constituent Power and Constitutional
Form. Oxford University Press, 2007

8. Mối quan hệ giữa các khái niệm dân chủ, pháp quyền, cộng hoà và xã hội: Lý thuyết và thực tế

Böckenförde, Ernst-Wolfgang, Demokratie als
Verfassungsprinzip in: J. Isensee, P. Kirchhoff,
Handbuch des Staatrechts, Müller, 1995, 429-495.

Böckenförde, Ernst-Wolfgang, *Recht, Staat, Freiheit.*
Studien zur Rechtsphilosophie, Staatstheorie und
Verfassungsgeschichte. Frankfurt am Main: Suhrkamp,
1991.

Böckenförde, Ernst-Wolfgang, *Staat, Verfassung,*
Demokratie. Studien zur Verfassungstheorie und zum
Verfassungsrecht. Frankfurt am Main: Suhrkamp,
1991.

Henke, Wilhelm Die Republik in: J. Isensee, P.
Kirchhoff, *Handbuch des Staatrechts,* Müller, 1995,
863-866.

Schmidt Aßmann, Eberhard , Der Rechtsstaat, in J. Isensee, P. Kirchhoff, *Handbuch des Staatrechts*, Müller, 1995, 541-612.

9. Tại sao các nước đang phát triển tỏ ra đề kháng trước uy lực pháp quyền?

Why developing countries prove so resistant to the rule of law?" Barry R. Weingast, Chapter II in James J. Heckman, Robert L. Nelson, Lee Cabatingam (eds.), Global Perspectives on the Rule of Law, Routledge Cavendisch, 2010, 29-51.

10. Các nước đang phát triển có nên du nhập thể chế pháp quyền của phương Tây không?

Niall Ferguson , The Landscape of Law, Chapter III, The Great Degeneration - How Institutions Decay and Economies Die, Allen Lane, 2012

11. Tinh thần thượng tôn luật pháp

Banaker, Raza; Travers Max, (eds.), *Understanding Law and Society*, A Balkema, 2009

Brydo, Brun Otto, *Die Effektivität von Recht als Rechtsproblem*, Berlin: De Gruyter 1993.

Rehbinder Manfred, *Rechtsoziologie*, München Beck, 2009.
Zippelius, Reinhold, Rechtsphilosophie, München Beck, 2007

Lampe, Ernst-Joachim (Hrsg.), *Zur Entwicklung von Rechtsbewußtsein*, Suhrkamp 1997.

Tyler Tom R., *Why People Obey the Law*, Yale University Press, 1990.

11. Vai trò của Toà Bảo Hiến trong việc xây dựng nhà nước pháp quyền tại các nước Đông Âu

Czarnota, Adam; Kriygier, Martin and Sadurski, Wojciech, *Rethinking the Rule of Law after Communism,* Central European University Press, 2005.

Frowein, Jochen Abr,; Marauhn, Thilo, *Grundfragen der Verfassungsgerichtsbarkeit in Mittel- und Osteuropa*, Springer, 1998

Luchterhandt, Otto; Starck Christian; Weber, Albrecht (Hrsg.), *Verfassungsgerichtsbarkeit in Mittel- und Osteuropa*, Nomos , Baden-Baden, 2007.

Luchterhandt, Otto Generalbericht: Verfassungsgerichtsbarkeit in Osteuropa in: Otto Luchterhandt; Christian Starck; Albrecht Weber (Hrsg.) *Verfassungsgerichtsbarkeit in Mittel- und Osteuropa*, Nomos, Baden-Baden, 2007, 295- 356.

Müllerson Rein A.; Fitzmaurice Malgosia; Mads Tennesson Andenas (Eds.) *Constitutional Reform and International Law in Central and Eastern Europe*, Kluwer Law International Law, 1998.
Roggemann, Herwig (Hrsg.) *Die Verfassungen in Mittel- und Osteuropa, Einführung und Verfassungstexte mit Übersichten und Schaubildern*, Berlin Verlag, Arno Spitz GmbH, 1979.